இந்தியாவின் நீர்மனிதன்

(WATERMAN OF INDIA)

ராஜேந்தர்சிங்

ஜெகாதா

சத்யா

Title:
Indiyavin Neer Manithan RajendarSingh
Jakatha

ISBN: 978-93-92474-24-8
Title Code : Sathyaa - 018

நூல் தலைப்பு
இந்தியாவின் நீர்மனிதன் ராஜேந்தர்சிங்

நூல் ஆசிரியர்
ஜெகாதா

முதற்பதிப்பு
நவம்பர் 2022

விலை : ₹ 270

பக்கம் : 215

Printed in India

Published by

Sathyaa Enterprises
No.137, First Floor,
Choolaimedu,
Chennai - 600 094.
044 - 4507 4203

Email
sathyaabooks@gmail.com

முன்னுரையாக ...

பாலைவனப் பிரதேசமாகிய ராஜஸ்தானின் ஆரவல்லிக் குன்றுகளில் உள்ள ஆயிரத்துக்கும் மேற்பட்ட கிராமங்களுக்கு தண்ணீர் மேலாண்மையைக் கற்றுக் கொடுத்தவர் இந்தியாவின் நீர் மனிதன் ராஜேந்தர்சிங்.

அறுபது ஆண்டுகளுக்கும் மேலாக வறண்டுக் கிடந்த ராஜஸ்தானின் அல்வார் மாவட்டத்தில் 90 கிலோ மீட்டர் நீளமான அர்வாரி ஆற்றில் வற்றாத புதுப்புனலை ஓடச் செய்த ராஜேந்திரசிங்குக்கு சர்வதேச நதி பரிசு 2004ஆம் ஆண்டு வழங்கப்பட்டது.

இந்தியாவின் 'ஜல்புருஷ்' (தண்ணீர் மனிதன்) என்று அழைக்கப்படும் ராஜேந்தர்சிங் நமது நாட்டின் பாரம்பரிய மழைநீர் சேகரிப்பு முறைகளைக் கடைப்பிடித்து தண்ணீர் தட்டுப்பாட்டிலிருந்த ஆயிரம் கிராமங்களுக்கு தண்ணீர் வசதி ஏற்படுத்தித் தந்ததைப் பாராட்டி, தண்ணீருக்கான நோபல் பரிசு என்று அறியப்படும் 'ஸ்டாக்ஹோம் நீர் மேலாண்மை விருது' அவருக்கு வழங்கப்பட்டுள்ளது.

'தருண் பார் சங்' என்ற அரசு சாரா அமைப்பை நிறுவி ராஜஸ்தான், மத்தியப் பிரதேசம், குஜராத், ஆந்திரா ஆகிய மாநிலங்களில் இவர் நீர் வளத்தை மேம்படுத்தி வருகிறார்.

நீரைப் பகிர்ந்து கொள்ளும் சமூகமே நீதியைப் பகிர்ந்து கொள்ளும். நதிகளை ஒட்டித்தான் நாகரீகம் உருவாகி பகிரப் பட்டது.

நீரை எப்படி சேமிப்பது, எப்படி பயன்படுத்துவது என்று அவர்கள் கடைப்பிடித்த நீர் மேலாண்மை இப்போது இல்லை.

ராஜஸ்தானின் சில பகுதிகளில் இந்தியாவின் தண்ணீர் மனிதர் என்று சொல்லப்படும் ராஜேந்தர்சிங் தலைமையில் செயல்படும் 'வாட்டர் பார்லிமெண்ட்' (WATER PARLIAMENT) என்ற அமைப்பின் கட்டுப்பாட்டில் நீர்நிலைகள் உள்ளன. அவர் களுடைய ஆளுமைத் திறனை மீறி அந்தப் பகுதிகளில் அரசாங்கம்கூட நீர் மேலாண்மையில் தலையிட முடியாது.

நாம் இயற்கைக்கு மிகவும் பிடித்தது குழந்தைகளே. ஆனால் நாம் இயற்கையை அழித்து விட்டோம். அதனால் இயற்கை நம்மை அழிக்கப் பார்க்கிறது. எந்த நாட்டில் தண்ணீர் கெட்டுப் போய் விட்டதோ அந்த நாடு முன்னேற்றம் அடையாது என்பது இந்தியாவின் நீர் மனிதன் ராஜேந்தர்சிங்கின் அடிப்படைக் கருத்தாக இருக்கிறது.

ராஜஸ்தானில் அரபிக்கடலில் நதிகள் கலப்பதற்கு முன்பாக சுட்டெரிக்கும் சூரியன் நீரை உறிஞ்சி எடுத்து விடும். காக்கா நரி கதையைப் போல தான் நீர் சுழற்சி என்பதும்!

‘மரமானது மண்ணுக்கடியில் வேர்களை ஒரே நேர் கோட்டுக்குள் விடாமல் பரப்பி விட்டு, நீரைச் சேமித்துக் காக்கும். அந்த மரங்களைப் பார்த்துத் தான் தண்ணீரை சேமிக்கக் கற்றுக் கொண்டேன்... 120 அடி ஆழத்தில் தோல் பையை கட்டி தண்ணீரை சேமிக்கத் தொடங்கினேன்’ என்று ராஜேந்தர்சிங் தாம் கற்ற அனுபவப் பாடத்தை நினைவு கூர்கிறார்.

‘பாணி பஞ்சாயத்’ என்று சொல்லப்படும் வாட்டர் பார்லிமெண்ட் மூலம் ராஜஸ்தானின் தொலை தூர கிராமங் களில் நீர்நிலைகளை உருவாக்கியும் பராமரித்தும் வருகிறது இவரது ‘தருண் பாரத் சங்’ அமைப்பு.

இறந்து போன ஏராளமான இந்திய நதிகளுக்கு உயிரூட்டி மீண்டும் நீரை ஓடச் செய்து வரும் இந்த அற்புத மனிதரின் வாழ்வியல் தடயங்களை வாசகர்களுடன் பகிர்ந்து கொள்ளும் பெருவாய்ப்பாக இந்நூலை அரங்கேற்றியுள்ள அன்புச் சகோதரர் திரு. மணிவண்ணன் அவர்களுக்கும் சத்யா எண்டர் பிரைசஸுக்கும் மனமார்ந்த நன்றிகள்!

என்றும் அன்புடன்

ஜெகாதா

உள்ளே...

1. இந்தியாவின் தண்ணீர் மனிதர் — 8
2. நிலத்தடி நீரும் நீர் நிர்வாகமும் — 13
3. நிலத்தடி நீரும் வரலாறு காணாத வறட்சியும் — 19
4. பாலைவனத்தை சோலைவனமாக்கிய போராட்டம் — 22
5. தருண் பாரத் சங்கப் பணிகள் — 26
6. ராஜேந்தர்சிங் எதிர்கொண்ட சவால்கள் — 29
7. ராஜஸ்தானின் அல்வார் மாவட்டத்தில் சாதித்த தண்ணீர்ப் புரட்சி — 32
8. ராஜேந்தர்சிங் வழிகாட்டலில் எழுச்சி பெற்ற சென்னை ஏரிகள் — 40
9. பிரிட்டன் இளவரசரும், ராஜேந்தர்சிங்கின் தண்ணீர் பாராளுமன்றக் குழுவும் — 44
10. நதிநீர் இணைப்புத் திட்டம் ஆபத்தானது — 47
11. பண்டைய மன்னராட்சி முறையும் நீர்நிலை ஆதாரங்களும் — 49
12. மனித வாழ்வைப் பறிக்கும் நீர்நிலை ஆக்கிரமிப்புகள் — 59
13. வீணாகும் நீரை வேடிக்கை பார்க்காதீர்கள் — 64
14. நீர் கல்வியறிவு ஆக வேண்டும் — 70
15. பருவநிலை மாற்றம் குறித்த பாரதப் போராளி — 73

16.	சட்டத்தை மீறுவதற்குப் பயன்படும் சட்டம்	83
17.	சீனா – இந்தியா நதிநீர் உரசல்	97
18.	வாஜ்பாயின் கனவுத் திட்டம்	100
19.	மண்ணுள் புதைந்து போன பிரம்மாண்ட ஏரி மீட்கப்பட்ட கதை	103
20.	நீர்த்தோழிகள் அமைப்பு	108
21.	நதிநீர்ப் பங்கீடு குறித்த புரிதல்கள்	111
22.	தமிழகத்தில் பாயும் நதிகளும் பிரச்சனைகளும்	125
23.	இந்திய வாழ்வாதாரத்தில் நதிகளின் பங்களிப்பு	156
24.	சில முக்கிய இந்திய நதிகள் பற்றிய குறிப்புகள்	164
25.	ஸ்டோக் ஹோம் நீர்ப் பரிசு	193
26.	மலைவாழ் மக்களுடன் ராஜேந்தர்சிங் கலந்தாய்வு	199
27.	கூவம் நதியை மீட்டெடுக்க ராஜேந்தர்சிங் முனைப்பு	201
28.	தண்ணீருக்கு விலை தேவை	204
29.	சென்னை நகர் சந்திக்கும் தண்ணீர் பிரச்சனை	206
30.	மூன்றாம் உலகப்போர் நம் வாயிலில் உள்ளது	210

1

இந்தியாவின் தண்ணீர் மனிதர்

இந்தியாவின் தண்ணீர் மனிதர் ராஜேந்தர்சிங் உத்தரபிரதேசத்தில் மீரட் அருகே உள்ள பாக்பட் மாவட்டத்தில் உள்ள தௌலா என்ற கிராமத்தில் பிறந்தார்.

அந்தக் கிராமத்தில் மகப்பெரிய நிலச்சுவான்தார் குடும்பத்தில் பிறந்தவர் ராஜேந்தர்சிங். அவர் ஏழு உடன்பிறப்புக்களில் மூத்தவர்.

ராஜேந்தர்சிங் வாழ்க்கையில் 1974-ஆம் ஆண்டு ஒரு திருப்புமுனைக்குரிய ஆண்டாகக் கருதலாம். அவர் உயர்நிலைப்பள்ளியில் படிக்கும்போது காந்தி அமைதி அறக்கட்டளையின் உறுப்பினரான ரமேஷ் ஷர்மா மீரட்டில் உள்ள ராஜேந்தர் வீட்டுக்கு வந்து தங்கினார்.

அவரது வழிகாட்டல் ராஜேந்தர்சிங் மனதில் பல்வேறு சமூக சிந்தனை அலைகளை எழுப்பியது. ரமேஷ் ஷர்மா கிராம மேம்பாடு பிரச்சனைகளுக்கு சுத்தம் செய்யச் சென்றார். கிராமத்தால் ஒரு புதிய நூலகத்தை திறக்க ஏற்பாடு செய்தார். மேலும், ராஜேந்தர்சிங்கை மது ஒழிப்புத் திட்டத்தில் ஈடுபடுத்தினார்.

1975ல் அவசர நிலைப் பிரகடனத்தின்போது ஜனநாயகத்தின் பிரச்சனைகள் குறித்த விழிப்புணர்வு ராஜேந்தர்சிங்குக்கு ஏற்படத் தொடங்கியது.

உயர்நிலைப் பள்ளிக்கல்வியை முடித்த பிறகு அலகாபாத் பல்கலைக் கழகத்துடன் இணைக்கப்பட்ட மற்றொரு கல்லூரியில் ஹிந்தி இலக்கியத்தில் முதுகலைப் பட்டம் பெறச் சேர்ந்தார்.

அச்சமயத்தில் ஜெயப்பிரகாஷ் நாராயணனால் நிறுவப்பட்ட இயக்கத்தின் மாணவர் அமைப்பில் ராஜேந்தர்சிங் செயல்பட்டார்.

ராஜேந்தர் சிங் பி.ஏ.எம்.எஸ். மருத்துவரானார். தனது படிப்பை முடித்த பிறகு அவர் 1980ல் அரசாங்கப் பணியில் சேர்ந்தார். மேலும், ஜெய்ப்பூரில் கல்விக்கான தேசிய சேவை தன்னார்வலராக தனது வாழ்க்கையைத் தொடங்கினார்.

அங்கிருந்து ராஜஸ்தானில் உள்ள தௌசா மாவட்டத்தில் வயது வந்தோர் கல்விப் பள்ளிகளை மேற்பார்வையிட நியமிக்கப்பட்டார் ராஜேந்தர்சிங்.

இதற்கிடையில் ஜெய்ப்பூர் பல்கலைக் கழகத்தின் அதிகாரி மற்றும் மாணவர் களால் உருவாக்கப்பட்ட ஒரு அமைப்பான 'தருண் பாரத் சங்க'த்தில் (டிபிஎஸ்) சேர்ந்தார்.

மூன்று ஆண்டுகளுக்குப் பின் அவர் அந்த அமைப்பின் பொதுச் செயலாளராக ஆனபோது பல்வேறு பிரச்சினைகளில் சிக்கித் தவிக்கும் அமைப்பு, கணிச மான தாக்கத்தை ஏற்படுத்துவதில் அதில் குறைபாடு குறித்து கேள்வி எழுப்பினார்.

இறுதியாக 1984ல் முழு நிர்வாகமும் ராஜினாமா செய்துவிட்டது. ராஜேந்தர்சிங் நாடோடி கறுப்பர் குழுவில் இணைந்து பணிபுரிந்தார். 1984ல் ராஜேந்தர்சிங் தனது வேலையை விட்டுவிட்டார்.

அவர் தனது அனைத்துப் பொருட்களையும் 23,000 ரூபாய்க்கு விற்று பஸ் டிக்கெட்டை எடுத்தார்.

கடைசி நிறுத்தத்திற்கு ராஜஸ்தானின் உட்புறம் செல்லும் பேருந்தில் அவருடன் தருண் பாரத் சங்கத்தைச் சேர்ந்த நான்கு நண்பர்கள் இருந்தனர்.

பேருந்தின் கடைசி நிறுத்தம் தனகாசி தாலுகாவில் உள்ள கிஷோரி கிராமம். அந்தக் கிராமத்தில் இறங்கிய அந்த நால்வரையும் முதலில் சந்தேகத்துடன் பார்த்த மக்கள் பின்பு அவரை ஏற்றுக் கொண்டனர்.

அவர்கள் தங்குவதற்கு ஒரு இடத்தைக் கண்டுபிடித்தனர். விரைவில் அவர் அருகிலுள்ள கிராமமான கோபால்புராவில் ஒரு சிறிய ஆயுர்வேத மருத்துவப் பயிற்சியைத் தொடங்கினார்.

அதேநேரத்தில் அவரது சகாக்கள் கிராமங்களில் கல்வியை மேம்படுத்து வதற்காக சென்றனர்.

ஒருகாலத்தில் தானியச் சந்தையாக விளங்கிய அந்த கல்வார் மாவட்டம், அந்த நேரத்தில் பெரும்பாலும் வறண்ட மற்றும் தரிசு நிலமாக இருந்தது.

பல ஆண்டுகளாக காடழிப்பு மற்றும் சுரங்கங்கள் நீர்மட்டம் குறைந்து வருவதற்கு வழிவகுத்தது. குறைந்த மழைப் பொழிவைத் தொடர்ந்து வெள்ளம் ஏற்பட்டது.

ஜோகாட் போன்ற பாரம்பரிய நீர் பாதுகாப்பு நுட்பங்களை மக்கள் கை விட்டிருந்தனர். ஆழ்துளை கிணறுகளை நம்பத் தொடங்கினர். இது நிலத்தடி நீரை வெறுமனே உறிஞ்சியது. ஒவ்வொரு முறையும் நிலத்தடி நீர் மட்டம் ஆழத்துக்குள் சென்று கொண்டே இருந்தது.

ராஜேந்தர்சிங் மங்குலால்மீனா என்ற பெரியவரை அங்கே சந்தித்தார். அங்கே 'கல்வியைவிட கிராமப்புற ராஜஸ்தானில் தண்ணீர் ஒரு பெரிய பிரச்சனை' என்றார் அவர்.

தண்ணீரை சேமித்து நிலத்தடி நீரை ரீசார்ஜ் செய்வதன் அவசியத்தை அந்தப் பெரியவர் எடுத்துக் கூறியதும் ராஜேந்தரசிங் அந்தக் கடின உழைப்புக்கு உடனே தயாரானார். ஆனால், அவருடன் இருந்த மற்றவர்கள் தயங்கியபடி பிரிந்து சென்றனர்.

இறுதியில் ஒரு சில உள்ளூர்வாசிகளின் துணையுடன் ராஜேந்தரசிங் கோபால்புரா ஜோகத்தை வண்டல் செய்யத் தொடங்கினார். பல வருடங்கள் பயன்படுத்தப்படாமல் புறக்கணித்திருந்த அந்த நிலத்தில், பருவ மழை அந்த ஆண்டு பெய்தது. அவ்விடத்தில் குளம்போல் நீர் பெருகியது. கிராமவாசிகள் அவருடன் களத்தில் இறங்கி அடுத்த மூன்றாண்டுகளில 15 அடி ஆழம் தோண்டினார்.

இவை நிலத்தடி நீர் மட்டத்தை உயர்த்த உதவியது மட்டுமல்லாமல் அப்பகுதியை வெள்ளை மண்டலமாக மாற்ற உதவியது.

சரிஸ்கா சரணாலயத்தின் எல்லையில், தனகாசி தெஹ்சில் கிஷோரி பிகாம்புராவில் தருண் பாரத் சங்கத்தின் தலைமையமாக மாறியது.

1986 ஆம் ஆண்டு அப்பகுதி கிராமங்கள் வழியாக தனது முதல் பாத யாத்திரையைத் தொடங்கினார். கிராமங்களின் பழைய தடுப்பு அணையை மீண்டும் கட்டியெழுப்ப வேண்டும் என்று பயிற்றுவித்தார்.

ஆர்வரி ஆற்றின் மூலப்பகுதியில் அதன் நீர் பிடிப்புப் பகுதியில் அமைந்துளள இந்தக் கிராமங்களைத் தொடர்ந்து ஆரவல்லி மலையில் 244 மீட்டர் நீளம் மற்றும் 7 மீட்டர் உயரம் கொண்ட கான்கிரிட் அணைக் கட்டுடன் சிறிய மண் அணைகளும் கட்டப்பட்டன. இறுதியில் அணைகளின் எண்ணிக்கை 375ஐ எட்டியபோது 60 ஆண்டுகளுக்கும் மேலாக வறண்டு கிடந்த நதி 1990ல் மீண்டும் ஓடத் தொடங்கியது.

சரிஸ்காவைச் சுற்றியுள்ள குளங்கள் மற்றும் ஏரிகளில் நீர் மட்டம் எதிர் பார்த்தபடி உயரவில்லை. பின்னர் சுரங்கத் தொழிலாளர்கள் நிரப்பாமல் விட்டுச் சென்ற, சுரங்கக் குழிகளிலிருந்து காணாமல் போன நீர் ஆவியாகி விட்டதை அவர்கள் கண்டுபிடித்தனர். சட்டப் போராட்டம் ஒருபுறம் நடந்தது. 1991ல் ஆரவல்லிச் சுரங்கத்தை உச்சநீதிமன்றம் தடை செய்தது. மேலும் அதனைச் சுற்றியுள்ள 470 சுரங்கங்கள் மூடப்பட்டன.

பல தசாப்தங்களாக வறண்ட நிலையில் இருந்த ரூபரேல், சர்சா, பாகனி மற்றும் ஜவரஜ் வாலி போன்ற ஆறுகள் புத்துயிர் பெற்றன.

ராஜேந்தர் சிங்கின் அருமையான முயற்சிகளால் 2001ல் மத்திய பிரதேசம், குஜராத் மற்றும் ஆந்திரப் பிரதேசத்தின் சில பகுதிகள் உட்பட 6500 கி.மீ. பரப்பரளவில் தருண் பாரத் சங்கம் பரவியது. அவரது சமூக தலைமைக்கான மகசேசே விருது வழங்கப்பட்டது.

மேலும் சமூக வனங்களைக் கவனிப்பதற்கான குறிப்பாக கிராமசபை அமைக்கப்பட்டது.

2005ல் ராஜேந்தரசிங்குக்கு ஜம்னாலால் பஜாஜ் விருது வழங்கப்பட்டது.

2006-ஆம் ஆண்டில் கங்கை நதியின் தலைமை நீரோட்டமான பாகீரதி ஆற்றின் மீது சர்ச்சைக்குரிய லோஹரிநாக் பாலா நீர் மின் திட்டத்தை நிறுவுவதில் ராஜேந்தர்சிங் முக்கிய பங்கு வகித்தார்.

2009-ஆம் ஆண்டில் சுற்றுச்சூழல் ஆர்வலர்கள் மற்றும் தன்னார்வத் தொண்டு நிறுவனங்களின் அணிவகுப்புக்கு தலைமையேற்று ஒரு பாத யாத்திரை நடத்தினார்.

2014 ஜனவரியில் கோதாவரி ஆற்றின் கரையோரம் திரியம்பகேஷ்வரிலிருந்து பைதான் வரையிலான ஒரு பரிக்ரமா நதியை மாசு இல்லாத நதியாக மாற்ற மக்களை வற்புறுத்தினார்.

சமீபத்தில் மும்பையில் உள்ள அணுசக்தி ஒழுங்குமுறை வாரியத்தில் தண்ணீர் மற்றும் அதன் பாதுகாப்பு மற்றும் நீரின் மதிப்புகள் குறித்து விரிவுரை ஆற்றினார் ராஜேந்தர்சிங்.

●

நிலத்தடி நீரும், நீர் நிர்வாகமும்

நம்முடைய பூமிப்பரப்பில் 71 சதவீதப் பகுதியினை நீர் ஆக்கிரமித்துக் கொண்டு இருக்கிறது. ஆனால், மனித குலம் தண்ணீர்ப் பஞ்சத்தால் தத்தளிப்பதன் காரணமென்ன?

நாம் நீர் நிலைகள் மீது தொடர்ந்து காட்டி வரும் அத்துமீறல்களும் அலட்சியப் போக்கும்தான் என்பதை யாரும் மறுக்க முடியாது.

தண்ணீர் என்பது தேடி அலையும் பொருளாக மாறிவிட்டது. கடல் நீர் உப்புகரிக்கிறது என்ற காரணத்தால் அதனைத் தவிர்த்து விட்டோம்.

ஆறு குளம், ஏரி, கிணறு என பல்வேறு நீர் ஆதாரங்களை நம்பி இருந்த நாம் இன்று ஆழ்துளைக் கிணறு மூலம் தண்ணீர் தேடியும் பயனில்லை.

உலகின் முதல் உயிர் தண்ணீரில்தான் தோன்றி இருக்க வேண்டும் என்று வரலாறு சொல்கிறது. அதன் தொடர்ச்சியாகத்தான் தாயின் கருவில் வளரும் குழந்தைகள் பனிக்குடத்தில் சுவாசிக்கின்றன என்று கூறுகிறார்கள். ஆக இந்தப் பூமியில் உயிருள்ள வரை வாழ்வதற்கு ஆதாரமாய் இருப்பது தண்ணீர்தான். அதனால்தான் தண்ணீரைத் தேடிய வாழ்க்கைப் பயணத்தில் இன்று மனித குலம் வியர்வை சிந்திக் கொண்டிருக்கிறது.

காடுகளை எல்லாம் அழித்துவிட்டோம். நீர்ப்பரப்பு சுருங்கிப் போனதைக் காணத் தவறிவிட்டோம். நூற்றுக்கணக்கான நீர் நிலைகளை ஆக்கிரமித்து அடுக்குமாடி குடியிருப்புகளைக் கட்டி விட்டோம். குடியிருக்க வீடு தயாரித்து முடித்தபோதுதான் குடிக்க நீர் தந்த குளம் காணாமல் போனதை மருண்டு பார்க்கின்றோம்.

தமிழகத்தில் இருக்கும் லட்சக்கணக்கான ஏக்கர் தரிசு நிலங்களில் கோடை உழவு செய்து வைக்கலாம். நீர் நிலைகளைத் தூர் வாரி வரப்புகளை உயர்த்திக் கட்டுவதன் மூலம் மழை நீரை சேமிக்கலாம். அதன் மூலம் நிலத்தடி நீரும் உயரும்.

நிலங்களில் 'புளுடிங் முறை' என்னும் வெள்ளமாக நீரை நிலத்தில் பாய்ச்சும் முறை மற்றும் வாய்க்கால் மூலம் நீரைப் பாய்ச்சும் முறைகளை முழுவதுமாக நிறுத்த வேண்டும்.

சொட்டு நீர், தெளிப்பு நீர் பாசன முறைகளைப் பின்பற்ற வேண்டும். நீர் ஆவியாவதைத் தடுக்க பண்ணைக் கழிவுகள் மூலம் மூடாக்குக் கொண்டு மூட வேண்டும்.

தென்னந்தோப்புகளில் இரண்டு வரிசைக்கு இடையில் இரண்டு அடி ஆழத்தில் அரையடி அகலத்தில் வாய்க்கால்கள் எடுத்துத் தென்னைக் கழிவு களைப் போட்டு பாசனம் செய்வதன் மூலம் வறட்சியான காலத்திலும் மரங் களைக் காப்பாற்றலாம்.

நீர் நிலைகளில் நீர் செறிவூட்டும் தண்டு எனப்படும் ஆழ்துளை அமைப்பு களை அமைப்பதன் மூலம் மழைக்காலத்தில் நீர் நிலைகளின் உபரி நீரை வீணாக்காமல் மண்ணில் செலுத்துவதன் மூலம் நீர் மட்டத்தைக் கணிசமாக உயர்த்தலாம்.

இதுபோன்ற நீர் சேமிப்பு உத்திகளைக் கடைப்பிடித்தால் வேளாண் நிலங் களுக்குப் பயிரிடத் தேவையான நீரை எளிதாகப் பெற்று பயிர் உற்பத்தியைப் பெருக்க முடியும்.

நாட்டின் வடக்கு மற்றும் வடகிழக்கு மாநிலங்களில் மூன்ற ஆண்டுகளாக பருவமழ பொய்த்ததால் கடும் வறட்சி நிலவியது. அதற்கு நேர்மாறாக இந்த ஆண்டு கொட்டித் தீர்த்த கனமழையால் பெரும்பாலான மாநிலங்களில் வெள்ளப் பெருக்கு ஏற்பட்டு கோடிக்கணக்கானோர் பெரும் பாதிப்புக் குள்ளாகியுள்ளனர்.

உத்தரப்பிரதேசம், பீஹார், வடகிழக்கு மாநிலங்களான அசாம், மணிப்பூர், நாகலாந்தில் பெய்த கனமழையால் அந்த மாலநிலங்கள் வெள்ளத்தில் மிதந்தன.

மகாராட்டிர மாநிலம் மும்பையில் சமீபத்தில் ஒரே நாளில் கொட்டித் தீர்த்த கனமழையால் மக்களின் இயல்பு வாழ்க்கை பாதிக்கப்பட்டது. அதே மாநிலத்தில் கடந்த ஆண்டு ஏற்பட்ட கடும் வறட்சியால் ஆயிரக்கணக்கான விவசாயிகள் வாழ்வதாரத்தை இழந்து பலரும் தற்கொலைக்குத் தள்ளப் பட்டனர்.

நீர்ப் பற்றாக்குறையால் ஏற்படும் வறட்சி, அதிக நீர்வரத்தால் ஏற்படும் வெள்ளத்திலிருந்து, மக்களைக் காக்க தேசிய நதிகளை இணைக்கும் திட்டத்தை நிறைவேற்றும் முனைப்புடன் மத்திய அரசு செயல்படத் துவங்கி உள்ளது. பல துறைகளின் தடையில்லா சான்றுகள் கிடைத்துள்ள நிலையில் முதற்கட்டமாக உத்தரப்பிரதேசம், மத்திய பிரதேசம் இடையே பாயும் நதிகளை இணைக்கும் பணிகள் துவங்கி உள்ளது.

முதற்கட்டமாக உத்தரப்பிரதேசம், மத்தியப் பிரதேசம் பகுதியில் பாயும் கென் - பெட்வா நதிகள் இணைப்பு பணிகள் மேற்கொள்ளப்படும். காடுகள், புலிகள் சரணாலயம், பல கிராமங்கள் இடையே நதிகள் இணைப்புப் பணி நடக்க உள்ளதால் இத்திட்ட வரைபடத்தின் கீழ்வரும் 10 கிராமங்களைச் சேர்ந்த ஆயிரக்கணக்கானோர் வேறு இடங்களில் குடியமர்த்தப்படுவர்.

காட்டுப்பகுதியில் அணை மற்றும் நீர்வழித் தடம் அமைக்கப்பட்டாலும் வன விலங்குகளுக்கோ இயற்கை தகவமைப்பிற்கோ எவ்வித இடைஞ்சலும் இல்லாத வகையிலும் இத்திட்டம் செயல்படுத்தப்படும்.

இதன்படி நாட்டின் பல மாநிலங்களில் 60 நதிகளை இணைக்க மத்திய அரசு திட்டமிட்டு உள்ளது.

கடந்த 2002ல் பாரதிய ஜனதாவைச் சேர்ந்த வாஜ்பாய் பிரதமராக இருந்தபோதே நதிகள் இணைப்புத் திட்டத்தைச் செயல்படுத்தத் தீவிர முயற்சி மேற்கொள்ளப்பட்டது.

எனினும், அந்த நேரத்தில் பல மாநிலங்களில் வெவ்வேறு அரசியல் கட்சிகள் ஆட்சி செய்ததால் அந்தந்த மாநில அரசுகள் நதிகள் இணைப்புத் திட்டத் திற்கு எதிர்ப்பு தெரிவித்தன.

ஆனால், தற்போது பெரும்பாலான மாநிலங்களில் பாரதிய ஜனதா ஆட்சி செய்வதால் இந்தச் சூழல்நிலையில் தேசிய நதிகள் இணைப்புத் திட்டத்தை செயல்படுத்துவதில் சிரமம் இருக்காது.

நதிநீர் இணைப்புத் திட்டத்தில் மிகப்பெரிய அணைகள் கட்டப்படுவதன் மூலம் அதிக அளவு மின் உற்பத்தி செய்யப்படும். இதன் மூலம் மின்பற்றாக் குறை மாநிலங்களுக்கும் மின்சாரம் கிடைக்கும்.

பூமிக்கடியில் ராட்சத குழாய்கள் அமைக்கப்பட்டு அதன் வழியே நதிநீர் வழிப்பாதை உருவாக்கப்பட்டு பிற நதிகளுடன் இணைக்கும் திட்டமும் உள்ளது.

நாட்டில் விவசாயிகளையும் விவசாயத்தையும் காப்பாற்ற நதிநீர் இணைப்பு மட்டுமே காலத்தின் கட்டாயம். அதுதான் நிரந்தரத் தீர்வு.

'கங்கை இங்கே வரவேண்டும்; வங்கக் கடலைத் தொட வேண்டும்' என்ற முழக்கம் கவனத்தில் கொள்ள வேண்டியது.

கங்கை மட்டுமல்ல, மகாநதி, கோதாவரி, கிருஷ்ணா, பாலாறு, காவிரி நதிகள் இணைக்கப்பட வேண்டும் என்பது நீண்ட நாளைய கோரிக்கை.

கங்கை நதியை இணைக்க முடியாவிட்டால் குறைந்தபட்சம் தென்னிந்திய நதிகளையாவது இணைக்க வேண்டும் என்ற கோரிக்கை பிரதானப்படுத்தப் பட்டது.

நதிகளை இணைக்கும் திட்டத்தை 2002-ஆம் ஆண்டு அக்டோபர் மாதம் பிரதமர் வாஜ்பாய் அறிவித்து, அதற்கான செயல்திட்டக் குழுவையும் அமைத்தார். அதனை மத்திய அரசாங்கம் நிறைவேற்ற வேண்டும்.

நதிகளை இணைக்கும் திட்டம் வாஜ்பாயின் கனவுத்திட்டம் என்ற வகை யிலும் நாடு முழுவதும் உள்ள விவசாயிகளின் வாழ்வில் வளம் சேர்க்கும் வகையிலும் இந்தத் திட்டத்தை நிறைவேற்ற வேண்டும் என்று அனைத்துக் கட்சிகளும் வலியுறுத்தி வருகின்றன.

தமிழக நதிகளை இணைத்தாலே ஆண்டுக்கு ரூ.5 ஆயிரம் கோடி வருமானம் வரும் என்று மறைந்த முன்னாள் ஜனாதிபதி அப்துல்கலாம் தெரிவித் துள்ளார்.

தமிழக நதி நீர் இணைப்பை 5 கட்டங்களாக நிறைவேற்ற முடியும். முதற் கட்டமாக மேட்டூரையும் வைகையையும், இரண்டாம் கட்டமாக மேட்டூரையும் பாலாறையும், மூன்றாம் கட்டமாக வைகையையும் தாமிர பரணியையும், நான்காம் கட்டமாக தாமிரபரணியையும் பெருஞ்சாணி யையும், ஐந்தாம் கட்டமாக சம காலத்தில் ஆறுகளையும் ஏரி துணை ஆறுகளையும் ஆங்காங்கே இணைக்க வேண்டும். இதனை 10 ஆண்டு களுக்குள் நிறைவேற்ற முடியும் என்பது அப்துல்கலாம் ஆலோசனை.

இதனை கொள்கையளவில் ஏற்று தமிழக அரசுதான் தமிழக நதிநீர் இணைப்புக்கு முன் முயற்சி எடுக்க வேண்டும்.

நிலத்தடி நீரை வீணடிக்காமல் நிர்வகிக்க நீராதாரங்களைக் கட்டுக்குள் வைக்க, நீர் வளத்தைப் பெருக்க, இப்போதுள்ள நீராதாரங்கள் கெடாமலும் குறையாமலும் காக்க மாதிரி வரைவு சட்டம் ஒன்றை மத்திய அரசு உருவாக்கி மக்களின் பார்வைக்கும் ஆலோசனைக்கும் வைத்திருக்கிறது.

நாட்டின் பல மாநிலங்கள் இன்னும் தண்ணீர்ப் பற்றாக்குறையால் தவித்து வருகின்றன. அதற்குக் காரணம் நிலத்தடி நீரை வரம்பில்லாமல் உறிஞ்சிப் பயன்படுத்தியதுதான்.

அவசரத் தேவைக்கு மட்டும் பயன்படுத்த வேண்டிய நிலத்தடி நீர்தான் நம்முடைய பாசனத் தேவையல் 65% பூர்த்தி செய்கிறது. கிராமப்புறங் களிலும் நகர்ப்புறங்களிலும் குடிநீர்த் தேவையில் 80%ஐ பூர்த்தி செய்கிறது.

ஓடும் நீர், நிலத்தடி நீர் ஆகிய இரண்டையும் உள்ளடக்கிய ஒருங்கிணைந்த கொள்கையும் நிர்வாகக் கட்டமைப்பும் உருவாக்கப்பட வேண்டும்.

விவசாயத்துக்குத் தரும் இலவச மின்சாரமான நீர்வளம் மிகக்குறைவாக இருக்கும் மாநிலங்களில் கூட கரும்பு, நெல், கோதுமை சாகுபடியைத் தொடர்ந்து மேற்கொள்ள விவசாயிகளைத் தூண்டி வந்துள்ளது.

குறைந்தபட்சம் கொள்முதல் விலை என்ற ஆதார விலை கொள்கையும் தண்ணீர் அதிகம் தேவைப்படும் பயிர்களுக்கு சாதகமாகவே வகுக்கப் பட்டது. இதனால் விவசாயிகள் சாகுபடி என்றாலே நெல், கோதுமை, கரும்பு என்றுதான் தேர்வு செய்தார்கள். புன்செய்ப் பயிர்களும் எண்ணெய் வித்துக்களும் இதரப் பயிர்களும் முக்கியத்துவம் பெறாமல் போயின.

பாசன வாய்க்கால்கள் தடுப்பணைகள், நீர்த்தேக்கங்கள் போன்ற வற்றுக்கு அரசுகள் அதிகம் செலவிடாததால் நதி நீர்வளம் அதிகம் உள்ள மாநிலங்களில் கூட விவசாயத்துக்கு நீர் கொண்டு செல்லப்படாததால், நிலத்தடி நீரை முடிந்த மட்டும் உறிஞ்சி எடுத்து சாகுபடி செய்வது வழக்கமாகி விட்டது.

மத்திய நிலத்தடி நீர் ஆணையம் என்ற அமைப்பு, உள்ளாட்சி மன்றங்களின் ஆலோசனையைப் பெறாமலேயே நிலத்தடி நீரைப் பயன்படுத்துவோருக்கு தடையில்லாச் சான்றுகளை வழங்கிக் கொண்டிருக்கிறது. இந்த ஏற்பாடு உடனடியாக நிறுத்தப்பட வேண்டும்.

நிலம் ஒருவருக்குச் சொந்தமாக இருந்தாலும் அந்த நிலத்தடியில் உள்ள நீரைப் பொது பயன்பாட்டுக்கு பயன்படுத்துவது தொடர்பான இப் போதைய சட்டம் காலத்துக்குப் பொருந்தாது.

இந்நிலையில் நிலத்தடி நீர் நிர்வாகச் சட்டம் இதை எந்தளவுக்கு பொதுப் பயன்பாட்டுக்கு சாதகமாகப் பயன்படுத்தும் என்பது தெளிவுப்படுத்தப்பட வேண்டும்.

நிலத்தடி பயன்பாட்டைப் பொறுத்தமட்டில் கிராமங்களில் உள்ள பயனாளிகள் அமைப்பு முறையாகச் செயல்பட்டு வருவதாக கருத இடம் உண்டு. நகர்ப்புறங்களில் தொழிலகங்களும் வீடுகளும் தண்ணீரை வீணாக்காமலும் மாசு படுத்தாமலும் சிக்கனமாகப் பயன்படுத்துவதை உறுதி செய்ய வேண்டும். பயன்படும் தண்ணீரை அளக்க மீட்டர்களைப் பொருத்து வதைக் கட்டாயமாக்க வேண்டும்.

நீர் நிர்வாகம் என்பது ஒற்றை அம்சத்தை மட்டுமே கொண்ட கொள்கையாக இருக்க முடியாது. கிராமப்புறம், நகர்ப்புறம் இரண்டிலுமே தண்ணீர் வளத்தைப் பெருக்குவதற்கும் சிக்கனமாக செலவழிப்பதற்கும் தூய்மை கெடாமல் காப்பதற்கும் சமநோக்குள் கொள்கையாக இருக்க வேண்டும்.

நீர்வள நிர்வாகம் தொடர்பாக உள்ளாட்சி மன்றங்களுக்கு அதிகாரம் அளிக்கப்பட வேண்டும் என்று வரைவு சட்ட வாசகம் கூறுகிறது. ஏற்கனவே உள்ள ஏற்பாடு மாற்றப்படுமா புதிய நிர்வாகக் கட்டமைப்பு உருவாக்கப்பட வேண்டுமா என்பதை இது தெளிவாக்க வேண்டும்.

நிலத்தடி நீரும் வரலாறு காணாத வறட்சியும்

பூமிப்பந்தின் அடுக்குகளில் இருக்கும் நிலத்தடி நீர் என்பது அள்ள அள்ளக் குறையாத அமுதசுரபி என்று கூற முடியாது.

அவ்வப்போது கிடைக்கும் மழைநீரை சேமித்தால்தான் தேவைக்கு ஏற்ப நிலத்தின் அடியிலிருந்து எடுக்க முடியும்.

பூமிப்பந்தில் பல ஆயிரம் ஆண்டுகளாக சேமித்து வைக்கப்பட்ட நீரை மனிதர்கள் சில நூறு ஆண்டுகளில் வெளியே எடுத்து விட்டனர். இதனால் வருங்காலங்களில் தண்ணீர் பற்றாக்குறை தீவிரமாகும்.

நிலத்தடியில் நீர் சேமிப்பதை நிறுத்திவிட்டு பதிலாக, அதிக அளவு தண்ணீரை ஆழ்துளைகள் போட்டு உறிஞ்சியதால் இன்று 500 அடிக்கு மேல் ஆழ்துளை கிணறுகளை அமைத்தும் தண்ணீர் கிடைக்கவில்லை.

நீர் பற்றாக்குறை ஏற்பட்டால் நிலத்திலும் விவசாயத்திலும் கடும் பாதிப்பு ஏற்படும். உணவு உற்பத்தியும் பாதிப்புக்கு உள்ளாகும்.

நிலத்தடி நீரின் அளவு உயர வேண்டுமானால் அதற்கு பல வகையான உத்திகளை கடைப்பிடிக்க வேண்டும்.

முதலில் வீடுகளில் மழை நீரை சேமிப்பதுபோல வேளாண் நிலங்களிலும் மழை நீரை சேமிப்பதுதான் நிலத்தடி நீர் மட்டம் உயர ஒரே வழி. அதாவது விளை நிலங்களில் பெய்யும் மழை நீரை அறுவடை செய்து நிலத்தடியில் சேமிக்க உதவும் வகையில் நிலங்களில் சில நடவடிக்கைகள் மேற்கொள்ள வேண்டும்.

மழை நீரை நிலத்தில் சேமிக்க, பெய்யும் மழை நீர் நிலத்தைவிட்டு வெளி யேறாமல் நிலத்திலேயே தங்கி இருக்கும்படி செய்ய வேண்டும். இதற்கு நிலத்தில் மழைக்காலத்திற்கு முன்பு நன்றாக உழவு செய்ய வேண்டும். அதாவது நிலத்தில் கோடை உழவு செய்வது முக்கியம். கோடை உழவு செய்த பின்பு கிடைக்கும் மழை நீர் முழுவதுமாக எளிதில் உறிஞ்சப்பட்டு மண்ணில் செலுத்தப்படும்.

நிலச்சரிவுக்கு குறுக்கே உழவு செய்யப்படும்போது மண்ணில் மழைநீருக்கு வேகத்தடை ஏற்படுத்தப்பட்டு நிலத்திலேயே சேகரிக்கப்படுகிறது. இதே போல் நிலங்களில் சமச்சீர் வரப்புகள் அமைப்பதன் மூலம் குறிப்பிட்ட நிலத்தில் கிடைக்கும் மழை நீர் அந்த நிலத்திலேயே தேங்கி மெதுவாக இறங்கும்.

நிலத்தின் சமச்சீர் வரப்புகளை அமைக்கும்போது நீர் தேங்கும் பகுதியில் வரப்புகளை ஒட்டி இரண்டடி ஆழம், அரையடி அகலத்தில் நீளமான வாய்க்கால்களையும் வெட்டி வைக்கலாம். இதனால் மழைநீர் அந்த வாய்க்கால்களில் நிரம்பி முழுவதுமாக பூமிக்குள் செலுத்தப்படும்.

மானாவாரி நிலங்களில் கோடை உழவு செய்வதுபோல மரப்பயிர்களின் மரத்தைச் சுற்றி வட்டப் பாத்தி அமைக்க வேண்டும். சரியான இடங்களில் மரங்களின் அருகே பிறை வடிவ வாய்க்கால்களை எடுத்து வைக்க வேண்டும்.

ஓடைகளின் குறுக்கே தடுப்பணைகளை அமைக்க வேண்டும். மொத்த நிலத்தின் தாழ்வான பகுதியில் பண்ணைக் குட்டைகள் அமைக்கலாம்.

மாநிலங்களுக்கிடையில் பாயும் நதிகளை பங்கிட்டுக் கொள்வதில் இப்போது சிக்கல் பெருகி ஒவ்வொரு மாநிலமும் நீதிமன்றங்களை நாடும் நிலைமை ஏற்பட்டுள்ளது.

இதன் காரணமாக மாநிலங்களுக்கிடையில் பகைமையிலும் நாட்டின் ஒற்றுமையை சீர்குலைக்கும் நிலைமையும் உருவாகி உள்ளது. நதிகள் இணைப்பால் இந்தப் பிரச்சனை தீரும்.

நாடு சுதந்திரம் அடைந்து எழுபது ஆண்டுகள் ஆகியும் நதிநீர் இணைப்பு இன்னும் கேள்விக்குறியாகவே உள்ளது. 2012க்குள் நதிநீர் இணைப்புக்கு ஒரு நிபுணர் குழுவை மத்திய அரசு அமைக்க வேண்டும் என்ற நீதிமன்றத் தீர்ப்பு செயல் வடிவம் வருவதில் தாமதமாகிக் கொண்டேயிருக்கிறது.

சுற்றுப்புறச் சூழல் காரணமாக இப்போது மழை மிகவும் குறைவாகவே பொழிகிறது. எதிர்காலத்தில் குடிநீர் பிரச்சினை மற்றும் விவசாய உற்பத்தி பாதிப்பதுடன் தண்ணீருக்காக யுத்தமே நடக்கலாம் என்ற கூற்று வலுப் பெற்று வருகிறது.

நதிகளை இணைப்பதில் ஆர்வமுடன் செயல்பட்டால் அடுத்த பத்து ஆண்டுகளில் அனைத்து நதிகளையும் இணைக்க முடியும் என்று உச்சநீதி மன்றத் தலைமை நீதிபதியாக இருந்த கிர்பால் தெரிவித்துள்ளார்.

முன்னாள் ஜனாதிபதி அப்துல்கலாம், 'வறட்சியையும் வெள்ளப் பெருக்கையும் தடுக்க வேண்டுமானால் நதிநீர் பங்கீட்டு திட்டம் அவசியம்' என்று கூறியுள்ளார்.

தேசிய நவீன நீர்வழிச்சாலை அமைக்கும் திட்டத்தை நிறைவேற்றினால் 900 கி.மீ. நீளம் உள்ளதாக அமைந்து பல நகரங்களை இணைக்கும்.

வடக்கு நீர்வழிச்சாலை கடல் மட்டத்தில் இருந்து 500 மீட்டர் உயரம் கொண்டதாகவும் மத்திய நீர்வழிச்சாலையும் தெற்கு நீர் வழிச்சாலையும் கடல் மட்டத்திலிருந்து 300 மீட்டர் உயரம் கொண்டதாகவும் இருக்கும்.

லாக்கிங் சிஸ்டம் என்ற தொழில்நுட்பத்தைப் பயன்படுத்தி நீரை கீழ்ப்பகுதியிலிருந்து மேல் பகுதிக்கு எளிதில் எடுத்துச் செல்லலாம். நீர்வழிச் சாலை மூலம் எந்தப் பகுதியில் இருந்தும் இந்தியாவின் எந்தப் பகுதிக்கும் எவ்வளவு நீர் வேண்டுமானாலும் எந்த நேரமும் எடுத்துக் கொள்ளலாம்.

இதனால் இந்தியாவில் 60 கோடி மக்கள் தடையின்றி குடிநீர் பெறுவர். நிலத்தடி நீரும் உயரும்.

பதினைந்து கோடி ஏக்கர் நிலங்கள் புதியதாக பாசன வசதி பெறும் 60 ஆயிரம் மெகாவாட் மாசற்ற புனல் மின்சாரம் கிட்டும்.

நாட்டை விவசாயம், குடிநீர், மின்சாரம் பற்றாக்குறைகளிலிருந்து மீட்டெடுக்க இதுபோன்ற திட்டங்களுக்கு முன்னுரிமை அளித்து செயல்பட வேண்டும்.

4

பாலைவனத்தைச் சோலைவனமாக்கிய போராட்டம்

"ராஜஸ்தானில் இருபது சதவீத மழைப் பொழிவுதான் கிடைக்கிறது. ஆனால், உங்கள் தமிழகத்தில் 80 சதவீத மழைப் பொழிவு உள்ளது. எங்களது பாலைவனத்தையே சோலைவனமாக்க 33 ஆண்டுகளாக போராடினோம். தமிழகத்தைச் சோலைவனமாக்க வெறும் பத்து ஆண்டுகள் போதும்."

ராஜேந்தர்சிங் என்ற தண்ணீர் மனிதர் கூறிய தைர்ய வார்த்தைகள் இவை. ராஜஸ்தான் மாநிலத்தில் தவுலா கிராமத்தில் பிறந்த ஆயுர்வேத மருத்துவப் பணியைத் துறந்து நீர் மேலாண்மை படிப்பைக் கற்று தன் சொந்த முயற்சியால் கிராம மக்களின் ஒத்துழைப்புடன் ஏழு நதிகளை அழிவிலிருந்து மீட்டு இன்று ஜீவநதிகளாக்கியுள்ளார்.

நமது மாநிலத்தின் தலையாய பிரச்சனை தண்ணீர்... தண்ணீர். ஒவ்வொரு தனி மனிதனும் தண்ணீர் இன்றி தவிக்கிறான். ஆனால், இந்தத் தண்ணீர் மனிதன் ராஜேந்தர் சிங், மழைநீர் சேகரிப்புக்காக கிராமங்களில் 4500 தடுப்பணைகளைக் கட்டி 1200 கிராமங்கள் செழிப்பான பகுதிகளாக மாற்றியுள்ளார். இதன் காரணமாக இந்திய அரசு 2001-ஆம் ஆண்டின் ராமோன் மகசேசே விருது கொடுத்து கௌரவித்துள்ளது. அத்துடன் 2015ல் தண்ணீருக்கான நோபல் பரிசாகக் கருதப்படும் ஸ்டோக்கோம் பரிசும் வழங்கப்பட்டுள்ளது.

"பல நூறு அடுக்கு மாடிக் கட்டடங்கள் சென்னையில் எழும்பி விட்டதால் நிலத்தடி நீர் காணாமல் போய்விட்டது. பருவ மழையும் கானல் நீராகிப் போய்விட்டது.

தண்ணீரை இனி தங்கம் போல் பாதுகாக்க வேண்டும். அரபு நாடுகள் அதனைச் செய்கிறது. அரபு நாடுகளில் தண்ணீரைக் காண்பதே அரிது. அந்தப் பாலைவனப் பகுதியில் வாழ்பவர்களும் எப்படியெல்லாமோ தண்ணீரைச் சிக்கனமாக பயன்படுத்தி பழ மரங்களை உற்பத்தி செய்கின்றனர்.

இஸ்ரேல் நாட்டினர் சொட்டு நீர்ப் பாசனத்தின் மூலம் உலகையே திரும்பிப் பார்க்கச் செய்கின்றனர்.

தமிழகத்தில் நான் பார்த்த பெரிய பெரிய ஆறுகளைப்போல வேறு எந்த மாநிலத்திலும் நான் பார்த்ததில்லை. நீங்கள் ஆறுகளை தாயைப்போல பாதுகாக்க வேண்டும்.

எங்குப் பார்த்தாலும் போர்வெல் போடும் பழக்கத்தை தமிழகத்தில் நான் காண்கிறேன். இப்படி எல்லாம் போர்வெல் போட்டு நீரை உறிஞ்சினால் பூமி என்னாவது?

நீங்கள் பெரிய மக்கள் இயக்கமாக மாறி நீர் நிலைகளைப் பாதுகாக்க வேண்டும். குப்பைக் கழிவுகளைப் போட்டு நீர் நிலைகளை அசுத்தமாக்கு வதை முதலில் தடை செய்ய வேண்டும். நீர் நிலைகளை ஆக்கிரமிப்பு செய்து வீடு கட்ட அனுமதிக்கவே கூடாது. ஆக்கிரமிக்கப்பட்ட நீர் நிலைகளைத் தூர் வாரி சுத்தம் செய்து மழை நீரை சேமியுங்கள்" என்று இந்தத் தண்ணீர் மனிதன் உரத்தக் குரலில் கூறுகிறார்.

ராஜேந்தரசிங் எனும் தண்ணீர் மனிதன் நம் தமிழகத்தில் திருநெல்வேலி யில் ஆரம்பித்து கன்னியாகுமரி, மதுரை, முக்கொம்பு, வேலூர் போன்ற இடங் களில் உள்ள ஆறு குளங்களைப் பார்வையிட்டு நதிநீர் ஆர்வலர்களுக்கு ஆலோசனை வழங்கி வருகிறார்.

"நிறைய 'செக்டேம்ஸ்' கட்டி தண்ணீரைப் பாதுகாத்தீர்களானால் பக்கத்து மாநிலத்தவரிடம் தண்ணீர் கேட்டுப் போராட வேண்டிய அவசியமே இல்லை. ஆறுகள் புத்துயிர் பெற்று ஜீவநதிகளாகி விட்டால் தண்ணீர் பிரச்சனையால் அதிகமாகப் பாதிக்கப்படும் பெண்கள் சமுதாயம் முன்னேற்றப் பாதையில் அடியெடுத்து வைக்கும்" என்று திரும்பத் திரும்ப இவர் வலியுறுத்தி வருகிறார்.

மழைநீர் சேகரிப்பு என்பது வெறும் வெற்று வார்த்தையல்ல. வாழ்க்கை மந்திரம். மழை நீரை சேமிப்பதால் ஒரு கிராமமே இன்று இந்த வெற்றிக்கான முன் மாதிரியாகத் திகழ்கிறது.

இராமநாதபுரம் மாவட்டம் முதுகுளத்தூர் அருகே மைக்கேல்பட்டினம் என்ற கிராமத்தில் மழைநீரை சேமித்து வருவதால் கடந்த 11 ஆண்டுகளாக தண்ணீர் பிரச்சனையே இல்லை என்கின்றனர் அவ்வூர் மக்கள்.

ஐந்து லட்சம் ரூபாய் செலவில் ஒரு ஊரணி அமைத்து அதில் மழை நீரை சேமித்து வருகின்றனர்.

சற்று சேறுடன் காணப்படும் மழை நீரை மண் பானைகளால் பிடித்து, தேத்தாங்கொட்டையைப் போட்டு வைக்கின்றனர். பின் தண்ணீரை காய்ச்சிக் குடிக்கின்றனர்.

'மினரல் வாட்டரைவிட சுவையாக உள்ளது மழை நீர். எங்கள் பக்கத்துக் கிராமங்கள் எல்லாம் தண்ணீர் இல்லாமல் வறண்டு கிடக்க எங்கள் ஊரில் தண்ணீர் பிரச்சனையே இல்லை' என்கின்றனர் அவ்வூர் மக்கள்.

அண்டை மாநிலமான பத்ரக் மாவட்டத்திற்கு குழாய் நீரை வழங்குவதற் காக கரோஸ்ரோட்டா நதிநீரைத் திருப்பும் கேந்திரா பாரா நிர்வாகத்தின் நடவடிக்கைக்கு தண்ணீர் மனிதர் ராஜேந்தர்சிங்கரும் எதிர்ப்பு தெரிவித்தார்.

கேந்திர பாரா மாவட்டத்தில் உள்ள ராஜ்கனிகா தொகுதியில் உள்ள ஆற்றங்கரைப் பகுதிகளுக்குச் சென்று அச்சுதாபூரில் நடைபெற்ற பொதுக் கூட்டத்தில் அவர் கலந்து கொண்டார்.

உள்ளூர் அமைப்பான கரஸ்ரோட்டா பச்சாவோ சங்க்ராம் சமிதியின் தலைமையிலான ஒற்றுமை மக்கள் இயக்கத்தின் சார்பாக ராஜேந்தர்சிங் அந்தப் பொதுக்கூட்டத்தில் கீழ்க்கண்டவாறு பேசினார்.

"இதுபோன்ற திட்டங்கள் எதிர்காலத்தில் பேரழிவை ஏற்படுத்தும். அண்டை மாவட்ட மக்களுக்குத் தண்ணீர் தேவை. ஆனால், கரஸ் ரோட்டா நதியில் இருந்து அந்தப் பகுதிகளுக்குத் தண்ணீர் எடுத்துச் செல்வது தீர்வாக இருக்காது. நதிகளின் இயற்கையான ஓட்டம் பாதுகாக்கப்பட வேண்டும்.

மக்களின் தண்ணீருக்கான கோரிக்கையைக் கண்டு கொள்ளாமல் அரசு பாராமுகமாக உள்ளது. அதேசமயம் பெருந்தொழில்களுக்கு அதிகளவில் தண்ணீரை உறிஞ்சுவதற்கும் அரசு உதவுகிறது.

ஏற்கனவே பற்றாக்குறையுள்ள ஆற்றுப்படுக்கையிலிருந்து தண்ணீரைத் திருப்பி விடுவது கடல் நீரைமேல் நோக்கி உட்செலுத்துவதற்கு வழி வகுக்கும். மேலும், மாவட்டத்தின் விவசாய நடவடிக்கைகளுக்கு பாதிப்பை ஏற்படுத்தும்.

இந்த மெகா குடிநீர் திட்டத்திற்காக ஆற்றில் இருந்து இணைப்பு நீரை திருப்பி விடுவதால் ஆற்றங்கரை கிராம மக்கள் உப்புத்தன்மை ஊடுருவலுக்கு மிகவும் பாதிக்கப்படுவார்கள்'' என்று ராஜேந்தர்சிங் கூறினார்.

"பத்ரக் மாவட்டத்தில் உள்ள மக்களுக்கு பாதுகாப்பான மற்றும் சுத்தமான குடிநீரைப் பெறுவதற்கான அனைத்து உரிமைகளும் உள்ளன. ஆனால், அது அண்டை மாவட்டத்தில் வசிக்கும் மக்களின் பெரிய நலனைப் பாதிக்கக் கூடாது.

காரஸ்ரோட்டா ஆற்றின் மீது நீரோடையில் தடுப்பணை கட்டி, பத்ரக் மாவட்டத்திற்கு தண்ணீரை வழங்குவது மாநில அரசின் ஒரு பகுதியாக இருந்திருந்தால் நன்றாக இருந்திருக்கும்'' என்றும் ராஜேந்திர்சிங் எடுத்துக் கூறினார்.

●

5

தருண் பாரத் சங்கப் பணிகள்

இந்தியாவின் தண்ணீர் மனிதர் என்று அறியப்படுகிற டாக்டர் ராஜேந்தர்சிங் 1985-ஆம் ஆண்டு முதல் இன்றுவரை தலைவராக இருக்கும் சுற்றுச்சூழல் தன்னார்வத் தொண்டு நிறுவனம்தான் 'தருண் பாரத் சங்கம்'.

தண்ணீர் பிரச்சனையைச் சுற்றி சமூகங்களை அணி திரட்டுவதன் மூலம் அவர்களின் பணியைத் தொடங்கியது.

கிராம சமூகங்களில் நிலவிய இயற்கையோடு ஒற்றுமை உணர்வை மீட்டெடுக்கவும் ஒருங்கிணைந்த சுற்றுச்சூழல் மேம்பாடு பற்றிய புரிதல் மற்றம் நெறிமுறைகளை உருவாக்கவும் அப்பகுதியின் தற்போதைய கலாச்சார மரபுகளை தருண் பாரத் சங்கம் உருவாக்கியுள்ளது.

தற்போது இந்த அமைப்பின் பங்களிப்பு ராஜஸ்தான் மாநிலத்தின் 15 மாவட்டங்களில் உள்ள 1000 கிராமங்களில் பரவியுள்ளது.

தருண் பாரத் சங்கத்தின் கவனமானது நீர் ஆதாரங்களைப் புத்துயிர் பெறுதல், மனித மற்றும் வனவிலங்கு மோதல்கள் போன்ற பிரச்சனைகளை சமாளித்தல், மற்றும் அங்கு அமைந்துள்ள உள்ளூர் சமூகத்தின் நலனுக்காக சுரங்க மாஃபியாக்களை எதிர்த்துப் போராடுவதன் மூலம் தண்ணீரை அணுகுவதில் தங்கியுள்ளது.

தருண் பாரத் சங்கம் 1975-ஆம் ஆண்டு ஜெய்ப்பூரில் ராஜஸ்தான் பல்கலைக்கழக மாணவர்கள் மற்றும் பேராசிரியர்களால் நிறுவப்பட்டது.

சுரண்டப்பட்ட நதிகளைச் சுற்றி வாழும் கிராம மக்களுக்கு சுயராஜ்யம் மற்றும் அரசியல் அதிகாரம் வழங்குவதில் தருண் பாரத் சங்கம் கவனம் செலுத்துகிறது.

எடுத்துக்காட்டாக, 72 கிராமங்களை பிரதிநிதித்துவப்படுத்தும் அர்வரி நதி பாராளுமன்றத்தை உருவாக்கியதற்கும் அவற்றின் நீர் ஆதாரங்களை நிலை நிறுத்துவதில் அவர்களின் நலன்களுக்கும் டி.பி.எஸ். பாராட்டு தெரிவித்தது.

நதி நாடாளுமன்றம், நீர் நிலைகளை நிர்வகிப்பதற்கு ஆற்றங்கரையில் பயிரிடப்பட்ட பயிர்களின் வளங்கள் மற்றும் வகைகளைப் பயன்படுத்து வதை ஒழுங்குப்படுத்துவதற்கான வழிகாட்டுதல்களை உருவாக்கியது.

1999ல் ஜல் பிரதாரி (நீர் சமூகம்) நிறுவப்பட்டது. இது தேசிய அளவில் ராஜஸ்தானின் நதி நெருக்கடி பற்றிய விழிப்புணர்வை ஏற்படுத்துவதில் ஒருங்கிணைந்ததாகும்.

தருண் பாரத் சங்கம் தனது புலிகளைக் காப்பாற்றும் பிரச்சாரத்தின் மூலம் இயற்கை வன சுற்றுச்சூழல் அமைப்புகளைப் பாதுகாப்பதிலும் கவனம் செலுத்துகிறது.

நிலம் மற்றும் காடுகளுக்கு சேதம் மற்றும் பல்லுயிரியலின் உயிர் வாழ்வுக்கு அச்சுறுத்தல் ஆகிய சட்ட விரோதமான மற்றும் அர்த்தமற்ற சுரங்கத்தால் ஏற்பட்டன.

சரிஸ்கா புலிகள் திட்டம் மற்றும் தேசியப் பூங்கா நிலையை நிர்ணயம் செய்து நிர்வகிக்கும் விதிமுறைகளின்படி அனுமதிக்கப்படாத இடங்களில் கூட சுரங்கப் பயிற்சிகள் மேற்கொள்ளப்பட்டன.

அதேநேரத்தில் ஒரு பொதுநல வழக்கு சுரங்கத்துக்கு எதிராக உச்சநீதி மன்றத்தில் எழுப்பப்பட்டது.

தேசிய நீர் பகுத்தறிவுப் பிரச்சாரத்தின்போது தருண் நீர் பள்ளி உருவாகியது. நீர் மேலாண்மை பிரச்சனைகளில் பணிபுரிபவர்களின் புரிதல் மற்றும் திறன்களை மேம்படுத்தவதில் பள்ளி கவனம் செலுத்துகிறது.

தருண் பாரத் சங்கம் ஐக்கிய நாடுகள் சபை, யு.எஸ்.ஐ.ஏ.டி. மற்றும் உலக வங்கியால் ஆதரிக்கப்படுகிறது.

ராஜேந்தர்சிங் சமூகத் தலைமைக்கான 2001 ராமன் மகசேசே விருதை வென்றவர்.

ராஜஸ்தானில் தடுப்பணைகள் கட்டுவதன் மூலம் மழை நீரை சேகரிப்பதற்காக அவர் மேற்கொண்ட முயற்சிகளுக்காக அவர் மிகவும் பாராட்டப் பட்டார். அதனால்தான் அவர் 'ஜல் புகஷ்' அல்லது 'ராஜஸ்தானின் நீர் மனிதன்' என்ற பிரபலமாக அறியப்படுகிறார்.

ராஜஸ்தானின் அல்வார் மாவட்டத்தில் ஜோஹாட்ஸ் நீரோடைகள் மற்றும் நதிகளின் மறுமலர்ச்சியில் ராஜேந்தர்சிங் மிகுந்த கவனம் செலுத்தி வந்தார். இந்தப் பகுதியில் தண்ணீர் இல்லாமல் வேறு எந்த வளர்ச்சியையும் கொண்டு வர முடியாது என்பதில் அவர் உறுதியாக இருந்தார்.

பாரம்பரியமான நீர் சேகரிப்பு கட்டமைப்புகளுக்கு புத்துயிர் ஊட்டியதில் ராஜேந்தர்சிங் பணி அளப்பரியது.

ராஜேந்தர்சிங்கின் அமைப்பில் மொத்தம் 45 முழு நேர பணியாளர்கள் மற்றும் 230 பகுதி நேர பகுதியாளர்கள் உள்ளனர்.

●

6

ராஜேந்தர்சிங் எதிர்கொண்ட சவால்கள்

நீர் பாதுகாப்பு நடவடிக்கைகளை முன்னெடுத்துச் செல்லும் டாக்டர் ராஜேந்தர்சிங் பலதரப்பட்ட சவால்ளை சந்திக்க வேண்டியிருந்தது.

அதுகுறித்து அவர் கூறும்போது, ''நாங்கள் எதிர்கொண்ட மிகப்பெரிய சவால்களில் ஒன்று அரசாங்கத்திடமிருந்து வந்தது.

கோபால்புராவில் நீர்ப்பாசனத் துறையினர் 'நீர்ப்பாசனம் மற்றும் வடிகால் சட்டம் 1954' கீழ் கட்டப்பாடுகளை விதிக்க முயன்றனர்.

நாங்கள் அவர்களின் தண்ணீரை தடுப்பதாகக் குற்றம் சுமத்தினார்.

இப்போது, ஒருவரது பண்ணையில் மழை பெய்தால் அந்தத் தண்ணீர் யாருக்குச் சொந்தமானது?

''விளைநிலத்தில் பெய்யும் மழை விவசாயிக்குச் சொந்தமில்லை என்றால் நீங்கள் மழையை நிறுத்துங்கள். கிராமத்தில் மழை பெய்யாமல் இருக்கட்டும்'' என்று ராஜேந்தர்சிங் கூறினார்.

பிறர் தண்ணீரை நாங்கள் தடுக்கவில்லை. விவசாய நிலத்தில் வரும் மழை நீரை மட்டும் சேகரித்து வந்தோம்.

எங்களின் முழக்கம் 'கெட்கா பானி கெத் மே காவ்கா பானி காவ்மே' (ஒரு விவசாய நிலத்தின் தண்ணீர் விவசாய நிலத்தில் தங்கும். ஒரு கிராமத்தின் தண்ணீர் கிராமத்தில் தங்கியிருக்கும்.)

ஒரு கிராமம் தனக்கென தண்ணீர் இருந்தால்தான் தன்னம்பிக்கை அடைய முடியும். அந்த நீர் அதற்கு மகிழ்ச்சியையும் நம்பிக்கையையும் பெருமையையும் தருகிறது.

அரசாங்கத்தின் உண்மையான பிரச்சனை என்னவென்றால், நாங்கள் குறைந்த செலவில் அணைகளைக் கட்டுகிறோம். அதே வேலையைச் செய்வதற்கு கோடிக்கணக்கான ரூபாய் செலவு செய்து ஒப்பந்தக்காரர்களை வேலைக்கு அமர்த்துவார்கள். அவர்களின் ஊழல் அம்பலமாகி விடும் என்று அவர்கள் பயந்தார்கள்.

நீர் மேலாண்மையில் முன்னோடியாகச் செயல்பட்டதற்காக 2001ல் மகசேசே விருதை வென்ற ராஜேந்தரசிங் இந்தியாவின் 72 சதவீத நிலத்தடி நீர் நிலைகள் வறண்டு விட்டதாகக் கூறினார்.

'ஒவ்வொருவருக்கும் தண்ணீர் வழங்கும் பொறுப்பை அரசாங்கம் ஒப்பந்தக்காரர்களிடம் ஒப்படைப்பதைவிட தரை மட்டத்தில் உள்ள மக்களுடன் ஒத்துழைத்தால் மட்டுமே நிறைவேற்றப்படும்' என்று வலியுறுத்துகிறார் ராஜேந்தர்சிங்.

'வறண்டு கிடக்கும் இந்தியா எதிர்காலத்தில், தண்ணீர் அகதிகளைக் காணும்' என்கிறார் அவர்.

'இந்தியாவின் 72 சதவீதத்துக்கும் அதிகமான நீர்நிலைகள் வறண்டு விட்டன. இது ஒரு நெருக்கடியைக் குறிக்கிறது. அதனால் மக்கள் நீர்வளம் நிறைந்த நாடுகளில் தஞ்சம் அடையக்கூடும்' என்று ராஜேந்தர்சிங் கூறுகிறார்.

சரியான நடவடிக்கைகள் உடனடியாக எடுக்கப்பட வேண்டும் என்று வலியுறுத்திய ராஜேந்தர்சிங் மத்திய ஆசிய மற்றும் ஆப்பிரிக்க நாடுகளின் வறண்ட பகுதியிலிருந்து மக்கள் ஏற்கனவே நீர்வளம் கொண்ட ஐரோப்பிய நாடுகளுக்கு இடம் பெயர்ந்து உலகின் நல்லிணக்கத்தை சீர்குலைக்கும் வகையில் இருப்பதாகக் குறிப்பிட்டார்.

இந்தியாவில் கிராமங்களிலிருந்து நகரங்களுக்கு இத்தகைய இடம் பெயர்வு நடை பெறுகிறது.

"இந்தியாவிலுள்ள 17 மாநிலங்களில் உள்ள 365 மாவட்டங்கள் வறட்சியிலும், 190க்கும் மேற்பட்ட மாவட்டங்கள் வெள்ளத்திலும் உள்ளன" என்று ராஜேந்தர்சிங் கூறுகிறார்.

"வெள்ளம் மற்றும் வறட்சியின் இந்தக் கொடிய கலவையைக் குழாய் நீரை வழங்குவதன் மூலம் சமாளிக்க முடியாது. ஆனால், மக்களால் இயக்கப்படும் நீர் மேலாண்மை மூலம் மட்டுமே இந்தியாவின் பாலைவன நிலமான ராஜேஸ்தானில் உள்ள அல்வார் மாவட்டம் வளமடைந்தது" என்கிறார் அவர்.

"நெருக்கடியை சமாளிக்க அரசாங்கமும் மக்களும் இணைய வேண்டும். இதை அடைய நீர் மேலாண்மையை ஒப்பந்தக்காரர்களுக்கு அவுட்சோர்ஸ் செய்யாது. அதற்குப் பதிலாக பொதுமக்களின் முன் முயற்சிகளை ஈடுபடுத்தும் கொள்கையை அரசு உருவாக்க வேண்டும். இதுதான் ஒரே வழி. தண்ணீர்ப் பற்றாக்குறையிலிருந்து மக்கள் விடுபட முடியும்" என்கிறார்.

2030க்குள் நீர் ஆதாரங்கள் மற்றும் அவற்றின் பயன்பாடு பற்றிய ஆழமான புரிதல் உடனடி தேவை. நிறைய நேரம் வீணாகிவிட்டது.

நீர் நிலைகளில் நீர் பற்றாக்குறையை ஏற்படுத்திய இயந்திரமயமாக்கப்பட்ட களைக்கொல்லிகள் மற்றும் பூச்சிக்கொல்லிகளின் பயன்பாட்டை நிறுத்துவதன் மூலம் விவசாய நோக்கங்களுக்காகப் பயன்படுத்தப்படும் தண்ணீரை எளிதில் பாதியாகக் குறைக்கலாம்.

நீர் சேகரிப்பு அமைப்புகளை உருவாக்குவது மற்றும் சூரிய வெப்பத்தால் நீர்த் தேக்கங்களை ஆவியாகாமல் பாதுகாப்பதன் அவசியத்தையும் ராஜேந்தர்சிங் வலியுறுத்தினார்.

'தண்ணீர் சந்தையைவிட தண்ணீர் பாதுகாப்பு தேவை' என்றார்.

'நதிகளை இணைப்பது நீர் நெருக்கடிகளுக்கு தீர்வாகாது' என்று அவர் உறுதிபட தெரிவிக்கிறார்.

●

7

ராஜஸ்தானின் அல்வார் மாவட்டத்தில் சாதித்த தண்ணீர் புரட்சி

ராஜஸ்தானின் அல்வார் மாவட்டம்... ஒரு காலத்தில் இங்கே பச்சைப் பசேலென எங்குப் பார்த்தாலும் காடுகள்... குன்றுகள்... கண்ணுக்கு எட்டிய தூரம்வரை மரங்கள்... சிறுத்தைகள் மற்றும் புலிகளால் நிரம்பியிருந்தன.

ஏறத்தாழ அறுபது ஆண்டுகளுக்குப் பிறகு அவையெல்லாம் மறைந்து விட்டது. இங்கு ஒரு பறவைகூட கூடு கட்டவில்லை.

ஆரவல்லி மலைப்பகுதிகளில் முந்தைய சகாப்தங்களில் இருந்த அடர்ந்த காடுகள், மண் மற்றும் நீர்நிலைகளைப் பாதுகாக்க உதவியது.

அல்வார் மாவட்டத்தின் மொத்த மரப்பில் 1985-86ல் வெறும் ஆறு சதவீதம் மட்டுமே காடுகளின்கீழ் இருந்தது. எங்கே போனது அந்த ராஜஸ்தானிய காடுகள்?

1930களில் ஆங்கிலேயர்களின் செல்வாக்கின்கீழ், அப்போதைய அல்வார் மகாராஜா காடுகளின் சமூக உரிமையைப் பறித்து ரயில் பாதைக்கு மரங்களை வெட்டுவதற்கு ஒப்பந்தக்காரர்களுக்கு உடன்பட்டார்.

காடுகளை அழித்து கிளர்ந்தெழுந்த ரயில்வே துறை மக்களின் வாழ்க்கை நிலையைக் குறிப்பிடத்தக்க வகையில் மேம்படுத்தவில்லை.

கிராமப்புற மக்களின் வாழ்க்கை சுற்றுச்சூழலுடன் பின்னிப் பிணைந் திருந்ததால் அவர்கள் தங்கள் பொதுவான நிலங்களின் மீதான கட்டுப் பாட்டை இழந்தனர். காடு என்பது அவர்களுக்கு ஒரு நீண்ட கனவு போலாயிற்று.

பாழடைந்த நிலங்கள், வறட்சி மற்றும் வறுமை. அரசோ அலட்சியமாக இருந்தது. புலம் பெயர்தல் மட்டுமே உயிர் வாழ்வதற்கான ஒரே வாய்ப்பு.

ஒரு பானை நிரம்பிய தண்ணீர் எடுக்க பெண்கள் நீண்ட தூரம் அலைந்தனர். விவசாயம் பொய்த்துப் போனது. வாழ்க்கை மிகக் கடினமாகிப் போனது.

எங்குப் பார்த்தாலும் நிர்வாணமாக நிற்கும் ஆரவல்லி மலைத் தொடர் மட்டுமே தெரிந்தது.

''கால்நடை மேய்வதற்கு ஒரு புல்லும் இல்லை. கால்நடைகளின் சடலங் களால் சிலர் தடுமாறி விழுந்தனர்' என்கிறார் தண்ணீர் மனிதர் ராஜேந்தர்சிங்.

சுற்றுச்சூழல் சீரழிவு பொருளாதார மற்றும் சமூக சீரழிவை ஏற்படுத்தியது. ஒட்டுமொத்த பிராந்தியத்தின் தலைவிதியும் அதுதான். கிராமத்தில் பணக்காரர்களும் ஏழைகளும் பொருளாதார நிலையைப் பொறுத்தவரை ஒரே மாதிரியாக இருந்தனர்.

விவசாய நிலங்களைப் போலவே கிராமமும் அதன் கிணறுகளும் வறண்டு கிடந்தன.

மலைகள் அரிக்கும்போது இங்கு மழைப்பொழிவு மிகவும் குறைவு. ஆரவல்லியின் வறண்ட சரிவுகள் தீவிர சாகுபடிக்கு ஏற்றதல்ல. இப்பகுதியின் உணவுப் பாதுகாப்பு என்பது காடுகள், புல்வெளிகள் மற்றும் வனவிலங்குகள் ஆகியவற்றைச் சார்ந்தது.

1980-82-ஆம் ஆண்டில் ராஜஸ்தானிய காடுகள் என்று குறிப்பிடப்பட்ட பகுதியில் 1.7 சதவீதம் மட்டுமே உண்மையான பசுமையாக இருந்தது. ஆரவல்லி பழுப்பு நிறத்தில் இருப்பதாக ரிமோட் சென்சிங் புள்ளி விபரம் கூறுகிறது.

1984-ஆம் ஆண்டில் ஆரவல்லியில் அறிவிக்கப்பட்ட வனப்பகுதியில் 28.6 சதவீதம் மட்டுமே பசுமையாக இருந்தது. தேசிய வனக்கொள்கையின்படி மலைகளில் 60 சதவீதப் பகுதி காடுகளின் கீழ் இருக்க வேண்டும் என்ற குறிப்பிடுகிறது.

1970 முதல் 1980 வரை ஆரவல்லி அதன் காடுகளில் 40 சதவீதத்தை இழந்தது. தபரியாவின் கூற்றுப்படி ஒவ்வொரு ஆண்டும் ஆரவல்லியின் நான்கு சதவீதம் பாழடைந்த நிலமாக மாறி வருகிறது.

அல்வார் ராஜ்ய வனச் சட்டம் 1888-ல் அப்போதைய அல்வார் மகாராஜா வால் அறிவிக்கப்பட்டது.

இது சமூகத்தின் காடுகளின் உரிமையைக் குறைப்பதற்கான முதல்படியாகும். பின்னர் அல்வார் சட்டம் 1938-ல் வந்தது. இது காடுகளின் வணிகப் பயன் பாட்டுக்கு வகை செய்தது. இது ஆங்கிலேயர்களால் பாதிக்கப்பட்டது. இது காடுகளின் மீதான அனைத்து உரிமைகளையும் சமூகத்தை விலக்கியது.

மகாராஜா, ஒதுக்கப்பட்ட காடுகளை அந்தந்த கிராமங்களின் ஜமீன்தாரர் களுக்குக் கொடுத்து மக்களை அதன் பாரம்பரிய வாழ்வாதாரத்திலிருந்து அந்நியப்படுத்தினான். காடுகளைப் பயன்படுத்துவதற்கும் வரி விதிக்கப் பட்டது.

1888 - 1938க்கு இடையில் மக்களால் நியமிக்கப்படும் பல காடுகள் மன்னரின் வேட்டையாடும் காப்பகங்களாக அறிவிக்கப்பட்டன. கிராமவாசிகள் காடுகளிலிருந்து விலக்கி வைக்கப்பட்டனர்.

பின்னர் காடு உச்சக்கட்டமாக சுரண்டப்பட்டது. இதனால் ஆரவல்லி கடுமையாக சீரழிந்தது.

பெரிய அளவிலான காடழிப்பு 1930களில் தொடங்கியது. கிட்டத்தட்ட 15 ஆண்டுகள் இது நீடித்தது.

காடுகளின் துஷ்பிரயோகத்தை கிராமவாசிகள் கண்டனர்.

1940களில் கன்னி மற்றும் அடர்ந்த காடுகளை கரி ஒப்பந்தக்காரர்களுக்கு வழங்க மன்னர் ஒதுக்கினார்.

ஒப்பந்தக்காரர்கள் காடுகளில் இறங்கி சில ரசாயனங்களை மரங்களில் போட்டு, சில நாட்களில் நூற்றுக்கணக்கான மரங்கள் காய்ந்து சரிந்தது. இது கிராமப்புற மக்களின் வாழ்வதாரத்தைப் பாதித்தது.

1947ல் அல்வார் மாநிலம் இந்திய யூனியனுடன் இணைக்கப்பட்டது. ராஜா அதிகாரத்தால் மாற்றப்பட்டார். சுற்றுச்சூழல் தவறான நிர்வாகத்தின் மோசமான கட்டத்தில் இருந்தது.

இடிந்த மலைகளால் மழைநீரை தேக்கி வைக்க முடியவில்லை. வண்டல் மண் மறைந்து விவசாய நிலங்களுக்குக் கூழாங்கற்களைக் கொண்டு வந்தது. இதனால் நிலத்தடி நீர்மட்டம் உயரவில்லை.

இதே நிலை 600 கிராமங்களில் உள்ள சுமார் 50000 மக்களின் வாழ்வாதாரத்தை முடக்கியது என்கிறார் ராஜேந்தர்சிங்.

தண்ணீர் மனிதர் ராஜேந்தர்சிங்கின் தளர்ச்சியடையாத பெரு முயற்சியிலும் தருண் பாரத் சங்கத்தின் ஒட்டுமொத்த உழைப்பும் இணைந்து அல்வார் மாவட்ட கிராமங்கள் தற்போது மீளுருவாக்கம் பெற்றுள்ளது. 650 கிராமங்களில் 6500 சதுர கி.மீ. நிலம் மீண்டும் உருவாக்கப்பட்டுள்ளது.

ஆரவல்லி மீண்டும் பசுமையாகி வருகிறது. கிராமவாசிகள் இப்போது காடுகளை பாதுகாக்கிறார்கள். தவறான மேய்ச்சலுக்கு தடை விதிக்கப் பட்டுள்ளது.

இப்போது மக்கள் தங்களைத் தாங்களே பாதுகாத்து வருவதால் மையப் பகுதியில் உள்ள கிராமங்களைச் சுற்றியுள்ள காடுகளின் பரப்பளவு உண்மை யில் உயர்ந்துள்ளது.

ஆரவல்லி காடுகளின் பரப்பளவு கடந்த 15 ஆண்டுகளில் 33 சதவீதம் அதிகரித்து தற்போது 40 சதவீதமாக உள்ளது என்று அதிகாரபூர்வ ஆவணங் கள் கூறுகின்றன. 70 சதவீதத்துக்கும் குறையாமல் பசுமை மூடியிருக்கிறது.

பழைய காடுகள் மீண்டும் உருவாகி வருவதால் பறவைகள் மீண்டும் மலை களைச் சுற்றிவரத் துவங்கியுள்ளன. 'சிறுத்தையின் உறுமல் சத்தமும் கேட் கிறது' என்கிறார்கள்.

'அதிக நீர் மட்டம் என்பது பம்பு செட்களுக்கு டீசலுக்கு செலவிடப்படும் தொகையை சிக்கனப்படுத்துகிறது. டீசலுக்கு மாதம் 1500 ரூபாய் முன்னால் செலவழித்த விவசாயிகள் இப்போது 500 ரூபாய் மட்டுமே செலவிடு கின்றனர்' என்கிறார் ராஜேந்தர்சிங்.

தண்ணீர் மனிதர் ராஜேந்தர்சிங் 1985ல் முதன் முதலாக அல்வாருக்கு வந்தபோது அதன் காடுகள் அழிக்கப்பட்டு, அதன் நீர் நிலைகள் சுரங்கத் தொழிலாளர்கள் மற்றும் மரம் வெட்டுபவர்களால் சேதப்படுத்தப் பட்டதைக் கண்டார்.

இதன் விளைவாக மழைக்காலங்களில் அப்பகுதியில் ஆபத்தான வெள்ளம் ஏற்பட்டது.

உள்ளூர் சுயாட்சி மற்றும் தன்னம்பிக்கை பற்றிய காந்திஜியின் போதனைகளால் ஈர்க்கப்பட்ட ராஜேந்தர்சிங், ஒவ்வொரு கிராமத்திலும் கிராம சபைகள், மகிளா வங்கிகள், நதி பாராளுமன்றம் போன்ற சமூகத்தின் தலைமையிலான நிறுவனங்களை அறிமுகப்படுத்தினார்.

மீன்கள் மற்றும் பிற நதிக்கரை வாழ் உயிரினங்களைப் பாதுகாக்க மீன் பிடிப்பதை அனுமதிக்காதபடி அரசாங்கத்தை வற்புறுத்துவதற்காக அவர் மூன்று மாத கால சத்தியகிரகத்தையும் வெற்றிகரமாக ஏற்பாடு செய்தார்.

1995-ஆம் ஆண்டில் ராஜேந்தர்சிங், ஜெய்ப்பூரில் உள்ள கல்டாவிலிருந்து உத்தர்காசியில் உள்ள கங்கோத்ரி வரை நதிகளின் புனிதம், தூய்மை மற்றும் மலைகளின் பசுமையைப் பாதுகாக்க நதி பஹார் பச்சாவ் யாத்ரா நடத்தினார். 1996ல் ஜல் பச்சாவோ ஜொஹாத் பனாவோ பிரச்சாரத்தைத் தொடங்கினார்.

டிசம்பர் 2002ல் ராஜேந்தர்சிங் காந்தி சமாதி, ராஜ்காட், புதுதில்லியி லிருந்து ராஷ்ட்ரிய ஜல் யாத்திரையை ஏற்பாடு செய்தார்.

மேலும், 144 நதிப் படுகைகள் உட்பட இந்தியாவில் உள்ள 30 மாநிலங்களைச் சுற்றி வந்தார். இந்த யாத்திரையின்போது நாட்டின் பல்வேறு பகுதிகளில் ஐந்து தேசிய நீர் மாநாடுகள் ஏற்பாடு செய்யப்பட்டன.

ராஷ்ட்ரிய ஜல் யாத்ரா என்பது இந்திய குடிமக்களிடையே தண்ணீர் தொடர்பான கவலைகளைப் பகிர்ந்து கொள்ளும் முயற்சியாகும்.

நதிளை இணைப்பதைவிட மக்களை நதிகளுடன் இணைக்கப் பாடுபட வேண்டும் என்பதை யாத்திரை வலியுறுத்தியது. இந்த யாத்திரையின் அனுபவம் இப்போது 'தருண் ஜல் வித்யா பீடம்' உருவாக வழி வகுத்துள்ளது.

சரிஸ்கா தேசியப் பூங்கா மற்றும் அதைச் சுற்றியுள்ள காடுகளை மீண்டும் உருவாக்கவும் பாதுகாக்கவும் கிராம சமூகத்தை ஊக்குவிக்க, ராஜேந்தரசிங் தலைமையில் 90 கிராமங்களில் வனப் பாதுகாப்புக் குழுக்கள் அமைக்கப் பட்டன.

ராஜேந்தர்சிங் ஆரவல்லி மனைகளில் சுரங்கத்தின் அழிவுகரமான விளைவுகளுக்கு எதிரான பிரச்சாரத்துக்கு தலைமை தாங்கி 1000க்கும் மேற்பட்ட சுரங்கங்களை மூடுவதற்கு உச்சநீதிமன்ற உத்தரவும் பெற்றார்.

'தண்ணீர் என் வாழ்க்கை, என் மகிழ்ச்சி, என் ஆசிரியர்' -என

வறட்சியற்ற இந்தியாவுக்கான தனது பார்வையைப் பகிர்ந்து கொள்ள சென்னை வந்தபோது தண்ணீர் மனிதர் ராஜேந்தர்சிங் கூறினார்.

'வறண்ட ராஜஸ்தானில் ஒரு நதிக்கு புத்துயிர் அளிப்பதில் மிகவும் பிரபல மான இந்தியாவின் வாட்டர்மேன் சமூகம்தான் எல்லாவற்றிற்கும் காரணம்' என்கிறார்.

கங்கை மற்றும் அதன் கிளை நதிகளில் பெரிய அணைகள் இருப்பதால் வண்டல்மண் படிவதை எதிர்த்து ராஜேந்தர்சிங் தற்போது மிகப்பெரிய போராட்டங்களை நடத்தி வருகிறார்.

சமீபத்தில் பராக்கா தடுப்பணையை அகற்றக் கோரிய பீகார் முதல்வர் நிதிஷ்குமாருடன் அவர் முரண்பட்டு செயல்பட்டு வந்தார்.

'பீகாரின் தொடர்ச்சியான வெள்ளப் பெருக்குக்கு இந்த அணையே பெரிதும் காரணமாகும்' என்று நிதிஷ்குமார் கூறி வந்தார்.

அதற்கு ராஜேந்தர்சிங், 'நான் வளர்ச்சிக்கு எதிரானவன் இல்லை. ஆனால், ஒவ்வொரு திட்டத்திற்கும் 20 ஆண்டுகளுக்குப் பிறகு மறு ஆய்வு தேவை என்று நினைக்கிறேன். பராக்கா அணை கட்டப்பட்டு 43 ஆண்டுகள் நிறை வடைந்த நிலையில் அதன் பலன், அதனால் ஏற்படும் இழப்பு, சுற்றுச்சூழல் மற்றும் சுற்றுச்சூழல் பாதிப்புகள் குறித்து இன்னும் நாங்கள் புரிந்து கொள்ள வில்லை.

பெரிய அணைகள் பல தசாப்தங்களாக இந்த நாட்டில் சர்ச்சைக்கும் விவாதத்துக்கும் காரணமாக உள்ளன.

இந்தியாவின் முதல் பிரதமர் ஜவஹர்லால் நேரு அவற்றை நவீன இந்திாவின் கோயில்கள் என்று குறிப்பிட்டார். எழுத்தாளர் அருந்ததிராய் அவற்றை அணுகுண்டுகளுடன் ஒப்பிட்டார்.

சுதந்திரத்திற்குப் பிறகு 70 ஆண்டுகளில் 10 மடங்கு அதிகமான நிலங்கள் வறட்சியிலும், 8 மடங்கு அதிகமான நிலம் வெள்ளத்திலும் சிக்கியுள்ளன.

'இதில் சில கிராமங்களில் உள்ள மக்கள் மூன்று, நான்கு, எட்டு முறை இடம் பெயர்வதை நான் பார்த்திருக்கிறேன். இது உண்மையில் வளர்ச்சி யல்ல' என்று ராஜேந்தர்சிங் அறிவித்திருக்கிறார்.

அவர் எப்போதும் பாரம்பரிய, பழைய பள்ளி நீர் மேலாண்மை நடை முறைகளை பயன்படுத்துவதை முன்மொழிந்தார்.

இது அழிவின் தடங்களை விட்டு வெளியேறாமல் வளர்ச்சியை செயல் படுத்துகிறது. இந்த அணைகள் அழிக்கப்பட்டவை என்று கிண்டல் செய்கிறார்.

ராஜேந்தர்சிங் முன்பு இருந்த இலட்சியவாத இளைஞனாக இருந்து வெகுதூரம் பயணித்து வந்து விட்டார்.

1959ல் தௌலா கிராமத்தில் ஜமீன்தார்களின் குடும்பத்தில் பிறந்த ராஜேந்தர்சிங் தண்ணீர் வளம் மற்றும் வாழ்க்கை நன்றாக இருந்த உலகில் வளர்ந்தவர்.

'எனது குழந்தைப் பருவத்தில் மிக உயர்ந்த தரமான தண்ணீரை நாங்கள் பெற்றிருந்தோம்... கங்கை நீர்' என்கிறார் ராஜேந்தர்சிங்.

'என் வாழ்க்கையில் இந்த காலகட்டத்தில் சமூகங்கள், ஜனநாயக விழுமியங்கள், ஏழைகளில் உள்ள ஏழைகளை எப்படி மதிக்க வேண்டும் என்பதை நான் கற்றுக் கொண்டேன்.'

ஆயுர்வேத மருத்துவத்தில் பட்டம் பெற்ற பிறகு ராஜேந்தர்சிங் 1980ல் அரசாங்கப் பணியில் சேர்ந்தார். அங்கு அவர் ஜெய்ப்பூரில் கல்விக்கான தேசிய சேவை தன்னார்வத் தொண்டராக நியமிக்கப்பட்டார்.

மீனா என்ற அழகான இளம்பெண்ணை ராஜேந்தர்சிங் திருமணம் செய்து கொண்டார். அரசாங்க அலுவலகத்தில் அதிகாரிகளின் அக்கறையின்மை ராஜேந்தரசிங்கை மிகவும் சோகப்படுத்திது.

இந்தக் காலக்கட்டத்தில் கர்ப்பிணியாக இருந்த அவரது மனைவி அவருடைய பெற்றோருடன் இருந்தபோது ராஜேந்தர்சிங் அரசாங்க வேலையை ராஜினாமா செய்தார்.

இச்செயல் அவரது மனைவிக்கும் அவளது பெற்றோருக்கும் வருத்தத்தை அளித்தது.

மன வருத்தத்துடன் இருந்த ராஜேந்தர்சிங் தனது வீட்டை விற்றுவிட்டு நான்கு லட்சிய இளைஞர்களுடன் குடும்பத்தை விட்டு வெளியேறினார்.

கோபால்புராவிற்கு பேருந்தில் ஏறி அல்வார் மாவட்டத்தின் ஒரு இருண்ட கிராமத்திற்குள் வந்து சேர்ந்தார். அந்த கிராமத்திற்கு மருத்துவ உதவி மற்றும் கல்வியை வழங்க ராஜேந்தர்சிங் விரும்பினார். ஆனால், கிராமத்தினர் அதனை வரவேற்கவில்லை.

கோபாலபுரத்தில் ஒரு சிறிய ஆயுர்வேத பயிற்சியைத் தொடங்கினார். ஊட்டசத்து குறைபாடு மற்றும் வயது முதிர்வு காரணமாக அடிக்கடி ஏற்படும் இரவு குருட்டுத்தன்மை அந்த நேரத்தில் அதிகமாக இருந்தது.

மேலும், அந்தப் பகுதியில் இருந்த தண்ணீர் பற்றாக்குறைக்கு கண்களைத் திறந்தவர் மங்கு மீனா எனும் முதியவர்.

அவருக்கு ராஜேந்தர்சிங் சிகிச்சை அளித்துக் கொண்டிருந்தபோது ‘மருத்துவம் செய்வதற்குப் பதிலாக கிராமத்திற்கு தண்ணீர் கொண்டு வந்து சிறப்பாக உதவ முடியும்’ என்று அவர் கூறினார்.

அதுகுறித்து, ராஜேந்தர்சிங் கூறும்போது, ‘‘மங்குமீனா தான் ஜோஹாட் எனப்படும் மண்ணாலான பாரம்பரிய நீர் அணைகளைப் பற்றிக் கூறினார். மழை நீரைப் பிடித்து பாதுகாக்கும் மண் செக் டேம்கள், சிறந்த ஊடுருவல் மற்றும் நிலத்தடி நீர் ரீசார்ஜ் செய்ய வழி வகுக்கும். எனவே, அவர் அதனை உருவாக்கத் தொடங்கினார். முதலில் நதியின் மூலத்திலிருந்து தொடங்கி அதை முழுவதும் தொடர்ந்தார். கிராம சமூகங்கள் விரைவில் இணைந்தன.

அது ஒரு கடினமான வேலை. நாங்கள் ஒரு நாளைக்கு 10லிருந்து 14 மணி நேரம் உழைத்தோம். ஆனால், அவர்களின் முயற்சி பலனளித்தது. மழை வந்தவுடன் எங்கள் நீர் நிலைகள் நிரம்பிவிட்டன. 375வது அணையைத் தோண்டிய நேரத்தில் அர்வரி நதி மீண்டும் ஓடத் தொடங்கியது. இது ஒரு வற்றாத நதியாக மாறியது.

இந்த மாதிரி மற்ற நீர் நிலைகளுக்கும் விரிவுப்படுத்தப்பட்டு இன்று கிட்டத்தட்ட 1200 கிராமங்ளைச் சென்றடைகிறது. நாங்கள் மக்கள் சமூகத்தை ஈடுபடுத்த முடிந்ததால்தான் இது நடந்தது. நீர் மேலாண்மையில் நாம் எளிதாக உலக அளவில் முன்னேற முடியும்’ என்று நெஞ்சு நிமிர்த்திக் கூறினார் ராஜேந்தர்சிங்.

4

ராஜேந்தர்சிங் வழிகாட்டலில் எழுச்சி பெற்ற சென்னை ஏரிகள்

மனிதனைத் தவிர மற்ற அனைத்து ஜீவராசிகளும் மழைக்காலத்துக்காக உணவைச் சேகரித்து வைக்கிறது.

நாம் உணவைச் சேகரிக்க தேவை இல்லை. கோடை காலத் தேவைக்காக நீரை சேகரித்தால் போதும்.

சென்னைக்கும் திருவள்ளுருக்கும் இடையே இருக்கும் கிராமம் அதிகத்தூர். இங்கு இருக்கும் பத்துக்கும் மேற்பட்ட ஏரி குளங்களில் நீர் நிரம்பி வழிகிறது. பற்றாக்குறை என்ற சொல்லுக்கே இடம் இல்லை.

இவ்வளவுக்கும் காரணம் அதிகத்தூர் கிராமத்தின் தனி மனுஷியான திருமதி சுமதி என்பது வியப்பில் ஆழ்த்துகிறது.

தன் கிராம மக்களுக்காக இவர் ஒன்பது குளங்கள் வெட்டியுள்ளார்.

‘இந்தியாவின் தண்ணீர் மனிதர் என்றழைக்கப்படும் ராஜஸ்தான் மாநிலத்தைச் சேர்ந்த ராஜேந்தர்சிங் தான் தனக்கான உந்துசக்தியாக இருந்தவர்’ என்கிறார் இந்தப் பெண்மணி. மேலும்...

“பத்து வருசங்களுக்கு முன்னால இந்த ஊர் கடுமையான வறட்சியில் இருந்தது. குடி தண்ணீருக்காக தினம் திண்டாட்டம்தான். விவசாயம் செய்ய

வழி இல்லை. எல்லாரும் சென்னை ஆந்திராவுக்கு கூலி வேலைக்குப் போக ஆரம்பிச்சிட்டாங்க.

தங்கம் போட்டா தங்காம விளையற பூமி அதிகத்தூர் கிராமம். அதனால் இந்த தண்ணீர் பஞ்சத்த என்னால தாங்கிக்கவே முடியல...

2006ல் உள்ளாட்சித் தேர்தல் வந்தது. அது ஏழு குக்கிராமங்களைச் சேர்ந்த பஞ்சாயத்துத் தலைவர் பதவிக்குப் போட்டியிட அங்கு பெண்களுக்கு ஒதுக்கப்பட்டது.

குளம் வெட்டும் பணி ஒரு பக்கம் இருந்தாலும் அதிகாரம் கையில் இருந்தா இன்னும் சிறப்பாக செய்ய முடியும்னு ஊர் மக்கள் சொன்னாங்க. அதனால போட்டியிட்டு வெற்றி பெற்றேன்.

கிராமத்தை ஒட்டி கூவம் ஆறு இருந்தாலும் தண்ணீர் பற்றாக்குறை எப்போதும் இருக்கும். ஒவ்வொரு கோடை காலத்திலும் தமிழகம் முழுக்க எல்லா ஊரிலும் தண்ணீர் பஞ்சம் இருந்துட்டுதான் இருக்கு. அடுத்த மழைப் பருவம் வந்ததும் மக்கள் மறந்துடுறாங்க.

ஆரம்பத்துல கஷ்டங்கள் அதிகமாகவே இருந்தது. கிராம மக்களின் குடிநீர் ஆதாரத்துக்காக கிராமத்தைச் சுற்றி பல இடங்களில் போர் போட்டோம். பல ஆயிரம் அடி ஆழ்துளைகள் இறக்கியும் தண்ணீர் கிடைக்கவில்லை.

எல்லா போர்வேல் திட்டமும் ஃபெயிலியர் ஆனது. நீர் தட்டுப்பாட்டால் விவசாயமும் பாதிக்க ஆரம்பிச்சது.

கிராமப்புறங்களில் விவசாயம்தான் பிரதானம். அதில் பாதிப்பு வந்தா அடிப்படை வாழ்வாதாரத்திற்கே பிரச்சினை வரும்னு யோசிச்சப்பதான் ஊரைச் சுற்றி குளங்கள் வெட்டி நீரை சேமிக்கலாமான்னு முடிவு செய் தோம்.

அப்போதுதான் ராஜஸ்தானில் உள்ள தண்ணீர் மனிதர் ராஜேந்தர்சிங் பற்றி கேள்விப்பட்டோம். தான் வாழ்கிற டொளா கிராமத்தில் நீர் மேலாண்மை யில் சாதித்த மனிதர் அவர். தண்ணீர் பாதுகாப்பு குறித்த செயல்பாடுகளால் இந்தியாவின் தண்ணீர் மனிதன் என்ற அழைக்கப்படுபவர் தார் பாலைவனப் பகுதிக்கு அருகாமையில் உள்ள கிராமமொன்றில் தனது தண்ணீர் மேலாண்மை செயல்பாடுகளை 1975-ஆம் ஆண்டில் துவங்கினார்.

தருண் பாரத் சங் என்ற அமைப்பின் வாயிலாக இப்பணியினைத் தொடங்கியவர், மழை நீர் சேகரிப்பு, நீர்வழித் தடங்களில் சிறு சிறு

தடுப்பணைகள் கட்டுவது என தானே கண்டுபிடித்த எளிமையான தொழில்நுட்ப யுக்திகளின் மூலமாக இன்று ராஜஸ்தானில் பல கிராமங்களை நீர் வளமிக்கப் பகுதியாக மாற்றிக் காட்டியுள்ளார்.

ராஜஸ்தானில் ஆரவல்லி என்ற மலைகளின் குறுக்கே சிறு சிறு தடுப்பணை களும் 7 மீட்டர் உயரம் கொண்ட கான்கிரீட் அணையிலும் கட்டப்பட்டதன் விளைவாக அறுபதாண்டுகளாக வறண்டிருந்த ஆரவல்லி ஆற்றில் மீண்டும் நீரோட ஆரம்பித்தது.

ராஜஸ்தானின் 11 மாவட்டங்களில் ஏறத்தாழ 4500 தடுப்பணைகள் இவரது முயற்சியில் கட்டப்பட்டுள்ளது. மேலும், பாரம்பரிய நீர் சேகரிப்பு கட்டு மானங்கள் மற்றும் நிலத்தடி நீரை மீளப் பெறுதல் குறித்தான விழிப்புணர்வை ஏற்படுத்த தண்ணீர் பஞ்சாயத்து என்று ஆலோசனை வழங்கும் அமைப்பையும் நடத்தி வருகிறார்.

அவரோட ஊர்ல எப்படி நீர் சேகரிப்பை கட்டமைத்து ஒரு சிறப்பான கிராமத்தை உருவாக்கி இருக்கார்னு பார்த்திட்டு முறையாக நாமும் செய் வோம்னு முடிவு எடுத்தேன்.

எங்க கிராமத்தில் இருந்த ஏழு விவசாயிகளைக் கூட்டிக்கிட்டு போனேன். எங்கள்ல யாருக்கும் இந்தி, ஆங்கிலம் எதுவும் தெரியாது. பயணம் கொஞ்சம் கடினமாத்தான் இருந்தது. இருந்தாலும் நம்ம கிராம மக்களுக்காக எல்லாரும் ஒத்துழைச்சாங்க.

பத்து நாள் அங்கேயே தங்கி இருந்து தண்ணீர் மேலாண்மை செயல்பாடு களை சார்ந்து அவரிடம் நிறைய கத்துக்கிட்டோம். அதைத் தாண்டி தண்ணீர் மனிதர் ராஜேந்தர்சிங், மக்களோட ஒத்துழைப்புல தடுப்பு அணைகள் அமைத்து கால்வாய்களைப் பல்வேறு கோணங்களில் வர்ற மாதிரி வடிவமைச்சிருந்தாரு.

அதைவிட கழிவு நீரை முறையாகப் பிரித்து வேறு பகுதிக்கு அனுப்பி திடக் கழிவை உரமாக்கும் முயற்சியும் செய்து இருந்தார்.

எல்லா செயலிலும் மக்களோட ஒத்துழைப்பு தேவைன்னு ஒவ்வொரு செயல் விளக்கத்தின் போதும் சொல்லிக்கிட்டே இருந்தார். அந்த முறையை எங்க ஊர்ல செயல்படுத்தத் துவங்கினோம். அப்புறம்தான் தெரிந்தது அதே மாதிரி கட்டமைப்பை இங்க உருவாக்கிறதுல சிக்கல் இருக்குன்னு.

ராஜஸ்தான் டொளா கிராமத்தில் வருசத்தில் பாதி நாள் மலைப் பகுதியில் இருந்து தண்ணீர் வரும். அத்தோடு சமதளமான புவியியல் அமைப்பு அங்கு இருந்ததால் நீருக்கான பாதையை அமைத்து எல்லாப் பகுதிக்கும் அனுப்ப முடிந்தது. எங்க ஊர் மேடு பள்ளம் நிறைஞ்சது. மழை நீரை மட்டுமே நம்பி இருக்கும் ஊர். என்ன பண்ணலாம்னு யோசிச்சேன். மழை நீரை சேமிக்க ஒரே வழி ஏரி, குளம் அமைக்கிறது.

ஊரைச் சுற்றி இருக்கும் ஏரிகளை சீரமைத்தோம். ஏரி வழியாக போகும் கால்வாய்களை ஒழுங்குப்படுத்தி கால்வாய்களுக்கு இடையில் தடுப்பணைகள் கட்டினோம். இது எல்லாத்தையும் விட கால்வாய்க்கு இடையில் குளங்ளை வெட்டினோம்.

மேடாகிக் கிடந்த 6 குளங்களை சீரமைத்தோம். அத்தோட பல வருசத் துக்கு முன்னாடி குளமா இருந்த 3 இடத்தைத் தேடிப் பிடிச்சோம். அது எல்லாமே ஆக்கிரமிப்புல விவசாய நிலமா இருந்தது.

அந்த நிலத்தைப் பயன்படுத்துனவங்கக்கிட்ட விவரத்தை எடுத்துச் சொல்லி புது குளமாகவே வெட்ட ஆரம்பித்தோம்.

வெட்டிய 9 குளத்தையும் கால்வாய் மூலமாக ஒன்று சேர்த்தோம். எப்படின்னா முதலில் குடிநீருக்கான போர்வெல் போட்ட பகுதி வழியாக கால்வாயை உருவாக்கி இணைத்தோம். அப்படி இணைக்கும்போது குடிநீருக்கான போர்வெல்லில் நிலத்தடி நீர்மட்டம் உயரத் துவக்கியது.

இப்போ எல்லா போர்வெல்லிலும் தண்ணீர் மட்டம் நல்லாவே உயர்ந்திருக்கு. குடிநீர் பிரச்சனை தீர்ந்தது.

தற்போது இருளர் இன மக்கள் வாழும் பகுதியில் 3 குளம் வெட்டி வருகிறோம். 2000க்கும் மேற்பட்ட மரங்களை நட்டுள்ளோம்.

மக்கும் குப்பை, மக்கா குப்பைகளைத் தனியாகப் பிரித்து அதை உரமாக மாற்றி வருகிறோம்" என்றார் திருமதி சுமதி.

இந்தியாவில் சிறந்த தூய்மை கிராமமாக இவர்களின் ஊர் தேர்வாகி டெல்லி சென்று அந்த விருதை திருமதி சுமதி பெற்று வந்துள்ளார்.

●

9

பிரிட்டன் இளவரசரும் ராஜேந்தர்சிங்கின் தண்ணீர் பாராளுமன்றக் குழுவும்

பிரிட்டன் இளவரசர் சார்லஸ் இந்தியாவுக்கு வந்தபோது ராஜேந்தர் சிங்கையும் அவரது தண்ணீர் பாராளுமன்றக் குழுவையும் சந்தித்தார்.

அவர்களிடம் கிடைக்கக்கூடிய வரையறுக்கப்பட்ட வழிகளில் இயற்கை யுடன் ஒற்றுமையாக வாழ்வது பற்றி சார்லஸ் பேசினார்.

வாட்டர்மேன் ராஜேந்தர்சிங் தலைமையில் 60 ஆண்டுகளுக்கும் மேலாக வறண்டு கிடந்த அர்வரி நதியை எப்படி உயிர்ப்பித்தோம். இப்போது அதை எப்படி உயிருடன் வைத்திருக்கிறோம் என்று அவரிடம் தெரிவித்தனர். இந்த நதிக்கு சர்வதேச நதி பரிசு வழங்கப்பட்டது.

சுமார் 15 ஆண்டுகளுக்கு முன்பு கிராம மக்கள் ஆற்றைப் புதுப்பிப்பதற் காக கட்டிய சங்கட அணையைக் காண ஆரவல்லி மலையில் உள்ள குன்றின் மீது 1 கிலோ மீட்டர் மேல் ஏறிச்சென்ற இளவரசர் சார்லஸ் கண்கூடாக ஈர்க்கப்பட்டார்.

அணை தளத்தில் வரிசையில் நின்றிருந்த ஆர்வாரி நாடாளுமன்ற உறுப்பினர் களிடம் இங்கிலாந்து இளவரசர் சார்லஸ் வாழ்த்துக் கூறினார்.

இந்த கிழக்கு ராஜஸ்தான் பகுதியில் உள்ள ஆற்றின் மேற்புறத்தில் உள்ள

கிராமங்களான பனோட்டா கோல்யாலாவின் மொத்த மக்கள் தொகையும் ஆற்றின் புத்துணர்ச்சியுடன் உருவாக்கப்பட்ட மக்கள் சரணாலயம் சென்று திரும்பினர்.

இரண்டு ஐ.ஏ.எஃப். ஹெலிகாப்டர்கள் ஜெய்ப்பூரில் இருந்து பிரித்தானிய உயர் ஆணையர் மைக்கேல் ஆர்தர் மற்றும் அவரது மனைவி உள்பட இளவரசரையும் மற்ற பார்வையாளர்களையும் அழைத்து வந்தனர்.

ராஜேந்தர்சிங் தலைமையிலான தன்னார்வத் தொண்டு நிறுவனமான தருண் பாரத் சங்கின் ஆதரவுடன் அரை வறண்ட நிலப்பரப்பில் நதி மீண்டும் ஒரு முறை பாய்ந்ததில் இருந்து கிராமவாசிகளுக்கு பிரபலங்களின் வருகை மிகவும் பழக்கமற்றதாக இல்லை.

மார்ச் 2000ல் அப்போதைய குடியரசுத் தலைவர் கே.ஆர்.நாராயணன் அவர்களே அந்தப் பகுதிக்கு வந்து ‘டவுன் டு எர்த் ஜோசப் சி ஜான் விருதினை’ கிராம மக்களுக்கு வழங்கினார்.

அவர்கள் ‘நீர் வீரர்கள்’ என்று ராஜேந்தர்சிங் இளவரசர் சார்லஸிடம் கூறினார்.

அவர்கள் ஆற்றில் உள்ள மீன் போன்ற வளங்களை யாரும் சுரண்டக் கூடாது என்பதற்காக தாங்கள் கட்டிய அணைகளை அப்படியே வைத்திருக்க அவர்கள் போராடினர்.

ஆற்றின் கட்டளைப் பகுதியில் உள்ள 70 கிராமங்களில் என்ன பயிர்களை வளர்க்க வேண்டும் என்பதை அவர்கள் தீர்மானிக்கிறார்கள் என்று ராஜேந்தர்சிங் சார்லஸிடம் கூறினார்.

பனோட்டா கோலி யாலா கிராம சபையின் தலைவரான தன்னா குஜ்ஜாரிடமிருந்து அர்வாரி நாடாளுமன்றத்தின் அமர்வுகளைப் பற்றி இளவரசர் தெரிந்து கொள்ள விரும்பினார்.

கிராமவாசிகள் எப்படி சமைத்தார்கள் மற்றும் அவர்களின் வீடுகளுக்கு என்ன கூரைப் பொருட்கள் உள்ளன என்பது உட்பட மனிதாபிமான ஆர்வமுள்ள பல கேள்விகள் அவரிடமிருந்தன.

கரடு முரடான நிலத்தை ஒரு மணி நேரம் செலவழித்த பிறகு மதியம் 12.55 மணியளவில் தளத்திற்குத் திரும்பினார்.

'நிறைய நினைவுகள் மற்றும் நேர்மறையான எண்ணங்களுடன் நான் திரும்பிச் செல்கிறேன்' என்று அவர் தரையில் அமர்ந்திருந்த மக்களை தன்னுடன் தொடர்பு கொள்ளச் சொன்னார்.

நான் அர்ஜுன் குஜ்ஜாரின் வீட்டுக்குச் செல்ல விரும்பினேன். ஆனால் நேரமில்லை என்று அவர் நடைப்பயணத்தின் போது அவருடன் வந்த முதியவரைப் பற்றி கூறினார்.

●

10

நதிநீர் இணைப்பு திட்டம் ஆபத்தானது!

“மத்திய அரசின் நதி நீர் இணைப்புத் திட்டம் என்பது உள்ளூர் சமூகங்களுக்கும் அந்த மண்டலங்களின் சுற்றுச்சூழலுக்கும் பேரழிவை ஏற்படுத்தும்” என்றும் ராஜேந்தர்சிங் பல இடங்களில் கூறி வருகிறார்.

இந்த நடவடிக்கை நாட்டில் பிளவுக்கு வழி வகுக்கும். நமது அரசியலமைப்பு மூன்று உரிமைகளை வழங்கியுள்ளது.

நதி ஓட்டம் மையத்தின் வரம்புக்கு உட்பட்டது. மற்றும் நீர் நிலைகளின் உரிமைகள் கிராமப் பஞ்சாயத்துக்கள் மற்றும் சமூகங்களுக்கு வழங்கப் பட்டுள்ளன.

நதிகளை இணைப்பது ஒரு சில வணிகர்களின் கைகளில் இருக்கும் தண்ணீரை தனியார் மயமாக்குவதற்கும் வணிகத்துக்கும் வழிவகுக்கும் என்பதால் இந்த முடிவு சமூக நீர் உரிமைகளை முடிவுக்குக் கொண்டு வரும்.

இது ஒரு சுற்றுச்சூழல் பேரழிவாக மட்டுமல்ல நீதித்துறை பேரழிவாகவும் இருக்கும். காவேரி நதி, யமுனை நதி போன்ற பல்வேறு மாநிலங்களுக்கு இடையேயான நதிநீர்ப் பிரச்சினைகள் நீண்ட காலமாக நீதிமன்றங்களில் நிலுவைகளில் இருந்தும் நீதித்துறையில் இன்றுவரை தீர்வு காண முடியவில்லை.

அரசாங்கம் அதற்குப் பதிலாக நதிகளை உள்ளூர் சமூகங்களுடன் இணைப்பதில் கவனம் செலுத்த வேண்டும்.

அதன் தேவையைப் பூர்த்தி செய்ய போதுமான ஆதாரங்கள் நாட்டில் இருப்பதால் பரவலாக்கப்பட்ட நீர் மேலாண்மை மாதிரியைப் பின்பற்ற வேண்டும்.

இந்த நடவடிக்கை வெள்ளம் மற்றும் வறட்சி சூழ்நிலைகளைக் குறைக்க வழி வகுக்கும். ஏனெனில், இந்த மாதிரி நதிநீரின் ஓட்டத்தை மெதுவாக்கும். மற்றும் நாட்டில் நிலத்தடி நீர்நிலைகளை ரீசார்ஜ் செய்யும்.

கங்கை நதி நமது தாய் போன்றது. அதைத் தூய்மையாக்கி அதன் தொடர் ஓட்டத்தை உறுதி செய்வதே தங்களின் குறிக்கோள் என்று மத்திய அரசு அறிவித்திருந்தது.

ஆனால், அரசாங்கம் புதிய 'காட்'களை உருவாக்கி வருகிறது. உண்மையில் பனாரஸில் ஆற்றின் போக்கை மாற்றியது. மற்ற இடங்களில் கான்கிரீட் கட்டமைப்புகள் உருவாக்கப்பட்டன.

"சாக்கடை அல்லது அசுத்தமான நீர் ஆற்றில் ஓடாமல் இருப்பதையும் சூரிய ஒளி மற்றும் காற்றாலை மின்சாரத்துக்கு முன்னுரிமை கொடுக்கவும் அரசு உறுதி செய்ய வேண்டும். நமக்கு மின்சக்தி தேவை. ஆனால், நமது நதிகளை அழிப்பதால் அல்ல" என்று உறுதிபட தெரிவிக்கிறார் தண்ணீர் மனிதர்.

●

11

பண்டைய மன்னராட்சி முறையும் நீர்நிலை ஆதாரங்களும்

நீர்நிலை ஆதாரங்களைப் பராமரிப்பதில் நிர்வகிப்பதிலும் பண்டைய மன்னராட்சி முறையில் கிராம சபைகளும் சட்டத் திட்டங்களும் மிகவும் முன்னோடியாகத் திகழ்ந்து வந்திருக்கிறது.

நீர் நிலைகளைக் கடவுளாக வணங்கித் தொழுது அதன் மாண்பு குறையாமல் பாதுகாத்து வந்திருக்கின்றனர் பண்டைய கிராம மக்கள்.

ஆண்டுதோறும் ஏரிகளை ஆழமாக்கி பலப்படுத்தும் பணியை ஏரி வாரி பெருமக்கள் செய்து வந்துள்ளனர்.

திருவிளையாடல் புராணத்தில் பிட்டுக்கு மண் சுமந்த படலத்தில் சிவபெருமானே வைகை வெள்ளக்கரையடைக்கும் பணியில் மண் சுமந்த புராண வரலாறு கூறப்படுகிறது.

ஏரி பராமரிப்பு என்பது பண்டைய காலத்தில் மிகவும் முக்கியத்துவம் வாய்ந்த பணியாக கருதப்பட்டது. ஏரியைப் பாதுகாக்கத் தனியாக நிலம் அளிக்கப் பட்டது. இவ்வாறு வழங்கப்பட்ட நிலம் 'ஏரிப்பட்டி' எனப்பட்டது. குளங்களைப் பாதுகாக்க அளிக்கப்பட்ட நிலம் 'குளப்பட்டி' என்றழைக்கப் பட்டது.

ஏரியிலிருந்து நீர் வெளியேறுவதற்கும் முறைப்படுத்தி நீரை அனுப்புவ தற்கும் மடை, கலுங்கு, மதகு, தூம்பு, குமிழி போன்ற அமைப்புகள் அமைக்கப்பட்டன.

ஆதித்த சோழன் காலத்தில் குண்டூரைச் சேர்ந்த பெருந்தட்டான் மாறன் குவாவன் என்பவனால் திருச்சி புதுக்கோட்டை சாலையில் உள்ள பெரிய ஏரியில் பழமையான குமிழி அமைக்கப்பட்டதை கல்வெட்டுச் செய்தி ஒன்று கூறுகிறது.

அதுபோலவே இந்தப் பகுதியில் செம்பியன் மாதேவி பேரேரி என்ற ஏரியில் ராஜராஜன் தூம்பு, ராஜராஜன் வாய்க்கால் என்றழைக்கப்படும் அமைப்புகள் உள்ளன.

புதுக்கோட்டை பகுதியில் ஏரி, குளம், ஏம்பல், ஊருணி, கிணறு, குழி என்று பல்வேறு பெயர்களில் நீர் நிலைகள் இருப்பதை அறியலாம்.

ஏரியில் நீர் குறைவாக இருப்பதால் வெவ்வேறு பக்கம் உள்ள நிலத்திற்குக் குறிப்பிட்ட நேரம் நீர் பங்கீட்டு முறையில் பாய்ந்தது குறித்து குடுமியான் மலை கல்வெட்டுச் செய்தி கூறுகிறது.

அக்காலத்திய மன்னர்கள் காலத்தில் நீர் மேலாண்மை மிகச்சிறப்பாக கையாளப்பட்டிருந்தது கல்வெட்டுச் செய்திகள் கூறும் கருத்தாக உள்ளது.

மழையால் ஏரிகள் உடைந்தது பற்றியும் ஆண்டுதோறும் ஏரியின் கரை பாதுகாப்பது பற்றியும் ஏரியின் வண்டல் மண்ணை அகற்றுவது பற்றியும் பல்வேறு தகவல்கள் கூறுகின்றன.

எல்லோருக்கும் தண்ணீர் கிடைக்க வேண்டும் என்ற நல்ல நோக்கத்துடன் முறை வைத்து பணிகள் நடைபெற்று வந்துள்ளது.

ஏரியை ஆழப்படுத்தும் பணி ‘ஏரிக்குழித்தல்’ என்று கூறப்படுகிறது. இத்தகைய ஏரி ஆழப்படுத்தும் பணி தனி மனித தானக்கொடை மூலமும் நடைபெற்றுள்ளதாக கல்வெட்டுப் பதிவு கூறுகிறது.

நங்கவரம் என்ற ஊரில் உள்ள குளத்தை ஓடத்தில் சென்று குளத்திலிருந்து மண் எடுத்துக் குளத்தை ஆழமாக்கக் கொடும்பாளூரைச் சேர்ந்த ஒருவன் தானிய தானமளித்துள்ளான்.

'நாள்தோறும் ஆறு ஆள் மண் தோண்டிக் கரைக்குக் கொண்டு செல்ல வேண்டும். ஒரு நடைக்கு 140 கூடை மண் வர வேண்டும். இம்மாதிரி ஒரு நாளைக்கு நான்கு முறை கொண்டு வர வேண்டும் எனவும் இதற்கு கூலியாக 365 கலம் நெல் அளிக்கப்பட்டது' என்றும் பதிவுகள் உள்ளன.

ஏரி பராமரிப்பு செலவை ஈடுகட்டும் முகமாக ஏரியிலிருந்து பிடிக்கப்படும் மீனுக்கு 'பாசிப்பட்டம்' என்ற வரி விதிக்கப்பட்டுள்ளது.

'மக்கள் தம்மிடையே கருத்து வேற்றுமை வந்தால் ஊரில் பொதுவாக இருக்கும் சில ஏரி, ஏரிக்கரையில் இருக்கும் மரங்கள், வயல்களுக்கு செல்லும் வாய்க்கால்கள் ஆகியவற்றுக்கு எவ்வித சேதமும் செய்யக்கூடாது; மீறியவர்கள் கடும் தண்டனை பெறுவர்' என்ற கீரனூர் கல்வெட்டுச் செய்தியில் பதிவு உள்ளது.

ஏரி பராமரிப்புக்கும் நிர்வாகத்திற்கும் அருமையான சான்றாக கடம்பேரி பற்றிய தகவல் கூறுகிறது.

கடம்பேரியை ஆண்டுதோறும் வாரியம் ஆழப்படுத்தி வந்திருக்கிறது. இப்பணிகளுக்காக ஏரி நீர் பாயும் எல்லா நிலங்களுக்கும் 'ஏரிஆயம்' எனும் வரி விதிக்கப்பட்டது.

முதலாம் ராஜராஜன் காலத்தில் இரு மர அளவுள்ள நிலத்துக்கு பதக்கு நெல் வீதம் ஏரி ஆயம் வசூலிக்கப்பட்டது.

இந்தக் கணக்குகளை சரி பார்க்க ஏரிக்கணக்கன் என்ற ஒருவர் நியமிக்கப் பட்டிருந்தார். இந்த ஏரியை பாகூர் மக்கள் ஒவ்வொருவரும் ஆண்டுதோறும் ஒரு குழி அளவுள்ள மண்ணை அப்புறப்படுத்தி ஏரியை ஆழப்படுத்தும் பணியை செய்ய வேண்டும்.

இப்பணியை செய்யாதவருக்கு நான்கு பொன் அபராதம் விதிக்கப் பட்டதாக பதிவுகள் கூறுகிறது.

ஏரியைப் போலவே ஆற்றின் கரைகளையும் சோழ மன்னர்கள் அவ்வப் போது பாதுகாத்து பராமரித்து வந்துள்ளனர்.

கிராம நிர்வாகத்தை பண்டைய காலத்தில் ஊர் சபைகள் கவனித்து வந்தன. கிராமமத்தின் பல்வேறு பணிகளை கவனிக்க பல்வேறு வாரியங்கள் இருந்தன. திருச்சி மாவட்டத்தில் திருவெறும்பூருக்கு அருகில் உள்ள உய்யக் கொண்டான். ஆற்றின் கரையில் சோழமாதேவி என்ற கிராமம் உள்ளது.

இவ்வூர் கோவிலுள்ள கல்வெட்டில் 'உய்யக்கொண்டான் ஆற்று வாரியம்' என்ற அமைப்பு குறிப்பிடப்பட்டுள்ளது.

அக்காலத்திய மன்னர்கள் ஏரி, குளங்களை உருவாக்கி தம் பெயர்களைப் பின்னர் மக்கள் பேசும்படியாகச் செய்துள்ளனர்.

முதலாம் ராஜேந்திர சோழன் கங்கை சமவெளி வெற்றி காரணமாக 'கங்கை கொண்ட சோழன்' என்று புகழ் பெற்றான். தன் வெற்றியின் காரணமாக கங்கையிலிருந்து கொண்டு வந்த நீரை 'சோழ கங்கம்' எனும் ஏரியை அமைத்து அதில் கங்கை நீரை ஊற்றி நீர் நிலை ஏற்படுத்தினான் என்பது வரலாற்றுச் செய்தி. இன்று அந்த ஏரி 'பொன்னேரி' என்றழைக்கப்படுகிறது.

கிணறுகளுக்குக் கூட பெயரிட்டு அழைக்கப்பட்டதை அறிய முடிகிறது. திருவெள்ளறையில் உள்ள கிணற்றுக்கு 'மார்ப்பிடுகு பெருங்கிணறு' என்று பெயர்.

பல்லவ மன்னன் பரமேசுவர வர்மன் காலத்தில் கூரம் எனும் கிராமத்தில் 'பரமேச்சுர தடாகம்' எனும் ஏரி அமைக்கப்பட்டது. இதற்கு பாலாற்றிலிருந்து நீர் கொண்டு வர பெரும்பிடுகுக்கால் எனும் கால்வாய் தோண்டப்பட்டது.

திருவெறும்பூர் கோவில் நிலங்களுக்கு நீர் பாய்ச்சுவதற்காக மதகுடன் கூடிய வாய்க்கால் வெட்டப்பட்டது. இதற்கு 'உத்தமசீலி வாய்க்கால்' என்று பெயரிடப்பட்டது. முதலாம் பராந்தக சோழனின் மகன் பெயர் உத்தமசீலி யாகும்.

ஒரு நாட்டின் அரசன் நற்புகழோடு இருக்க வேண்டுமெனில் நீர் நிலைகளை அமைத்து உணவு உற்பத்திக்கு செயல்பட வேண்டும் என்ற பண்புக்கு இலக்கணமாக பண்டைய காலம் இருந்ததற்கு அன்று அமைக்கப்பட்ட ஏரி குளங்களும் பராமரிப்பு முறைகளுமே சாட்சியமாக இருந்துள்ளது.

தமிழ்நாட்டில் மொத்தம் 36 முக்கிய ஆறுகள் இருக்கின்றன. 39 ஆயிரத்து 202 ஏரிகள் இருக்கிறது. 89 பெரிய சிறிய அணைகள் மாநிலம் முழுவதும் இருக்கின்றது. சராசரி மழை அளவு 920 மி.மீ.

இதில் வடகிழக்கு பருவமழை 48 சதவீதமும் தென்மேற்கு பருவமழை 35 சதவீதமும் கோடை மழை 14 சதவீதமும் குளிர்கால மழை 3 சதவீதமும் பெய்து மக்களின் தண்ணீர் தேவையைப் பூர்த்தி செய்கிறது.

2016-ஆம் ஆண்டில் ஜூன் முதல் செப்டம்பர் வரை பெய்யும் தென்மேற்கு பருவ மழையும், அக்டோபர் முதல் டிசம்பர் வரை பெய்யும் வடகிழக்கு பருவ மழையும் முற்றிலுமாக பொய்த்து விட்டது.

அனைத்து நீர் நிலைகளும் வறண்டுவிட்டது. பருவ மழையை எதிர் பார்த்து ஏற்கனவே குறுவை பயிரை இழந்த தமிழக விவசாயிகள் இப்போது சம்பா பயிரும் கருகி வாடி உதிர்ந்துவிடும் நிலையைப் பார்த்து, தான் பிள்ளையைப் போல வளர்த்த பயிர்களும் தனக்கு முன்னாலேயே கருகுவதைக் கண்டு சகித்துக் கொள்ள முடியாமல் உயிரிழப்பதும் தற்கொலை செய்து கொள்வது மான நிகழ்வுகள் தமிழ்நாட்டில் தினந்தோறும் நடந்தேறிக் கொண்டிருக் கிறது.

1901-ஆம் ஆண்டுக்குப் பிறகு இப்படியொரு பற்றாக்குறையான பருவ மழையை தமிழ்நாடு சந்தித்தது இல்லை. இந்த நிலையில் தமிழ்நாட்டை உடனடியாக வறட்சி மாநிலமாக அறிவித்து விவசாயிகளுக்குத் தேவையான உதவிகளை வழங்க வேண்டும் என்ற பரவலான கோரிக்கை தமிழ்நாடு முழுவதிலும் இருந்து ஒலித்துக் கொண்டிருப்பதைக் கேட்ட தமிழக அரசு அதற்கான நடவடிக்கைகளை துவக்கிவிட்டது.

மத்திய அரசின் புதிய வழிகாட்டுதல் நெறிமுறைப்படி *50* சதவீதத்துக்குக் குறைவான மழை பெய்தாலோ மூன்ற நான்கு வாரங்கள் தொடர்ந்து ஒரு சொட்டு மழை கூட பெய்யாமல் இருந்தாலோ வறட்சி மாநிலமாக அறிவிக்க லாம்.

தமிழ்நாட்டைப் பொறுத்தமட்டில் பெரும்பாலான இடங்களில் *60* சதவீதத்துக்கு மேல் குறைவாகவே மழை பெய்துள்ளது. எனவே, ஒவ்வொரு மாவட்டத்திலும் குறைந்தது *10* சதவீத அளவு கிராமங்களுக்கு அதிகாரிகள் நேரடியாகச் சென்று அங்குள்ள பயிர் நிலை குறித்து ஆய்வு செய்ய வேண்டும். அதன்பிறகு அந்த நிலை குறித்து அரசுக்கு அறிக்கை அளித்திட வேண்டும்.

இதன் அடிப்படையில் விவசாயிகளுக்கும் நிவாரணத் தொகை வழங்கப் படும் நடவடிக்கை மேற்கொள்ளப்படும்.

ஆனால், அதேசமயத்தில் குடிநீர்ப் பற்றாக்குறையால் மாநிலத்தின் தத்தளிக்கும் பல மாவட்டங்களுக்கு என்ன பதில் கூறப்போகிறது அரசு?

நீர்த்தேக்கங்களிலும் தண்ணீர் இல்லை. நிலத்தடி நீரும் குறைந்து போய் விட்டது. முன்பு இதுபோன்ற நேரங்களில் ஒரு மாவட்டத்தில் தண்ணீர்

இல்லை என்றால் பக்கத்தில் தண்ணீர் உள்ள மாவட்டங்களில் இருந்து டேங்கர் லாரி மூலம் தண்ணீர் கொண்டு வரப்பட்டது.

ஆனால், இப்போது எல்லா மாவட்டங்களும் குடிநீர் பற்றாக்குறையை நோக்கிச் சென்று கொண்டிருக்கும் நிலையில் குடிநீர் சப்ளைக்கு என்ன செய்வது என்பதை அரசு சிந்தித்து முடிவு செய்து திட்டங்கள் வகுக்க வேண்டும்.

பாலாற்றில் நம் தமிழகத்திற்கு பாரம்பரிய உரிமை பாத்தியம் நிறைய இருக்கிறது. 36 கி.மீ. மட்டுமே ஓடும் இந்தப் பாலாற்றில் 22 தடுப்பணைகளுடன் கூடிய பாலங்களைக் கட்டியிருக்கிறது ஆந்திர அரசு.

நம்மிடம் ஒரு வார்த்தைகூட சொல்லாமல் இந்தத் தடுப்பணைகள் கட்டுவது எந்த விதத்தில் நியாயம்? தமிழகத்தின் தலைவிதி என்று நொந்து கொள்வதைத் தவிர வேறு வழியில்லை.

பாலாற்றின் குறுக்கே தடுப்பணைகளைக் கட்டி குப்பம் தொகுதியின் தண்ணீர்த் தேவைகளைத் தீர்க்கப் போராடி வருகிறார் ஆந்திர மாநில முதல்வர் சந்திரபாபு நாயுடு.

குப்பம் சட்டமன்றத் தொகுதியைச் சுற்றிலும் தமிழக கிராமங்கள் இருப்பதால் தெலுங்கு மொழி பேசுபவர்களுக்கு இணையாக தமிழ் பேசுபவர்களும் இங்கே இருக்கிறார்கள்.

விவசாயத்தை மட்டுமே பிரதானமாக கொண்டுள்ள தன்னுடைய சொந்தத் தொகுதியான குப்பம் தொகுதியில் தண்ணீர் பிரச்சனை தலையாய பிரச்சனையாக இருப்பதால் சந்திரபாபு நாயுடு முழுமையாக களத்தில் இறங்கி வருகிறார்.

அதற்கான அவரது கண்டுபிடிப்புதான் 'அந்திரி நீவா நீர்வழி கால்வா திட்டம்'. இத்திட்டத்தின்படி பாலாற்றைக் கடக்கும் இடத்தில் ஒரு தடுப்பணையும் அந்தத் தடுப்பணையில் இருந்து மிகுதியாக பாலாற்றில் வரும் தண்ணீர் தேங்குதற்கு வசதியாக ஆங்காங்கே 20க்கும் மேற்பட்ட தடுப்பணைகளின் உயரத்தையும் அதிகரித்து வருகிறார்.

அந்திரி நீவா நீர்வழிக் கால்வாய் அமைக்கும் பணிகள் இன்னும் சில மாதங்களில் முடிவடைந்துவிடும். பாலாற்றின் குறுக்கே கட்டப்பட்டுள்ள தடுப்பணைகள் உயரம் அதிகரிக்கும்.

கடல் மட்டத்தினைவிட 1500 அடி உயரத்திலிருக்கும் குப்பத்திற்கு 750 கி.மீ. தூரத்திலிருந்து தண்ணீரைக் கொண்டு வர வேண்டும். அந்த உயரத்திற்குத் தண்ணீரைக் கொண்டுவர இருபது இடங்களில் செயற்கை ஏரிகளை உருவாக்கி அதில் தண்ணீரைத் தேக்கி அதிலிருந்து ராட்சத மோட்டார்கள் மூலம் தண்ணீரை இறைத்துப் படிப்படியாக உயர்த்திக் கொண்டு வருகிறார்கள்.

இந்த மோட்டார்களை இயக்க 300 ஏக்கர் பரப்பளவில் சோலார் மூலம் மின்சாரத்தை உற்பத்தி செய்து பயன்படுத்த இருக்கிறார்கள்.

மதனபள்ளி அருகே ஐந்து கி.மீ. தூரத்திற்கு மலையை உடைத்து குகைக்குள் தண்ணீரைக் கொண்டு வருவது இத்திட்டத்தில் ஒரு பெரும் சாதனை.

அப்படி கொண்டு வரும் நீரை சித்தூர் மாவட்டம் குப்பம் தொகுதியில் இருக்கும் பாலாற்றில் இணைத்து ஏரிகளுக்குக் கொண்டு போகிறார்கள்.

இதற்காக குப்பம் தொகுதியில் உள்ள 106 ஏரிகளைத் தூர் வாரி சுத்தம் செய்து வைத்திருக்கிறார்கள்.

அந்திரி நீவா திட்டத்தின் மூலம் குப்பத்திற்கு வரும் செப்டம்பர் மாதம் முதல் தண்ணீர் வரும் என்று சந்திரபாபு நாயுடு ரிலீஸ் தேதியை உறுதியாகக் கூறியுள்ளார்.

இவ்வாறு அந்திரி நீவா திட்டத்திற்கு இவ்வளவு செய்து கொண்டு வரும் தண்ணீர் தப்பித் தவறிக்கூட தமிழகத்திற்கு போய்விடக் கூடாது என்று பாலாற்றின் குறுக்கே தடுப்பணைகளை உயர்த்திக் கட்டுகிறார்கள்.

நாளை மழை பெய்து இயற்கை வெள்ளம் வரும்போது நமக்கு வர வேண்டிய நீர்வரத்து இந்த அணைகளின் உயரத்தால் பாதிக்கப்படும். பாலாறு தமிழகத்தைப் பொறுத்தவரை ‘பாழாறுதான்’ என்று புலம்பும் நிலைக்கு வந்து சேரும்.

தமிழகத்தில் ஓடும் முக்கிய ஆறுகள் :

அடையாறு, அமராவதி, அரசலாறு, பவானி, செய்யாறு, சிற்றாறு, கூவம், கல்லாறு, காவிரி, குடமுருட்டி ஆறு, கெடிலம், மலட்டாறு, கோடகநாறு, கோடவநார் ஆறு, கொக்கிலியாறு, கொள்ளிடம், செஞ்சி ஆறு, மணிமுத்தாறு, நடாரி ஆறு, நம்பியாறு, நொய்யல், பச்சையாறு, பறளியாறு, பாலாறு, பரம்பிக்குளம் ஆறு, தென்பெண்ணை ஆறு, பைக்காரா ஆறு,

சுவேதா ஆறு, தாமிரபரணி, வைகை, வைப்பாறு, வசிட்ட நதி, வெள்ளாறு, வெண்ணாறு, வராக நதி, வாணியாறு, நஞ்சாஞ்சி ஆறு, குதிரை ஆறு, மணிமுத்தாறு முதலியனவாகும்.

முக்கிய ஏரிகள் :

பூண்டி ஏரி, அம்பத்தூர் ஏரி, செம்பரம்பாக்கம் ஏரி, கலிவேளி ஏரி, கொடைக்கானல் ஏரி, பேரிஜம் ஏரி, பெருமாள் ஏரி, போரூர் ஏரி, பழவேற்காடு ஏரி, செங்குன்றம் ஏரி, சோழவரம் ஏரி, சிங்காநல்லூர் ஏரி, வாலாங்குளம், வாலாஜா ஏரி, வீராணம் ஏரி, வேளச்சேரி ஏரி முதலியன வாகும்.

முக்கிய அருவிகள் :

ஆகாய கங்கை அருவி, அய்யனார், கேத்தரின், குற்றால அருவிகள், ஒகனேக்கல், கிளியூர் கும்பக்கரை அருவி, குட்லாம்பட்டி, குரங்கு அருவி, செங்குபதி, சிறுவாணி, சுருளி அருவி, தலையாறு திற்பரப்பு அருவி, உலக்கை அருவி, வைதகி அருவி, வட்டப்பாறை அருவி முதலியனவாகும்.

முக்கிய அணைகளும் நீர்த்தேக்கங்களும் :

முல்லைப் பெரியாறு அணை, ஆழியாறு அணை, அமராவதி அணை, பவானி சாகர் அணை, கல்லணை, காமராசர் சாகர் அணை, கிருட்டிணகிரி அணை, மேட்டூர் அணை, நொய்யல் ஒரத்துப்பாளையம், பேச்சிப்பாறை அணை, பெருஞ்சாணி அணை, சாத்தனூர் அணை, சோலையாறு அணை, வைகை அணை, வரட்டுப்பள்ளம் அணை, வாணியாறு அணை, பாபநாசம் அணை முதலியனவாகும்.

முக்கிய நீர் நிலைகளும் கால்வாய்களும் :

நீர் நிலை என்பது எல்லா வகையான நீரின் தொகுப்புகளையும் குறிக்கும். இது பொதுவாக புவிப்பரப்பின் மீது காணப்படும் நீர் நிலை என்ற சொல் சமுத்திரங்கள், கடல்கள், ஆறுகள், நீரோடைகள், சுனைகள், மடுக்கள் போன்ற இயற்கையான நீர் நிலைகளையும் ஏரிகள், குளங்கள், அணைகள் போன்ற மனிதனால் செயற்கையாக உருவாக்கப்பட்ட நீர் நிலைகளையும் குறிக்கும்.

நீர்த்தேக்க வகைகள் :

தேங்கி நிற்கும் அல்லது தேக்கி வைக்கப்பட்ட நீர் நிலைகளை நீர்த்தேக்கம் என்கிறோம்.

பள்ளத்தாக்கு அணை நீர்த்தேக்கம்

கரையோர நீர்த்தேக்கம்

சேவை நீர்த்தேக்கம்

நீர் நிலைகளை அவற்றின் அளவுக்கு ஏற்பவும் பயன்பாட்டுக்கு ஏற்பவும் பல்வேறு பெயர்களால் தமிழர்கள் அழைத்து வந்துள்ளனர்.

1. குளம் : குளிப்பதற்காக அமைக்கப்பட்டவை.
2. ஏரி : ஏர் தொழிலுக்காக (பயிர்த் தொழில்) அமைக்கப்பட்டவை.
3. ஊருணி : ஊரார் உண்ணுவதற்காக குடிநீருக்காக அமைக்கப்பட்டவை.
4. பொய்கை : மலர் நிறைந்த நீர்நிலை.
5. மடு : சிறிய குளம்
6. கேணி : ஆலயங்களுக்கு அருகில் அமைந்த நீர் நிலை
7. மோட்டை
8. அள்ளல்
9. ஓடை
10. அளக்கர்
11. தடாகம்
12. கிணறு
13. அசம்பு - களிமண் சார்ந்த நீர் நிலை
14. அகழி - கோட்டைக்கு வெளியே அகழ்ந்து அமைக்கப்பட்ட நீர் அரண்.
15. அயம் - அருவி கொட்டுமிடத்தில் பொங்கிக் கொண்டிருக்கும் நீர் நிலை.
16. ஆழிக்கிணறு - கடலருகே தோண்டி கட்டிய கிணறு
17. இலஞ்சி - பலவகையான பயன்பாட்டுக்காக தேக்கப்படும் நீர்.
18. கயம் - சமவெளியில் ஆறு பாய்ந்து நிரம்பும் நீர்நிலை.
19. கழி - உப்பங்கழி. கடல் நீர் பாய்ந்து தேங்கிய நீர்நிலை.

20. சுனை - மலைப்பகுதியில் பாறைகளுக்கிடையே தேங்கும் நீர் நிலை.

21. மடு - சம நிலத்தில் ஆறு பாயும்போது ஒதுங்கும் நீர் நிலை.

22. குட்டை - குடிநீருக்காக இன்றி வளர்ப்பு விலங்குகளை குளிப்பாட்டுவதற்கு தேக்கப்படும் நீர்.

23. கூவல் - கிணறு போன்ற நீர்த்தேக்கம். ஆனால் ஆழமற்றது.

24. தருவை - பெரிய ஏரி

25. ஏந்தல் - மழை நீரை ஏந்தி நிற்கும் நீர்நிலை.

2. கண்மாய் - கண்ணாறுகளை உடையது.

●

மனித வாழ்வைப் பறிக்கும் நீர்நிலை ஆக்கிரமிப்புகள்

ஆக்கிரமிக்கப்பட்டிருக்கும் நீர்நிலைகள் பற்றியும் நீர் நிலைகளில் கழிவுநீர் கலப்பதைத் தடுப்பது பற்றியும் அவ்வப்போது நாம் பேசிக் கொண்டுதான் இருக்கிறோம்.

ஆனால், செயல்பாடு என்ற நிலை வரும்போது விவாதங்களிலேயே இந்த விசயம் நீர்த்துப்போய் விடுகிறது என்பதுவே பாதி உண்மை.

பெரும்பாலான மழை நீர்க்கால்வாய்கள் இன்னும் தூர் வாரப்படவில்லை. சாலைகளின் உயரம் அதிகரித்துக் கொண்டே இருக்கிறது.

தனியார் வணிக நிறுவனங்களால் ஆக்கிரமிக்கப்பட்டிருக்கும் நீர் நிலைகள் தொடர்பாக எந்த நடவடிக்கையும் இல்லை.

நீர் நிலைகளை மீட்பதற்கு தக்க நடவடிக்கைகள் எடுக்க முன்வராத பட்சத்தில் மனிதனால் உருவாகும் பேரழிவுகள் தொடர்வதைத் தடுக்க முடியாது.

நிலப்பகுதிகளை மறு சீரமைப்பதற்கான செயல் முறையை ஒவ்வொரு மண்டலத்திற்கும் தனித்தனியே அமைக்க வேண்டும். நகரத்தை நீரியல் கண்ணோட்டத்தில் வகைப்படுத்த வேண்டும். ஏரிகளை மீட்பதில்

பொதுவான கண்ணோட்டத்தில் அணுகுவதில் சிரமங்கள் உண்டு. முதலில் சதுப்பு நிலப்பகுதிகளை வகைப்படுத்த வேண்டும்.

50 ஆண்டுகளுக்கு முன்னர் சுமார் 15000 ஏக்கர் பரப்பளவில் இருந்த பள்ளிக்கரணை சதுப்பு நிலத்தின் இன்றைய பரப்பு 1500 ஏக்கர்தான். பள்ளிக்கரணைக்கும் வேளச்சேரிக்கும் இடைப்பட்ட பகுதி 2015 டிசம்பர் வெள்ளத்தில் மிக மோசமாக பாதிக்கப்பட்ட பகுதிகளில் ஒன்று.

அதற்குக் காரணம் இந்த மொத்தப் பகுதியும் கடல் மட்டத்திலிருந்து வெறும் 0 முதல் 2 மீட்டர் உயரத்தில் இருப்பதுதான்.

மற்ற ஏரிகளிலிருந்து வரும் நீரெல்லாம் இந்த சதுப்பு நிலத்தில் வந்து கலக்கிறது. நிபுணர்கள் இந்தப் பகுதி குடியிருப்பு வளர்ச்சிக்கு உகந்ததில்லை என்று தெரிவிக்கிறார்கள். ஆனாலும், இந்தப் பகுதியில் பெரிய குடியிருப்பு கள் எழுப்பப்படுகின்றன.

வில்லிவாக்கம் ஏரியைப் பொறுத்தமட்டில் 1972-ஆம் ஆண்டு இந்த நீர் நிலையின் பரப்பளவு 214 ஏக்கர். இன்று ஜி.ஐ.எஸ். மேப்பிங்கில் பார்க்கும் போது 20 ஏக்கர் மட்டும்தான் மிச்சமிருக்கிறது.

கடந்த 30 ஆண்டுகளில் சிட்கோ தொழிற்பேட்டையும் சிட்கோ நகரும் இந்த ஏரிக்கரையில் விரிவடைந்து 80 சதவீத ஏரி நிலத்தை ஆக்கிரமித்து விட்டன. 2005ல் ஏற்பட்ட வெள்ளத்தின்போது பெரும்பாலான வெள்ள நீர் இந்த ஏரியைத்தான் வந்தடைந்தது. அப்போது பெரிய பாதிப்புகள் எதுவும் இந்தப் பகுதியில் ஏற்படவில்லை.

ஆனால், ஜி.ஐ.எஸ். தரவுகளின் முதற்கட்ட ஆய்வுகளின்படி முக்கியமான ஆக்கிரமிப்புகள் கடந்த மூன்று ஆண்டுகளில்தான் ஏற்பட்டிருப்பது தெரிய வந்திருக்கிறது.

அதிலும் 2014-ஆம் ஆண்டிலிருந்து மெட்ரோ ரயில் கட்டுமான குப்பைகளை இந்த ஏரியில் கொட்டுவதால் ஏரி இன்னும் சீரழிந்திருக்கிறது. இது மழை நீர் ஏரியில் நுழைவதைத் தடுத்திருக்கிறது. அதனால்தான் கடந்த ஆண்டு வெள்ள நீரை ஏரியில் தேக்கி வைக்க முயன்றபோது சிட்கோ நகரை 15 நாட்கள் வெள்ள நீர் சூழ்ந்து நின்றது. இந்தப் பகுதியின் மழை நீர்க்கால் வாய்கள் தூர் வாரப்படாமல் குப்பைகளாலும் கழிவுகளாலும் தான் அடை பட்டிருக்கின்றன.

1980களில் சிட்லபாக்கம், செம்பாக்கம் ஏரிகள் பாசனத்திற்குப் பயன் படுத்தப்பட்டு வந்தன. இந்த ஏரிகளில் இருக்கும் நீர் செம்பாக்கம் அஸ்தினா புரம் பகுதிகளில் நீர்த்தொட்டிகளில் நிரப்பப் பயன்பட்டது.

கடந்த பல ஆண்டுகளாக இந்த ஏரிகள் குப்பைகள் கழிவுகள், மருத்துவ மனைக் கழிவுகளால் நிரம்பி வழிகிறது. இந்த சிட்லபாக்கம் ஏரி 80 ஏக்கரி லிருந்து 40 ஏக்கராகக் குறைந்துள்ளது.

மேலும், சாலையின் உயரத்தை அதிகரிப்பதும் இந்தப் பகுதியில் ஒவ்வொரு பருவ மழையின்போது வெள்ளம் வருவதற்குக் காரணமாக அமைகிறது.

பல்லாவரம் பெரிய ஏரியை மறுசீரமைக்க வைத்துள்ள கோரிக்கை இன்னும் தீர்ந்தபாடாயில்லை.

மேற்கு குரோம்பேட்டையையும் கிழக்கையும் பல்லாவரம் பெரிய ஏரியில் இணைப்பதற்கு 2 பெரிய நீர்க்கால்வாய்கள் இருக்கின்றன. கட்டபொம்மன் கால்வாயின் நீளம் 33 அடியிலிருந்து 7 அடியாகக் குறைக்கப் பட்டிருக்கிறது.

துர்கை அம்மன் கால்வாய் முற்றிலும் ஆக்கிரமிக்கப்பட்டுள்ளது. ஜி.எஸ்.டி. சாலையில் மேற்கிலிருந்து கிழக்கு வரை நீளும் இந்தக் கால்வாய்களில் ஏற்படும் அடைப்பு இந்தப் பகுதியில் வெள்ளம் வருவதற்கு காரணமாக இருக்கின்றன.

குரோம்பேட்டையைப் பல்லாவரம் பெரிய ஏரியுடன் இணைக்கும் கால்வாய்கள் 30 அடியிலிருந்து 60 அடிவரை கொண்ட அகலத்துடன் இருந்தன. ஆனால், இன்று அவை பெரியளவில் ஆக்கிரமிக்கப்பட்டுள்ளன. குரோம்பேட்டை பகுதியில் இருக்கும் ஏரியின் 70 சதவீதப் பரப்பில் குடியிருப்புகள் நிறைந்துள்ளன.

அத்துடன் பல்லாவரம் நகராட்சி இந்த ஏரியில் 20 சதவீதத்தைக் குப்பைக் கிடங்காக பயன்படுத்தி வருகிறது. குப்பைகளை அகற்றி ஏரியை மறு சீரமைக்க வேண்டும் என்று பல்லாவரம் நகராட்சிக்கு தேசிய பசுமைத் தீர்ப்பாயம் உத்தரவிட்டுள்ளது.

திருப்பனந்தாள் ஏரியையும் அடையாறையும் இணைக்கும் முழுக் கால்வாய் கட்டுநர்களாலும் தனியார் வீடுகளாலும் மிக மோசமாக ஆக்கிரமிக்கப் பட்டுள்ளது. அதனால் இந்தக் கால்வாய் முதல் 50 மீட்டருக்கு 4 அடியி லிருந்து 6 அடியாகக் குறைக்கப்பட்டுள்ளது.

தூர் வாரப்படாமல் பிளாஸ்டிக் கழிவுகள் குப்பைகள் என முழுமையாக நிரம்பியிருக்கும் இந்தக் கால்வாயில் நீரோட்டம் பெரிய அளவில் பாதிக்கப் பட்டுள்ளது. இந்தக் கால்வாய் பம்மலில் ஒரு சிறிய குளத்தில் முடிவடை கிறது.

அது முழுக்கக் கட்டுமானக் கழிவுகளால் நிரம்பியிருக்கிறது. இந்தக் கால்வாய் நிரம்பி வழியும்போது மாற்றிவிடப்படும் 2 சிறிய கால்வாய்களும் பராமரிப்பின்றி பாதிக்கப்பட்டிருக்கின்றன.

கொரட்டூர் ஏரி 600 ஏக்கர் பரப்பில் விரிந்துள்ளது. இந்த நன்னீர் ஏரி முறையாகப் பராமரிக்கப்பட்டால் சென்னையின் குடிநீர் பிரச்சனையைத் தீர்க்க முடியும் என்பது மறுக்க முடியாத கருத்தாகும்.

இந்தக் கொரட்டூர் சதுப்பு நிலப்பகுதி நிலத்தடி நீர் வளமிக்கது.

இதன் எல்லைகளில் பனை மரங்கள் வேலிபோல் சூழ்ந்துள்ளது. இந்த ஏரியின் பல இடங்களில் ஆக்கிரமிப்புகளைப் பார்க்க முடிகிறது. வணிக நிறுவனங்களும் கட்டுநர்களும் இந்தப் பகுதியைக் குப்பைகளையும் கழிவு களையும் கொட்டுவதற்குப் பயன்படுத்துகிறார்கள். அத்துடன் இந்த சதுப்பு நிலம் ஆமைகள் போன்ற நீரிலும் நிலத்திலும் வாழும் உயிரினங்களுக்கான வாழிடம்.

இந்த பன்முகத் தன்மை கொண்ட வாழ்விடத்தை எப்படி பாதுகாப்பது என்ற அக்கறையைப் பலரும் வெளிப்படுத்துகிறார்கள்.

இந்த சதுப்பு நிலத்தைச் சுற்றி குடியிருப்புப் பகுதிகளின் ஆக்கிரமிப்பு அதிகரித்துக் கொண்டே போவதால் சதுப்பு நிலத்தின் எல்லைகள் படிப்படி யாக குறைந்து வருகின்றன.

2013-ஆம் ஆண்டு நடைபெற்ற மேற்பரப்பு நீர் தர ஆய்வில் ஈயம், பாதரசம், கேட்மியம், குரோமியம் போன்ற வேதிப்பொருட்கள் இந்த ஏரி நீரில் அதிகளவில் கலந்திருப்பது தெரிய வந்துள்ளது.

நாராயணபுரம் ஏரி 200 அடி ரேடியல் சாலையாலும், பேட்டமின்டன் திடல், கோயில் போன்றவற்றாலும் இரண்டாகப் பிளவுபட்டிருக்கிறது.

இந்த ஏரியின் கொள்ளளவு உயர வேண்டுமானால் ஆகாயத் தாமரைகள் நீக்கப்பட வேண்டும்.

கீழ்க்கட்டளை - நாராயணபுரம் ஏரிகளையும் இணைக்கும் கால்வாய் முதல் நூறு மீட்டர் தாண்டிய பிறகு ஆக்கிரமிப்புகளுக்கு உள்ளாகியிருக்கிறது.

இந்தக் கால்வாயின் உண்மையான அகலம் 60 அடி. ஆனால், தனியார் குடியிருப்புகள் கால்வாயின் அகலத்தை 40 அடியாகக் குறைத்திருக்கிறது. இன்னும் சில இடங்களில் கால்வாயைக் காணவே முடியவில்லை. இந்தக் கால்வாயின் வழியேதான் உபரி நீர் பள்ளிக்கரணை சதுப்பு நிலத்துக்கு செல்ல வேண்டும்.

இந்தக் கால்வாய் முழுக்கவும் குப்பைகளாலும் கட்டுமான கழிவுகளாலும் தான் நிரம்பியிருப்பதால் வெள்ளம் வருவதற்கான சாத்தியங்கள் அதிகமாக இருக்கின்றன.

●

13

வீணாகும் நீரை வேடிக்கை பார்க்காதீர்கள்

ஒரு லிட்டர் நீரில் செய்ய வேண்டிய வேலையை மூன்று லிட்டர் நீரை வாஷ்பேசின் குழாய் மூலம் செலவழிக்கின்றோம்.

நிலத்தடி நீரைப் பெறுவதற்கு எவ்வளவு மின்சாரம் செலவானாலும் மின் கட்டணம் செலுத்துவதற்குத் தயாராகவே இருக்கிறோம்.

தொலைதூரங்களிலிருந்து 500 லிட்டர் முதல் 6000 லிட்டர் வரை லாரிகளில் கொண்டு வரப்படும் நீருக்கு எவ்வளவு பணமும் செலவழிக்கத் தயாராக உள்ளோம்.

நாம் வீணாக சிந்தும் ஒரு லிட்டர் தண்ணீரைப் பெற பூமிக்கடியில் ஆயிரம் அடி ஆழத்திற்குச் செல்ல வேண்டிய நிலைக்குத் தள்ளப்பட்டிருக் கிறோம்.

மழை நீரை முறையாக சேமிக்காமல் இருப்பதும் நீர் நிலைகளை பாது காக்காமல் இருப்பதும் மழைக்காலங்களில் நதிகளில் ஓடும் தண்ணீர் கடலில் கலந்து வீணாவதை வேடிக்கை பார்ப்பதுமே இன்றைய குடிநீர் பஞ்சத்துக்கு முக்கியக் காரணம்.

மழை பெய்யும் காலங்களில் மழை நீரை ஒவ்வொரு கிராமத்திலும் குளங்களில் சேமிக்க வழி செய்தாலே பெரும்பாலான இடங்களில் நிலத்தடி

நீர்மட்டம் அதலபாதாளத்துக்குப் போய் இருக்காது. மிகப்பெரிய தொழில்நுட்ப வளர்ச்சி ஒருபுறம் இருந்தாலும் தண்ணீரே நம்முடைய வாழ்வின் ஆதாரம்.

சரியான திட்டமிடல் இல்லாத காரணத்தால் 2025ல் கடுமையான தண்ணீர் பஞ்சம் ஏற்படும் என்று எச்சரிக்கின்றனர் நிபுணர்கள்.

பருவ நிலை மாற்றம் புவி வெப்பமடைதல் அதிகரித்து வரும் மக்கள் தொகை போன்ற காரணங்களால் உலகின் பல்வேறு நாடுகளில் நீர் பற்றாக்குறை ஏற்பட்டுள்ளது.

உலகில் 19 நாடுகள் 50 சதவீதத்திற்கும் மேலான தண்ணீர் தேவைக்கு அண்டை நாடுகளையே நம்பி உள்ளன. தொழில்நுட்ப வளர்ச்சி, இன்றைய தொழில்நுட்ப வளர்ச்சிக்கு ஏற்ப தண்ணீரின் பயன்பாடும் உபயோகமும் அதிகரித்துக் கொண்டே செல்கிறது.

பெரும்பாலான இந்தியப் பெண்களின் வாழ்க்கை தண்ணீரைத் தேடிச் செல்வதிலேயே கழிகிறது. தண்ணீரின் உபயோகம் 82 சதவீதம் விவசாயத் திற்கும் 8 சதவீதம் தொழிற்சாலைகளுக்கும் மீதி 10 சதவீதம் நம் அன்றாட தேவைகளுக்கும் செல்கிறது.

விவசாயத்திற்கான நதிநீர் பயன்பாடு இந்தியாவில் 20 சதவீதத்திற்கும் குறைவாகத்தான் உள்ளது.

தண்ணீரைப் பயன்படுத்துவோரிடையே தேவைகள் அதிகரிப்பதால் இன்று தண்ணீர் போட்டி பொருளாகவும், அதிக விலை கொடுத்து வாங்கும் சந்தைப் பொருளாகவும் மாறிவிட்டது.

பூமி எனும் உயிரின வாழ்விடத்தைத் தவிர வேறு எந்தக் கோளிலும் நீரில்லை என விஞ்ஞானிகள் தெரிவிக்கின்றனர்.

தமிழகத்தின் நீர் மேலாண்மை மேம்பாடு என்பது மிகவும் கவலைக் கிடமாக இருக்கிறது. காவிரி கொள்ளிடம் ஆற்றுப்படுகையில் ஒரு காலத்தில் கைகளால் தோண்டினாலே தண்ணீர் பீய்ச்சிக் கொண்டு வெளிவரும். ஆனால், சமீபத்தில் அங்கு போர்வெல் போட்டபோது 200 அடிக்கு கீழ்தான் தண்ணீர் தென்பட்டிருக்கிறது.

தமிழகத்தின் நீர்வழிகள் இல்லாத பகுதிகள் எல்லாம் இதைவிட அபாயத்தில் இருக்கின்றன. விவசாயத் தேவைகளைத் தாண்டி குடிநீர்த் தேவைக்குக்கூட

நீர் இல்லாத நீர் இல்லாத நிலை உருவாகியிருக்கிறது.

திண்டுக்கல் மேற்கு தொடர்ச்சி மலைக்கு அருகே உள்ள பாச்சலூர் அடிவாரத்தில் சமீபத்தில் 200 ஏக்கர் சுற்றளவில் 20 ஆழ்துளைக் கிணறுகள் தோண்டப்பட்டன. அதில் 14 ஆழ்துளைக் கிணற்றில் 800 அடிக்குமேல் தோண்டியும் நீர்வரத்து சுத்தமாக இல்லை. அபரிமிதமான ஆழ்துளை இணைந்து நீருக்கென அறியப்பட்ட பொள்ளாச்சி பகுதிகளில் 1200 அடி தோண்டியும் தண்ணீர் இல்லை என்ற கண்ணீர் வடிக்கிறார்கள் விவசாயிகள்.

எதிர்பார்த்த மழை இதுவரை கிடைக்கவில்லை என்ற புள்ளி விபரம்தான் நமக்குக் கிடைக்கிறது.

இந்நிலையில் ஆழ்துளைக் கிணறுகளை ரீசார்ஜ் செய்யும் நடவடிக்கைகளில் நாம் கவனம் செலுத்துவது உடனடி தேவையாகும்.

கர்நாடகா, ராஜஸ்தான் போன்ற மாநிலங்களில் இத்திட்டம் முன்னெடுக்கப் பட்டு நடைமுறையில் இருந்து வருகிறது. மூன்று வருடங்களாக தொடர் வறட்சியில் இருக்கும் கர்நாடகா அரசு இத்திட்டத்தை மிகச் சிறப்பாக செய்து வருகிறது.

அரசு சார்பில் மட்டும் கடந்த சில வருடங்களில் 10000க்கும் மேற்பட்ட ஆழ்துளைக் கிணறுகளை ரீசார்ஜ் செய்திருக்கிறார்கள்.

கர்நாடகா மழைநீர் வாரியத்தின் மூலம் சுத்தமாக நீர் இல்லாத 20000 கிணறுகளை செப்பனிட்டு மறுபடியும் நீரைக் கொணர்ந்திருக்கிறார்கள்.

நிலமிருந்தும் நீர் இல்லை என்றால் என்ன செய்வது? ஆழ்துளைக் கிணறு களில் நீரில்லை எனும்போது விவசாயப் பரப்பு மிகவும் சுருங்கிக் கொண்டிருக்கிறது.

இருக்கிற ஆழ்துளைக் கிணறுகளுக்கு ஒட்டிய மாதிரியே நான்கு பக்கமும் சுற்றி பத்துக்குப் பத்து குழி தோண்டி அதில் ஆற்று மண் அல்லது நிலக்கரி கிணற்றுச் சரளைக்கற்கள் கருங்கல் ஆகியவற்றைக் கொட்டி அமைக்கப்படும் இந்த ரீசார்ஜ் முறை அதிகப் பயன்களை அளிப்பதாகக் கூறப்படுகிறது.

ஆழத்தில் உள்ள நீரோட்டத்தை இழுத்துப் பிடிப்பதாகவும் மழை கிடைக்கும்போது இந்தக் குழியின் வழியாக இறங்கும் நீர் ஆழ்துளைக் கிணற்று நீர்மட்டத்தை மேம்படுத்துவதாகவும் விளக்கமளிக்கப்படுகிறது.

நீரின் போக்கையும் நிலத்தின் தன்மையையும் அறிந்தே நம் முன்னோர் நீர் நிலைகளை ஏற்படுத்தினர்.

தமிழ் இலக்கியங்களில் அகழி, அருவி, ஆழிக்கிணறு, ஆறு, இலஞ்சி, உறைக் கிணறு, ஊரணி, ஊற்று, ஏரி, ஓடை, கட்டுக்கிணறு, கடல் கண்மாய், கழங்கு, கால்வாய், குட்டை குளம், குண்டு, குமிழி, கூவம், வாளி, கேணி, சுனை, சேங்கை, தடம், தளிக்குளம், திருக்குளம், தெப்பக்குளம், தொடு கிணறு போன்ற நீர் சார்ந்த சொற்கள் மூலம் அறிய முடிகிறது.

பூமியின் இதயமாக நீர் நிலைகளும் ரத்த நாளங்களாக வரத்துக் கால்வாய், ஓடைகளும் உள்ளன.

இதயம், ரத்தநாளங்களில் அடைப்பு ஏற்பட்டால் உடல் பாதிப்பதைப் போன்ற நீர் நிலை வரத்துக் கால்வாய் பாதித்தால் பூமி வறண்டு போகிறது.

தண்ணீரை ஐந்து வகையாகப் பிரிக்கலாம். நீல நீர் வானத்தின் நீல நிறத்தை பிரதிபலிக்கும்.

ஆறு, ஏரி, குளம், கிணறுகளில் காணப்படும் நீர்ப்பச்சை நீர் தாவரங்களின் மீதும் நிலத்தின் மேல் பரப்பிலும் தற்காலிகமாக இருக்கும் சொற்ப நீர்.

இது விழித்தும் ஓடாது. மண்ணுக்குள்ளும் இறங்காது.

சாம்பல் நீர் சுத்திகரித்த பின் பாசனத்திற்குப் பயன்படும் மாசடைந்த நீர்.

கறுப்பு நீர் கடுமையாக மாசடைந்த மறுபடியும் பயன்படுத்த முடியாத நீர்.

மறைநீர் நிறமற்ற பார்க்க முடியாத நீர், ஒரு விளை பொருள் உற்பத்தி செய்ய தேவைப்படும் நீர்.

'உணவெனப்படுவது நிலத்தொடு நீரே' என்ற பதம் எப்போதும் கூர்ந்து ஆராயத்தக்கக் கூற்று. நீரையும் நிலத்தையும் பாதுக்காக்காமல் நல்ல உணவை உற்பத்தி செய்ய முடியாது. நல்ல வாழ்க்கையையும் வாழ முடியாது என்ற விழிப்புணர்வு முதலில் நமக்கு வர வேண்டும்.

இந்த உணர்வினைப் பன்னெடுங்காலமாக வாழ்க்கை முறையாகக் கொண்டிருந்த நாம் இன்று திசை மாறி விட்டோம் என்பதே உண்மை.

பண்டைய முனிவர்கள் எப்போதும் கையில் கமண்டலமும் அதில் நீரும் வைத்திருப்பார்கள்.

உலகளவில் எல்லா மதங்களிலும் தண்ணீருக்கு என்று ஒரு தனி இடம் உண்டு. யோர்டான் நதிக்கரையில் இயேசுவுக்கு ஞானஸ்நானம் தரப் பட்டதும் தண்ணீரால்தான்.

பள்ளி வாசல்களில் ஓதிவிட்டுப் பின் தெளிப்பது தண்ணீரால்தான்.

இந்து மதத்தில் தண்ணீர் இன்றி இங்கு எந்தச் சடங்கும் செய்வதில்லை. யாகம் முடிந்து ஹோமங்கள் முடிந்து தண்ணீரைத்தான் அனைத்து இடங்களிலும் தெளிப்பார்கள்.

பெரிய ஞானிகள் முனிவர்கள் தவம் செய்தது தண்ணீர் பெருக்கெடுத் தோடும் ஆற்றின் கரைகளில்தான்.

இந்த முனிவர்களின் சாபங்களும் சாப விமோசனங்களும் வரங்களும் தங்களின் கமண்டல நீர் சாட்சியாகவே நடந்தது.

தண்ணீருக்கு ஞாபகத்திறன் உள்ளது. அது தனக்குத் தரப்படும் நன்மைகளை அப்படியே மற்றவர்களுக்குத் தந்துவிடும். ஆற்றங்கரைகளில் தவம் செய்யும் முனிவர்கள் தங்களின் தவ ஆற்றல் அப்படியே தண்ணீருக்குத் தாரை வார்த்து விடுகின்றனர்.

கிராமங்களில் நீர் நிலையில் அல்லது பாத்திரத்தில் உள்ள நீருன் மேல் சத்தியம் செய்வது வழக்கம். இன்றும் தினசரி வாழ்க்கையில் காண்கிறோம்.

நீருக்கு அசாத்திய ஞாபக சக்தியும் சாட்சியாக பொறுப்பேற்கும் குணமும் உண்டு. தண்ணீருக்கு முன் அமர்ந்து செய்யும் தியானத்தை தண்ணீர் அப்படியே வாங்கிக் கொள்கிறது. அதுவே தெளிக்கப்படும்போது சக்தியின் வெளிப்பாடாக நோய் மற்றும் துன்பங்களை விரட்டுகிறது.

மனித உடலும் 75 சதவீதம் தண்ணீரால் ஆனது. மனித மூளை 90 சதவீதம் தண்ணீரால் ஆனது. தண்ணீருக்கு அசாத்திய ஞாபகத்திறன் உள்ளது. அது தனக்குத் தரப்படும் தகவல்களை வைத்தே தன் குணத்தை அமைத்துக் கொள்ளும்.

முனிவரின் கமண்டலத்தில் நன்னம் செய்யும் மந்திரங்களை உள்வாங்கிய தண்ணீர் நன்மை செய்கிறது. மந்திரவாதிகளின் தீய சக்திகளை உள்வாங்கிய நீரானது தீமை பயக்கக் காரணமாகிறது.

'தாயைப் பழித்தாலும் தண்ணீரைப் பழிக்காதே' என்ற வாக்கியம் ஆழ்ந்த பொருள் பொதிந்த வாழ்க்கை நெறியாகக் கருத வேண்டும்.

வளர்ந்த நாடுகள் அனைத்தும் தண்ணீரின் மகத்துவம் உணர்ந்தே அதனை மிகமிகப் பாதுகாப்பாகப் பார்த்துக் கொள்கின்றன.

நிலமும் கெடக்கூடாது, நீர் சார்ந்த விசயங்களும் நம்மை அச்சுறுத்தக் கூடாது என்பதில் நமக்கு அக்கறையும் புரிதலும் அவசியம்.

●

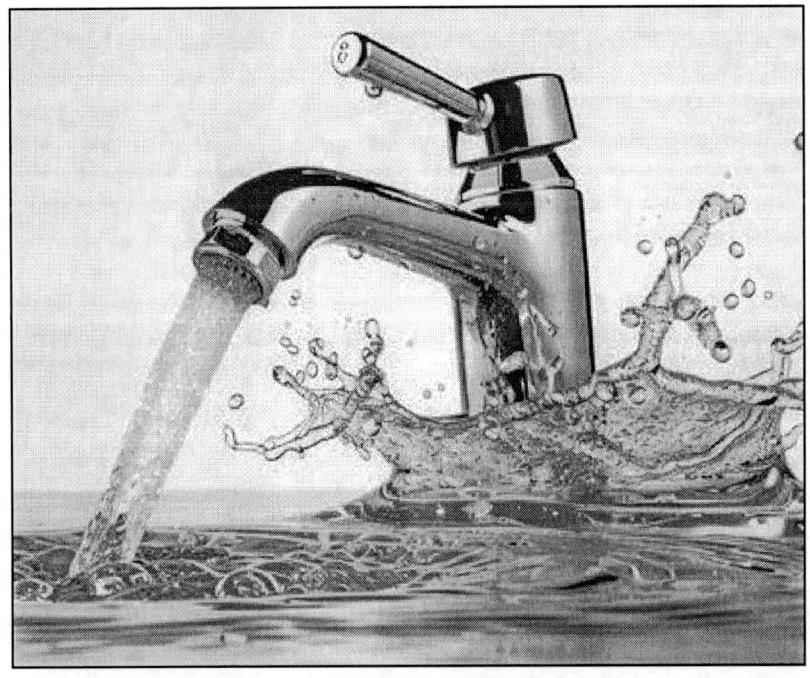

14

நீர் கல்வி அறிவு ஆக வேண்டும்

நீர் வாழ்வின் அமுதம். இது பல்வேறு உயிரினங்களின் வளர்ச்சி மற்றும் வளர்ச்சியைத் தாங்குகிறது. அது இல்லாமல் பூமியில் வாழ்க்கை சாத்திய மற்றது.

நமது நீர் ஆதாரங்களை நாம் தொடர்ந்து சுரண்டி வந்தால் ஒரு பெரிய உலகளாவிய தண்ணீர்ப் பற்றாக்குறையை எதிர்கொள்ளும் காலம் வரும். அதைத் தொடர்ந்து தண்ணீர் போர்கள் வரும்.

இந்தியாவின் தண்ணீர் மனிதர் ராஜேந்தரசிங் இதனை நன்கு புரிந்து கொண்டார். நீர் மேலாண்மை மற்றும் பாதுகாப்பு குறித்த அவரது முயற்சி கள் இந்த உண்மைக்கு சாட்சி.

பாரம்பரிய நீர் பாதுகாப்பு தொழில்நுட்பங்கள் பற்றிய தகவல்களைப் பரப்புவதன் மூலம் ராஜஸ்தானின் தண்ணீர் பற்றாக்குறை பிரச்சனையைத் தீர்த்து வைத்தார்.

ஜொஹாட்கன் எனும் சிறிய மண் அணைகள் மழை நீரைப் பிடிக்கவும் சேமிக்கவும் மற்றும் வறண்ட காலங்களில் நமது நீர் தேவைகளைப் பூர்த்தி செய்யவும் உதவுகின்றன.

1984-ஆம் ஆண்டு தொடங்கி ராஜஸ்தானின் அல்வார் மாவட்டத்தில் 650க்கும் மேற்பட்ட கிராமங்களில் பரவியிருந்த சுமார் 3000 ஜொஹாட் களின் மறுமலர்ச்சிக்குப் பின்னால் ராஜேந்தர்சிங் முக்கிய சக்தியாக இருந்தார்.

காடழிப்பு மற்றும் சுரங்க நடவடிக்கைகளால் அழிந்த பகுதியில் நிலத்தடி நீர் மட்டம் ஏறக்குறைய 6 மீட்டர்கள் சீராக உயர்ந்து 33 சதவீதம் காடுகளின் பரப்பை அதிகரித்தது. இப்போது 4500 வேலை செய்யும் ஜோஹாட்கள் அல்வாரிலும் அதையொட்டிய 10 மாவட்டங்களிலும் உள்ளன.

பாதுகாக்கப்பட்ட நீர்ப்பிடிப்பு மற்றும் கிராம நீர்த்தேக்கங்களின் புத்துயிர் தரும் தாக்கத்தால் ஒரு காலத்தில் செயலற்ற நிலையில் இருந்த ஐந்து ஆறுகள் இப்போது ஆண்டு முழுவதும் பாய்கின்றன. சாகுபடி நிலம் ஐந்து மடங்கு வளர்ச்சியடைந்து விவசாய வருமானம் உயர்ந்து வருகிறது. வேலைக்காக ஆண்கள் இனி வீட்டை விட்டு வெளியேற வேண்டியதில்லை. தண்ணீருக்காக இந்த நாட்களில் பெண்கள் கிராம கிணற்றைவிட அதிக தூரம் நடக்க வேண்டியதில்லை.

செப்டம்பர் 2010ல் ராஜேந்தர்சிங் கங்கை நதியின் புனிதத் தன்மை மற்றும் சூழலியலை மீட்டெடுக்க கங்கா பஞ்சாயத்துகளைத் தொடங்க திட்ட மிட்டார்.

இது அர்வரி நதியைப் பாதுகாக்க ராஜேந்தரசிங் வடிவமைத்த நீர் பாதுகாப்புத் திட்டத்தைப் போன்றது. அக்டோபர் 2-ஆம் தேதி ஹரித்வாரில் முதல் கங்கா பஞ்சாயத்து உருவாக்கப்பட்டது.

டைம்ஸ் ஆஃப் இந்தியா உடனான தொலைபேசி அழைப்பில் ராஜேந்தர்சிங் கங்கை பஞ்சாயத்து உருவாக்கத்தின் பின்னணியில் உள்ள காரணத்தை விளக்கினார்.

உத்தரகண்ட் மாநிலத்தில் மட்டுமின்றி கங்கோத்ரியில் இருந்து கங்கா சாகர் வரை உள்ள நதி முழுவதுமே கங்கை ஆற்றின் சுற்றுச்சூழலுக்கு அச்சுறுத்தலை ஏற்படுத்தக்கூடிய அனைத்து அரசு நடவடிக்கைகளையும் பஞ்சாயத்துகள் உன்னிப்பாக கண்காணிக்கும் என்று அவர் கூறினார்.

கங்கை நதிக்கு அருகில் பல்வேறு மனித நடவடிக்கைகளை திட்டமிடுதல், நிதியளித்தல் மேற்பார்வை செய்தல் மற்றும் ஒருங்கிணைத்தல் ஆகியவற்றுக் கான அமைப்பாக இந்திய அரசாங்கத்தால் 2009ல் அமைக்கப்பட்ட தேசிய

கங்கை நதிப்படுகை ஆணையத்தின் உறுப்பினராகவோ ராஜேந்தர்சிங் உள்ளார்.

இந்தியாவில் சில பகுதிகள் வறட்சியால் பாதிக்கப்படும் சூழ்நிலைகள் காரணமாக தண்ணீர் பற்றாக்குறை பற்றிய கேள்வியுடன் போராடுகின்றன. மற்றவை அதிகப்படியான நீர் வெள்ளம் மற்றும் உயர் மற்றும் உடைமைகளை அழிக்கின்றன.

அதிக மக்கள் தொகை காரணமாக சென்னை, டெல்லி, மும்பை மற்றும் ஜோத்பூர் போன்ற பெரிய நகரங்கள் தண்ணீர் பற்றாக்குறை தேவையைப் பூர்த்தி செய்ய முடியாமல் உள்ளன. ஏனெனில் ஒருசில மக்கள் ஏற்கனவே உள்ள நீர் ஆதாரங்களை அதிகளவு நுகர்வு மற்றும் மாசுப்படுத்துகின்றனர்.

இத்தகைய சூழ்நிலைகளை அறிவார்ந்த அறிவு மற்றும் நடைமுறையில் எதிர்கொள்ள, ராஜேந்தர்சிங் மக்களை நீர் கல்வியறிவு ஆக வேண்டும் என்று வலியுறுத்தினார்.

"நீர் கல்வியறிவு என்பது மூன்று முக்கியப் படிகளை உள்ளடக்கியது. முதல் படி நீரைப் புரிந்து கொள்வது, அதாவது பனிப் பாறைகள் முதல் நிலத்தடி நீர் மற்றும் நீர் சுழற்சி, தாவர விலங்குகள் மற்றும் இந்த நீர் ஆதாரங்களைச் சார்ந்துள்ள சமூகப் பொருளாதார நிலப்பரப்புவரை அனைத்து நீர் ஆதாரங்களையும் பற்றி அறிந்து கொள்வது.

இரண்டாவதாக மழைநீர் சேகரிப்பு மற்றும் கழிவு நீர் மேலாண்மை உள்ளிட்ட பல்வேறு நடவடிக்கைகள் மூலம் நீரைச் சேமிப்பது மற்றவர்களுக்குப் புரிய வைப்பதும் தண்ணீரைச் சேமிப்பதும் கடைசிக் கட்டம்.

எனவே, அனைத்து நீர் பாதுகாப்புத் திட்டங்களிலும் மக்களை மையமாக மாற்ற வேண்டும். தண்ணீர் பிரச்சனைகள் குறித்த விழிப்புணர்வை ஏற்படுத்துவது மிகவும் முக்கியமானது. நீர் சேகரிப்பு, காடு வளர்ப்பு மற்றும் வேளாண் காடு வளர்ப்பில் கவனம் செலுத்தும் பல்வேறு நீர்நிலை மேலாண்மை திட்டங்களில் பங்கேற்க இது மக்களை ஊக்குவிக்கிறது" என்கிறார் ராஜேந்தர்சிங்.

15

பருவ நிலை மாற்றம் குறித்த பாரதப் போராளி

"தட்ப வெப்ப இயக்கத்தில் சேருவதற்கான எனது உந்துதல் விவசாயி களான என் தாத்தா, பாட்டி பருவநிலை நெருக்கடியின் விளைவுகளுடன் போராடுவதைப் பார்த்ததில் இருந்து வந்தது.

அந்த நேரத்தில் அவர்கள் அனுபவித்தது கால நிலை நெருக்கடி என்பதை நான் அறிந்திருக்கவில்லை. ஏனென்றால் நான் எங்கிருந்து வந்தாலும் கால நிலை கல்வி இல்லை." என்று கூறும் திசாரவி இந்தியாவின் பருவநிலை மாற்றம் குறித்துப் போராடி வரும் சுற்றுச்சூழல் போராளியாவாள்.

கிரெட்டா துன்பெர்க் மற்றும் 2020-2021 இந்திய விவசாயிகள் போராட்டங்கள் தொடர்பான இணையதள கருவித் தொகுப்பில் ஈடுபட்ட தாகக் கூறி குற்றம் சாட்டப்பட்டு 2021 பிப்ரவரி 13 அன்று கைது செய்யப் பட்டதன் மூலம் சர்தேச கவனத்தை ஈர்த்த போராளியாக திசாரவி கருதப் படுகிறார்.

அமைதியின்மை மற்றும் தேசத் துரோகத்தைத் தூண்டியது ஆகிய குற்றச் சாட்டுகளில் இவர் கைது செய்யப்பட்டார். இந்தக் கைது இந்தியாவிலும் சர்வதேச அளவிலும் பரவலாக விமர்சிக்கப்பட்டது.

சுற்றுச்சூழல் நீதியை ஊக்குவிப்பதிலும் கடுமையான சுற்றுச்சூழல் கவலைகள் குறித்து மக்களுக்கு விழிப்புணர்வு ஏற்படுத்துவதிலும் திசாரவி யின் முயற்சிகள் தேசிய அளவிலும் உலக அளவிலும் அங்கீகரிக்கப்பட் டுள்ளன.

செப்டம்பர் 2020ல் 'பிரிட்டிஷ் வோக்' பத்திரிகை நான்கு உலகளாவிய சுற்றுச்சூழல் ஆர்வலர்களின் சுய விபரங்களைக் கொண்ட ஒரு கட்டுரையை வெளியிட்டது. அவர்களில் திசாரவியும் ஒருவர் என்பது குறிப்பிடத்தக்கது.

பிப்ரவரி 15 - 2021ல் 'தி நியூ இந்தியன் எக்ஸ்பிரஸ்' அவர்களின் கட்டுரை ஒன்றில், 'பெங்களூரின் கிரேட்டா' என்று குறிப்பிட்டது. உலகெங்கிலும் உள்ள முக்கிய நிறுவனங்களால் அவரது பணி பாராட்டப்பட்ட நிகழ்வுகள் உள்ளன.

கர்நாடகாவில் பெங்களூருவில் பிறந்து வளர்ந்தவர் திசாரவி. தனது வாழ்க்கையின் துவக்கக் காலத்திலேயே பருவநிலை வெப்ப தட்ப செயல்பாட்டின் மீது அக்கறை கொண்டவராக இருந்தார்.

1998ல் பிறந்த இவரது முழுப் பெயர் திஷா அன்னப்ப ரவி. கர்நாடகாவில் பெங்களூரில் சோல தேவனஹள்ளியில் பிறந்த இவர் மவுண்ட் கார்மல் கல்லூரியில் பி.பி.ஏ. படித்துக் கொண்டிருந்தவர். இவருடைய தந்தை ரவி அன்னப்பா தடகள பயிற்சியாளர். தாய் மஞ்சுளா நஞ்சய்யா குடும்பத்தை நிர்வாகம் செய்து வந்தார்.

டூல்கிட் எனப்படும் சர்ச்சைக்குரிய ஆவணத்தை எடிட் செய்து பகிர்ந்து கொண்டதற்காக திஷாரவி 2021ல் டெல்லி காவல் துறையால் கைது செய்யப் பட்டார். பின்னர் இதையடுத்து அவர் மீது தேசத் துரோகம் கிரிமினல் சதி உள்ளிட்ட பல்வேறு கடுமையான குற்றச்சாட்டுகள் சுமத்தப்பட்டன.

திஷா ரவி ஒரு இளம் இயற்கை ஆர்வலர் மட்டுமல்ல, 'ஃபிரைடேஸ் ஃபார் ஃபியூச்சர் (எஃப்எஃப்எஃப்)' இந்தியாவின் நிறுவன உறுப்பினராவார்.

இந்த அமைப்பு 2018ல் ஸ்வீடிஷ் கால நிலை ஆர்வலர் கிரேட்டா துன்பர்க் அவர்களால் துவங்கப்பட்ட கால நிலை பாதுகாப்பு பிரச்சாரத்தின் இந்திய விரிவாக்கமாகும்.

டெல்லி காவல் துறை இவரைத் தேசத் துரோகத்தின் கீழ் கைது செய்த பின்னர் அவர் உலகளாவிய விளம்பரத்தைப் பெற்றுள்ளார்.

திஷாரவி தேவைப்படும் சமூகங்களுக்குக் குரல் கொடுப்பதில் கவனம் செலுத்தி வந்தார். சர்வதேச இளைஞர் கால நிலை ஆர்வலர்களுக்கான பல தலையங்கங்கள் மற்றும் கட்டுரைகளின் ஆசிரியராகவும் உள்ளார்.

அவர் செப்டம்பர் 2020ல் பிரித்தானிய வோக் பத்திரிகை சுயவிபரத்தில் சுற்றுச்சூழல் இனவெறிக்கு எதிராக வேலை செய்தார் என்று குறிப்பிடப் பட்டிருந்தது.

“நாங்கள் கால நிலை நெருக்கடியில் வாழ்வதால் நான் வேலை நிறுத்தம் செய்கிறேன். அதற்கான காரணமாக, பலத்த மழை மற்றும் அரசாங்கங்கள் எடுத்த பற்றாக்குறையான நடவடிக்கைகள் காரணமாக, குறிப்பாக இந்தியாவில் வெள்ளம் காரணமாக இலட்சக்கணக்கான மக்கள் இடம் பெயர்ந்துள்ளனர். கடந்த வாரம் எனது வீடு வெள்ளத்தில் மூழ்கியது” என்று ‘தி கார்டியன்’ ஊடகத்திற்கு விளக்கினார் திஷாரவி.

நாங்கள் எதிர்காலத்திற்கு மட்டும் போராடவில்லை. நிகழ்காலத்திற்காகப் போராடுகிறோம். அரசாங்கத்தின் உதவியாளனாக அல்லாது, மிகவும் பாதிக்கப்பட்ட மக்களான நாங்கள் காலநிலைப் பேச்சுவார்த்தைகளில் மக்களுக்குப் பயனளிக்கும் ஒரு நியாயமான மீட்புத் திட்டத்தை வழிநடத்தப் போகிறோம்” என்று கூறினார்.

மேலும் அவர் கூறும்போது, “ஃப்ரைடே ஃபார் ஃபியூச்சர் என்பது ஒற்றை இலக்கு கொண்டதாக இல்லை. முன்னதாக கால நிலை அவசர நிலையை அறிவிப்பதே எங்கள் குறிக்கோளாக இருந்தது.

கால நிலை அவசர நிலையை அறிவித்த நாடுகள் அதனை சரி செய்ய செயல் படவில்லை. அப்போதுதான் நாங்கள் கால நிலை நீதியை விரும்புகிறோம் என்பதை முடிவு செய்தோம்.

எங்களிடம் குறிப்பிட்ட கோரிக்கைகள் இல்லை. ஒவ்வொரு நாடுகளுக்கும் ஏற்றவாறு நாங்கள் கோரிக்கையினை வைக்க முயற்சிக்கிறோம்” என்றார்.

ஜெனரல் இசட் கால நிலை ஆர்வலர்கள் பற்றிய புத்தகத்திற்காக 2020ஆம் ஆண்டு அமெரிக்க எழுத்தாளர் கெய்ல் இம்பாலுக்கு அளித்த பேட்டியில் திஷா ரவி கூறும்போது, ‘இந்திய சுதந்திரப் போராட்டம் அமைதியின் போராட்டமாக வேரூன்றியதிலிருந்தே இந்தியாவில் போராட்டங்கள் வாழ்க்கையின் ஒரு பகுதியாக அமைந்துள்ளது.

மனிதாபிமான பிரச்சனைகள் மீது நிறைய போராட்டங்கள் இந்திய சமூகத்தில் மிகவும் வேரூன்றியுள்ளன. சமீபத்திய நாட்களில் சமூக ஊடகங்கள் இதற்கு உதவியுள்ளன' என்று கூறினார்.

இருபத்திரண்டு வயதான திஷா ரவி, ஸ்வீடிஷ் கால நிலை ஆர்வலர் கிரேட்டா துன்பெர்க்கால் தொடங்கப்பட்ட ஒரு இயக்கமான ஃப்ரைடேஸ் ஃபார் ஃபியூச்சருடன் இணைந்து தன்னார்வத் தொண்டு செய்து வரும் போராளியாவார்.

2018-ஆம் ஆண்டு கிரேட்டா துன்பெர்க் உலகையே ஆட்டிப் படைத்த ஸ்வீடிஷ் கால நிலை மாற்ற ஆர்வலராக இயங்கத் தொடங்கிய ஆண்டாகும்.

எதிர்காலத்திற்கான வெள்ளிக்கிழமைகள் எனும் இயக்கத்தை காலநிலை நீதிக்கான உலகளாவிய மக்கள் இயக்கம் என்று பிரகடனப்படுத்தினார். நாம் நிலையாக வளரும் விகிதத்தைவிட திடீர் வெள்ளம் மற்றும் வெப்ப அலைகள் அதிகச் சேதத்தை ஏற்படுத்துகின்றன.

காலநிலை அவசர நிலை பிரகடனத்திற்கு முதலில் தேசிய அரசாங்கம் இந்தத் தற்போதைய கால நிலை நெருக்கடிக்கு தீர்வு காண வேண்டும் என்று இந்த அமைப்பு கோரிக்கை விடுத்தது.

இந்தியாவில் பெங்களூருவில் உள்ள மவுண்ட் கார்மல் கல்லூரியில் கல்லூரி மாணவியான திஷா ரவி, ஊடகத்திற்கு தெரிவித்ததுபோல அவர் வெள்ளிக் கிழமைகளை ஃபியூச்சர் இந்தியாவுக்காகத் தொடங்கினார்.

ஒவ்வொரு வெள்ளிக்கிழமையும் நகரின் வெவ்வேறு பகுதிகளில் வேலை நிறுத்தங்களை ஒருங்கிணைத்தார்.

இந்தியாவைச் சூழ்ந்துள்ள சுற்றுச்சூழல் நெருக்கடி குறித்து எச்சரிக்கை மணியை ஒலிக்கும் இளம் போராளியாக திஷா ரவியை உலகம் முழுவதும் அடையாளம் கண்டு கொண்டுள்ளது.

"நாங்கள் கருத்து வேறுபாடுகள் ஒடுக்கப்பட்ட நாட்டில் வாழ்கிறோம்" என்று திஷா ரவி, ஆட்டோ ரிப்போர்ட் ஆப்பிரிக்காவுக்குப் பேட்டியின் போது கூறினார்.

எதிர்கால இந்தியாவுக்காக வெள்ளிக்கிழமைகளில் நாங்கள் வரைவு இஎல்ஏ அறிவிப்பை எதிர்த்ததற்காக பயங்கரவாதிகள் என்று முத்திரை குத்தப் பட்டோம்."

"மக்கள் மீது லாபம் பார்க்கும் அரசாங்கம் மட்டுமே சுத்தமான காற்று, சுத்தமான நீர் மற்றும் வாழக்கூடிய கிரகம் ஆகியவற்றைக் கேட்பதை பயங்கரவாதச் செயலாகக் கருதும்" என்றார்.

வேலை நிறுத்தங்களை ஏற்பாடு செய்வது வழக்கமான அம்சமாக இருந்த போதிலும் வெள்ளிக்கிழமைகளுக்கான ஃபியூச்சர் இந்தியா என்ற புதிய வரைவு சுற்றுச்சூழல் தாக்க மதிப்பீடு 2020 குறித்து விழிப்புணர்வை ஏற்படுத்துவதற்காக பிரச்சாரம் நடத்தப்பட்டது.

சுற்றுச்சூழல் ஆர்வலர்கள், அரசாங்கம், அவசர அவசரமாக பாதுகாப்பு களைக் குறைத்து விட்டதாகக் கூறி வரைவுச் சட்டத்தை முன் வைப்பதாகக் குற்றம் சாட்டினர்.

தேசத் துரோக சதியின் அடையாளமாகக் குறிப்பிடப்பட்ட கிரெட்டா துன்பெர்க்கின் டூல் கிட் (கருவித்தொகுப்பு) உண்மையில் எதனை உள்ளடக்க மாகக் கொண்டது என்பதில் வேறுபட்ட கருத்துகள் நிலவுகின்றன.

இது சமூகநீதிப் பிரச்சாரகர்களால் பிரச்சனைகளைப் பற்றிய விழிப் புணர்வை ஏற்படுத்தவும், தொடர்வதற்கான உத்திகளைப் பரிந்துரைக்கவும் பயன் படுத்தும் வழக்கமானதொரு ஆவணமேயாகும்.

இந்தியாவில் விவசாயிகள் போராட்டங்களுக்கு ஆதரவை வெளிப் படுத்தும் தனது செய்திகளில் கால நிலை மாற்ற பிரச்சனைகள் கிரேட்டா துன்பெர்க் ட்டுட் செய்த கருவித் தொகுப்பை (டூல் கிட்) உருவாக்கியவர் களுக்கு எதிராக டெல்லி காவல் துறை முதல் தகவல் அறிக்கையைப் பதிவு செய்தது.

குடியரசு தினத்தன்று டெல்லியில் டிராக்டர் பேரணியில் பங்கேற்றவர்களில் ஒரு பிரிவினர் திட்டமிட்ட வழியை விட்டு விலகி செங்கோட்டைக்குள் நுழைந்தபோது வன்முறையில் விளைவித்த சதிச்செயலுக்கு இது ஆதாரம் என்று போலீசார் தெரிவித்தனர்.

ஒரு கருவித் தொகுப்பு என்பது ஒரு காரணத்தை அல்லது சிக்கலை விளக்கு வதற்காக உருவாக்கப்பட்ட ஒரு சிறு புத்தகம் அல்லது ஆவணம் ஆகும். அடிமட்டத்திலிருந்து பிரச்சனையைத் தீர்ப்பதற்கான அணுகுமுறைகளை இது அடையாளம் காட்டுகிறது.

மூன்று புதிய விவசாயச் சட்டங்களுக்கு எதிராக விவசாயிகள் நடத்திய போராட்டத்தை சீர்குலைக்கும் முயற்சியில் ஹரியானாவின் பல பகுதிகளில்

விதிக்கப்பட்ட இணைய வெட்டக்கள் குறித்து பார்படாஸில் பிறந்த பாப் நட்சத்திரம் ரிஹானா ட்டுட் செய்த சிறிது நேரத்திலேயே போராட்டங் களுக்கு ஆதரவு தெரிவிக்கும் வகையில் கிரேட்டா துன்பெர்க்கின் செய்தி வந்தது. பல சர்வதேச பிரபலங்கள் இந்தக் கோரஸில் இணைந்தனர் பல சிறந்த கூடைப்பந்து வீரர்கள்.

கிரேட்டா துன்பெர்க் ஆல் ட்வீட் செய்யப்பட்ட கருவித் தொகுப்பு இந்தியாவில் நடந்து வரும் விவசாயிகள் போராட்டங்களைப் பற்றி அறிமுக மில்லாதவரும் நிலைமையை நன்கு புரிந்து கொள்வதற்கும், அவர்களின் சொந்த பகுப்பாய்வின் அடிப்படையில் விவசாயிகளுக்கு எவ்வாறு ஆதர வளிப்பது என்பது குறித்து முடிவெடுப்பதற்கும் இது உதவும் என்று விளக்கு கிறது.

விவசாயிகள் ஏன் எதிர்ப்பு தெரிவிக்கிறார்கள் என்பதை சுருக்கமாக விளக்குகிறது.

தன்னம்பிக்கை மற்றும் வளமானதாக ஆவதற்கு ஆதரவளிக்கப்படுவதற்குப் பதிலாக பெரும்பான்மையான விவசாயிகள் பெரு நிறுவனங்கள் மற்றும் சர்வதேச நிறுவனங்களின் கட்டுப்பாட்டுக்கு அதிகளவில் உட்படுத்தப்படு கிறார்கள்.

இது ஒரு நாடு மற்றும் அதன் ஒடுக்கப்பட்ட மக்களைப் பற்றியது மட்டு மல்ல உலகெங்கிலும் உள்ள மக்களுக்கான பாதுகாப்புப் பற்றியதே!

டூல்கிட் வழக்கில் சிறைக்குச் செல்வதற்கு முன் திஷா ரவி பெங்களூரைச் சேர்ந்த குட்மைல்க் என்ற உணவு நிறுவனத்தில் சமையல் மேலாளராகப் பணிபுரிந்து வந்தார்.

பால் மற்றும் அசைவ உணவுப் பொருட்களுக்கு மாற்றாக தாவர உணவுப் பொருட்களை தயாரிப்பதில் ஈடுபட்டுள்ளார்.

கால நிலை பருவ மாற்றம் குறித்த விழிப்புணர்வைப் பரப்பியதோடு தூய்மை இயக்கங்களை நடத்துதல், மரங்களை நடுதல் போன்ற சுற்றுச் சூழலுடன் தொடர்புடைய பல சமூக நடவடிக்கைகளுக்கும் திஷா ரவி தன்னார்வத் தொண்டு செய்து வருகிறார்.

பிப்ரவரி 3, 2021 அன்று ஸ்வீடிஷ் சுற்றுச்சூழல் ஆர்வலர் கிரேட்டா துன்பெர்க் செப்டம்பர் 2020ல் இந்திய அரசாங்கம் இயற்றிய மூன்று விவசாயச்

சட்டங்களுக்கு எதிராக நடக்கும் இந்திய விவசாயிகளின் போராட்டத்திற்கு ஆதரவைத் திரட்டும் நோக்கத்துடன் ஒரு ஆவணத்தை ட்வீட் செய்தார்.

கிரேட்டா பகிர்ந்த கருவிகள் இந்தியாவுக்கு எதிரான சர்வதேச சதியின் ஒரு பகுதியாகும். இந்தியாவில் உள்ள சில ஆர்வலர்களின் உதவியுடன் காலிஸ்தானி சார்பு அமைப்புகளான 'சீக்ஸ் ஃபார் ஜஸ்டிஸ் ஃபவுண்டேஷன்' ஆகியவற்றால் இந்த டூல்கிட் உருவாக்கப்பட்டது என்று டெல்லி காவல்துறை கூறியது.

அதைத் தொடர்ந்து ஐ.பி.சி. பிரிவுகள் 124(ஏ) (தேசத் துரோகத்திற்காக) 153 (ஏ) (மதம், இனம், பிறந்த இடம், இருப்பிடம், மொழி ஆகியவற்றின் அடிப்படையில் வெவ்வேறு குழுக்களிடையே பகைமையை ஊக்குவித்த தற்காக) மற்றும் 120 (பி) குற்றச்சதிக்காக - ஆகிய பிரிவுகளின் கீழ் வழக்குப் பதிவு செய்யப்பட்டது.

13, பிப்ரவரி 2021 அன்று டெல்லி காவல்துறையின் சைபர் செல் குழு, திஷா ரவியை ஈடூல்கிட் வழக்கில் விசாரிப்பதற்காக வடக்கு பெங்களூரில் உள்ள அவரது இல்லத்திலிருந்து கைது செய்தது.

பின்னர், இந்த வழக்கில் தாக்கல் செய்யப்பட்ட எப்ஐஆர்களில் அவரது பெயர் சேர்க்கப்பட்டது. டூல்கிட் வழக்கில் கைது செய்யப்பட்ட முதல் பெண் இவரே.

எஃப்.ஐ.ஆர்.ன்படி சமூக ஊடக கண்காணிப்பின்போது திஷா ரவியின் கூட்டாளியான நிகிதா, ஜேக்கப் ஜூம் அழைப்பில் கலந்து கொண்டதும், தடை செய்யப்பட்ட காலிஸ்தானி சார்பு அமைப்பான சீக்ஸ் ஃபார் ஜஸ்டிஸின் சிலரும் கலந்து கொண்டதும் கண்டறியப்பட்டதாக போலீசார் தெரிவித்தனர்.

போலீசாரிடம் நடத்திய விசாரணையில் சர்ச்சைக்குரிய டூல் கிட்டில் இரண்டு வரிகளைத் திருத்தியதை திஷா ரவி ஒப்புக் கொண்டார்.

இருப்பினும் விவசாயிகளின் போராட்டத்திற்கு உலகளாவிய ஆதரவைப் பெறுவதே கருவித் தொகுப்பின் (டூல் கிட்) நோக்கம் என்றும், அது எந்த விதமான வன்முறையையும் ஏற்படுத்தும் நோக்கம் இல்லை என்றும் அவர் கூறினார்.

திஷா ரவி கைது செய்யப்பட்ட பிறகு ஏராளமான இந்திய குடிமக்களிட மிருந்து மகத்தான ஆதரவைப் பெற்றார். மேலும் அவரது கைது உலகளாவிய அளவில் மக்களால் விமர்சிக்கப்பட்டது. மேலும் கேள்விக்குறியானது.

பொய்க்குற்றச்சாட்டின் பேரில் சட்ட விரோத கைது என்று அவர்கள் கூறியதை எதிர்த்து மக்கள் வீதிகளில் இறங்கினர்.

ஃபிரைடேஸ் ஃபார் ஃபியூச்சர் (எஃப்எஃப்எஃப்) இந்தியா இயக்கம் ஜூலை 2020 முதல் டெல்லி காவல் துறையின் கண்காணிப்பின்கீழ் இருப்பதாகக் கூறப்படுகிறது.

அதன் உறுப்பினர்கள் புதிய வரைவுக்கு எதிர்ப்புத் தெரிவிக்கும் வகையில் அதன் அதிகாரபூர்வ மின்னஞ்சல் கணக்கிற்கு ஆயிரக்கணக்கான மின்னஞ்சல் களை அனுப்புவதன் மூலம் சுற்றுச்சூழல், வனம் மற்றும் காலநிலை மாற்ற அமைச்சகத்தின் மின்னஞ்சல் பெட்டிகளை மூழ்கடித்துள்ளனர்.

எதிர்கால இந்தியாவுக்கான வெள்ளிக்கிழமைகளின் இணைய தளத்தை டெல்லி காவல்துறை சுருக்கமாக முடக்கியது.

23 பிப்ரவரி 2021 அன்று, ஒன்பது நாட்கள் சிறையில் கழித்த பிறகு திஷா ரவியின் காவலை நீட்டிக்க நீதிபதியை நம்ப வைக்கக்கூடிய கணிசமான ஆதாரங்கள் எதையும் காவல்துறை சமர்ப்பிக்கத் தவறியதால் டெல்லி செஷன்ஸ் நீதிமன்றத்தால் திஷா ரவி ஜாமீனில் விடுவிக்கப்பட்டார்.

கூடுதல் செஷன்ஸ் நீதிபதி, "தில்லி காவல்துறை நீதிமன்றத்தில் சமர்ப்பித்த ஆதாரங்கள் மிகக்குறைவானவை மற்றும் திஷா ரவிக்கு எதிராக சுமத்தப் பட்ட குற்றச்சாட்டுக்கள் எதையும் நிரூபிக்கவில்லை" என்றும் கூறினார்.

திஷா ரவிக்கு எதிரான குற்றச்சாட்டின்பேரில், ஜாமீனில் விடுவிக்க உத்தர விட்ட நீதிபதி சில முக்கியமான கருத்துகளைத் தெரிவித்துள்ளார்.

எனது கருத்தில், வாட்ஸ்அப் குழுவை உருவாக்குவது அல்லது தீங்கற்ற டூல் கிட்டின் எடிட்டராக இருப்பது குற்றமல்ல.

மேலும், கூறப்பட்ட கருவித் தொகுப்பு அல்லது பிஜெஎஃப் உடனான இணைப்பு ஆட்சேபணைக்குரியதாகக் கண்டறியப்படாததால் வாட்ஸ் அப் அரட்டையைவெறுமனே நீக்குவது அர்த்தமற்றதாகிவிடும்.

கூறப்பட்ட கருவித் தொகுப்பை ஆய்வு செய்வது, எந்தவிதமான வன்முறைக்கான அழைப்பும் வெளிப்படையாக இல்லை என்பதை வெளிப்படுத்துகிறது.

திஷா ரவிக்கு எதிராக பிரிவினைவாத சக்திகளுடன் சதி செய்வததற்கான எந்த ஆதாரமும் இல்லை.

பேச்சு மற்றும் கருத்து சுதந்திரத்திற்கான உரிமையானது உலகளாவிய கருத்தைத் தேடும் உரிமையை உள்ளடக்கியது.

ஆதாரங்களை மேலும் சேகரிக்க வேண்டி போலீசார் கோரிக்கை ஏற்று திஷா ரவியை சிறையில் தள்ள முடியாது.

இந்திய விவசாயிகளின் போராட்டத்திற்கு ஆதரவாக பாப் பாடகி ரிஹானா ட்விட்டரில் பதிவிட்ட பின்பு சுவீடனைச் சேர்ந்த மாணவியும் கிரேட்டா துன்பர்க் தமது ட்விட்டர் பக்கத்தில் டூல்கிட் ஒன்றைப் பகிர்ந்திருந்தார்.

அந்த ட்விட்டர் பதிவில் இந்தியாவில் களத்தில் உள்ள மக்களால் இந்த டூல்கிட் புதுப்பிக்கப்பட்டு வருகிறது என்றும் குறிப்பிட்டிருந்தார். ஆனால், அதன்பின்பு அதை தமது ட்விட்டர் பக்கத்திலிருந்து நீக்கி இருந்தார்.

பிப்ரவரி 4 மற்றும் 5 ஆகிய தேதிகளில் விவசாயிகள் போராட்டத்திற்கு ஆதரவாக பதிவுகள் மூலம் ட்விட்டர் புயல் உருவாக்குவது, போராட்டம் நடத்தும் விவசாயிகளுக்கு ஆதரவு தெரிவிக்கும் வகையில் புகைப்படம் மற்றும் காணொலிகளை வெளியிடுவது ஆகியவை கிரேட்டா துன்பெர்க் டூல்கிட்டில் வலியுறுத்தப்பட்டிருந்தது.

அதானி, அம்பானி போன்ற பெரு முதலாளிகளுக்கு எதிராகச் செயல்படுவது அரசு அதிகாரிகள் மற்றும் அரசை பிரதிநிதித்துவப்படுத்துபவர்களுக்கு விவசாயிகள் போராட்டம் தொடர்பாக நடவடிக்கை எடுக்குமாறு கோரிக்கை வைப்பது, பிப்ரவரி 13 மற்றும் 14 ஆகிய தேதிகளில் அவரவர் இருக்கும் இடத்துக்கு அருகில் உள்ள இந்தியத் தூதரகம், ஊடக நிறுவனம் அல்லது உள்ளூர் அரசு அலுவலகம் ஆகியவற்றின் அருகே போராட்டம் நடத்துவது உள்ளிட்டவையும் அதில் குறிப்பிடப்பட்டிருந்தன.

கிரேட்டா துன்பெர்க் பதிவிட்டிருந்த டூல்கிட் இந்திய அரசுக்கு எதிராக செயல்பட விரும்பும் காலீஸ்தான் பிரிவினைவாதிகளின் சதி என்றும் கிரேட்டா தன்னுடைய பதிவின் மூலம் காலிஸ்தான் பிரிவினைவாதத்தைத்

தூண்டும் சதித் திட்டத்தில் ஈடுபட்டார் என்றும் டெல்லி காவல்துறை வழக்குப் பதிவு செய்தது.

கிரேட்டா துன்பெர்க் மட்டுமல்லாது அடையாளம் அறியப்பட்ட வர்கள் மீதும் டெல்லி காவல்துறையின் முதல் தகவல் அறிக்கையில் குற்றம் சாட்டப்பட்டிருந்தது.

கிரேட்டா துன்பெர்க் பகிர்ந்த டூல் கிட்டில் இருந்த குற்ற நடவடிக்கை எடுக்கத் தகுந்த தகவல்கள் வெளியில் கசிந்ததால்தான் திஷா ரவி அதை நீக்கு மாறு கிரேட்டாவிடம் கூறினார் என்று டெல்லி காவல்துறை தெரிவிக்கிறது.

திஷா ரவி இந்த டூல் கிட்டை உருவாக்கியதில் முக்கிய சதியில் ஈடு பட்டவர் என்று தெரிவித்துள்ளது டெல்லி காவல்துறை. இது தொடர்பாகத் தான் அவர் கைது செய்யப்பட்டார்.

காலிஸ்தான் ஆதரவு பொயட்டிக் ஜஸ்டிஸ் ஃபவுண்டேஷன் எனும் அமைப்புடன் இணைந்து இந்திய அரசுக்கு எதிரான வெறுப்புணர்வைப் பரப்பும் வகையில் திஷா ரவி செயல்பட்டார் என்று டெல்லி காவல்துறை ட்விட்டரில் தெரிவித்துள்ளது.

●

16

சட்டத்தை மீறுவதற்குப் பயன்படும் சட்டம்

சட்டத்தை மீறுவதற்கு சட்டம் பயன்படுத்தப்படும்போது நாம் சட்டமற்ற நிலையில் வாழ்வதற்குத் தள்ளப்படுகிறோம் என்ற நியாயமான கவலை நமக்குள் எழுகிறது.

குற்றச்செயல்கள் நடக்காதபோது குற்றவியல் சட்டத்தைப் பயன்படுத்துவது என்பது மத்திய அரசின் வரையறுக்கும் உத்தியாகப் பார்க்கப்படுகிறது.

டிராக்டரில் சென்ற இளம் விவசாயி ஒருவர் காவல்துறையினரால் சுட்டுக் கொல்லப்பட்டதாகக் கூறப்படும் செய்தியை ட்விட் செய்ததற்காக மூத்த பத்திரிகையாளர்கள் மீது தேசத் துரோகக் குற்றம் சாட்டப்பட்டுள்ளது.

போராட்டத்தில் ஈடுபட்ட விவசாயிகள் மூன்று விவசாய சட்டங்களை ரத்து செய்ய வேண்டும் என்று கோரிக்கை வைத்துப் போராடுவது 124ஏ பிரிவில் உள்ள தேசத் துரோகக் குற்றத்தில் வழக்குப்பதிவு செய்வது எப்படி ஏற்புடையதாகும்?

திஷா ரவியின் வழக்கில் அவர் இந்திய தண்டனைச் சட்டத்தின் 124ஏ பிரிவின்கீழ் தேசத் துரோக குற்றச்சாட்டுக்கு ஆளானார்.

"நான் அந்த நீதிமன்ற அறையில் நின்று என் வழக்கறிஞர்களைத் தீவிரமாகத் தேடிக் கொண்டிருந்தபோது நான் என்னைப் பாதுகாத்துக் கொள்ள வேண்டும் என்ற உண்மையை உணர்ந்தேன். சட்ட உதவி கிடைக்குமா என்று எனக்குத் தெரியவில்லை.

எனவே, நான் ஏதாவது சொல்ல வேண்டுமா என்று நீதிபதி என்னிடம் கேட்டபோது, என் மனதைச் சொல்ல முடிவு செய்தேன்" என்று திஷா ரவி கூறினார்.

தேச துரோக வழக்கில் டெல்லி நீதிமன்றத்தால் ஜாமீன் பெற்ற பதினைந்து நாட்களுக்கும் மேலாக தனது மௌனத்தைக் கலைத்த பருவ நிலை போராளி திஷா ரவி.

எவ்வளவு நேரம் எடுத்தாலும் உண்மை தன்னை வெளிப்படுத்துகிறது என்று கூறினார். அவர் கைது செய்யப்பட்டதைத் தொடர்ந்து நடந்த ஊடக விசாரணையை அவர் கடுமையாக சாடினார்.

டூல்கிட் தொடர்பாக டெல்லி காவல்துறையால் பிப்ரவரி 13-ஆம் தேதி கைது செய்யப்பட்ட பின்னர் 10 நாட்கள் போலீஸ் மற்றும் நீதிமன்றக் காவலில் இருந்த 22 வயதான திஷா ரவி எனக்குச் சொந்தமான ஒரு கதையை முன் வைக்க என்ற ட்விட்டரில் நான்கு பக்க அறிக்கையைப் பதி விட்டுள்ளார்.

ஸ்வீடிஷ் ஆர்வலர் கிரேட்டா துன்பெர்க் ட்வீட் செய்த விவசாயிகள் போராட்டங்கள் குறித்து, பெங்களூரில் இருந்து டெல்லிக்கு அழைத்து வரப்பட்ட பின்னர் பாட்டியாலா ஹவுஸ் நீதிமன்றத்தில் ஆஜர்படுத்தப்பட்ட தனது அனுபவத்தை நினைவு கூர்ந்தார்.

திஷா ரவி தன்னுடைய அறிக்கையில் இவ்வாறு தொடங்குகிறார்.

"உண்மையான அனைத்தும் மிகவும் உண்மையற்றதாக உணர்கிறது. டெல்லியின் பிரபலமற்ற புகை மூட்டம், சைபர் காவல் நிலையம், தீனதயாள் மருத்துவமனை, பாட்டியாலா ஹவுஸ் நீதிமன்றம் மற்றும் திகார் சிறை 5 ஆண்டுகளில் என்னை எங்கே பார்க்கிறேன் என்று யாராவது என்னிடம் கேட்ட எல்லா வருடங்களிலும் நான் ஜெயில் என்று பதிலளித்திருக்க மாட்டேன். ஆனால், நான் இங்கே இருந்தேன்.

குறிப்பிட்ட நேரத்தில் அங்கு இருப்பது எப்படி இருந்தது என்று என்னை நானே கேட்டுக் கொண்டேன். ஆனால், பதில் எதுவும் இல்லாமல் திரும்பி

வந்தேன். இது எனக்கு நடக்கவில்லை என்று என்னை ஏமாற்றிக் கொள் வதன் மூலம் மட்டுமே என்னால் வாழ முடியும் என்று என்னை நானே வற்புறுத்திக் கொண்டேன்.

பிப்ரவரி 13, 2021 அன்று காவல்துறை என் கதவைத் தட்டவில்லை. அவர்கள் எனது தொலைபேசி மற்றும் மடிக்கணிணியை எடுத்துக் கொண்டு என்னைக் கைது செய்யவில்லை. அவர்கள் என்னை பாட்டியாலா ஹவுஸ் நீதிமன்றத்தில் ஆஜர்படுத்தவில்லை. ஊடகவியலாளர்கள் அறைக்குள் ஒரு இடத்தைக் கண்டுபிடிக்க முயற்சிக்கவில்லை.”

போலீஸ் காவலில் வைக்கப்பட்டதைத் தொடர்ந்து நடந்த ஊடக விசாரணை குறித்து திஷா ரவி பேசினார் :

“அடுத்த நாட்களில் எனது சுயாட்சி மீறப்பட்டதில் ஆச்சரியமில்லை. எனது புகைப்படங்கள் அனைத்து செய்திகளிலும் தெறிக்கப்பட்டன. என் செயல்கள் குற்றவாளிகளாக அறிவிக்கப்பட்டன.

நீதிமன்றத்தில் அல்ல, மாறாக டிஆர்பிகளைத் தேடுபவர்களால் பிளாட் ஸ்கிரீன்களில், என்னைப் பற்றிய அவர்களின் எண்ணத்தைத் திருப்திபடுத்து வதற்காக என்னைப் பற்றிய பல சுருக்கங்களை அறியாமல் நான் அங்கேயே அமர்ந்திருந்தேன்” என்று திஷா ரவி கூறினார்.

திகார் சிறையில் இருந்த நாட்களைப் பற்றி எழுதும் திஷா ரவி, “ஐந்து நாட்களின் முடிவில் (19, பிப்ரவரி 2021) நான் 3 நாட்களுக்கு நீதிமன்றக் காவலுக்கு மாற்றப்பட்டேன்.

திகாரில் ஒவ்வொரு நாளும் ஒவ்வொரு மணி நேரத்தின் ஒவ்வொரு நிமிடத்தின் ஒவ்வொரு நொடியையும் நான் அறிந்திருந்தேன்.

எனது அறைக்குள் அடைத்து வைக்கப்பட்டிருந்த நான் இந்தப் பூவுலகில் உள்ள ஜீவனோபாயத்தின் மிக அடிப்படையான கூறுகள் என்னுடையது என நினைப்பது எப்போது குற்றமாக மாறியது என்று நான் ஆச்சரியப்பட்டேன்.”

பிப்ரவரி 23 அன்று அவருக்கு ஜாமீன் கூடுதல் செஷன்ஸ் நீதிபதி தர்மேந்தர் ராணா, ‘எந்தவொரு ஜனநாயக தேசத்திலும் குடிமக்கள் அரசாங்கத்தின் மனசாட்சியைக் காப்பவர்கள் என்றும் அரசு கொள்கைகளுடன் உடன்பட வில்லை என்பதற்காக அவர்களை சிறையில் தள்ள முடியாது’ என்று கூறினார்.

திஷா ரவி தனது அறிக்கையில், 'பெரும்பாலான மக்களுக்கு காலநிலை செயல்பாடு அல்லது காலநிலை நீதி பற்றி எதுவும் தெரியாது அல்லது எதுவும் தெரியாது' என்று எழுதினார்.

"விவசாயிகளான என் தாத்தா - பாட்டி மறைமுகமாக எனது கால நிலை செயல்பாட்டுக்கு வழி வகுத்தனர். தண்ணீர் நெருக்கடி அவர்களை எவ்வாறு பாதித்தது என்பதற்கு நான் சாட்சியாக இருக்க வேண்டியிருந்தது.

ஆனால், எனது பணி, மரங்களை நடுதல் மற்றும் சுத்தப்படுத்துதல் என்று குறைக்கப்பட்டது. இவை முக்கியமானவை. ஆனால், உயிர் வாழ்வதற்காகப் போராடுவது போன்றதல்ல.

கால நிலை நீதி என்பது குறுக்கு வெட்டு சமத்துவத்தைப் பற்றியது. இது அனைத்து மக்களையும் தீவிரமாக உள்ளடக்கியதாகும். இதனால் அனைவருக்கும் சுத்தமான காற்று உணவு மற்றும் தண்ணீர் கிடைக்கும்" என்று அவர் கூறினார்.

"ஒரு அன்பான நண்பர் எப்போதும் சொல்வதுபோல, காலநிலை நீதி என்பது பணக்காரர்களுக்கும் வெள்ளையர்களுக்கு மட்டுமல்ல இது இடம் பெயர்ந்தவர்களுடன் சேர்ந்து ஒரு சண்டை. யாருடைய நதிகள் விஷமாக்கப் பட்டன. யாருடைய நிலங்கள் திருடப்பட்டன. ஒவ்வொரு பருவத்திலும் தங்கள் வீடுகளை அடித்துச் சொல்லப்படுவதைப் பார்த்தவர்கள் மற்றும் அடிப்படை மனித உரிமைகளுக்காக அயராது போராடுபவர்கள்" என்று திஷா ரவி கூறினார்.

"நாங்கள் மக்களால் தீவிரமாக மௌனிக்கப்பட்டவர்களுடன் இணைந்து போராடுகிறோம். மேலும், குரலற்றவர்கள் என்று சித்தரிக்கப்படுகிறோம். ஏனென்றால் சவர்ணாக்கள் அவர்களை குரலற்றவர்கள் என்றழைப்பது எளிது.

மக்களிடமிருந்து வந்த அபரிமிதமான அன்பு எனக்கு பலத்தை அளித்தது. எனக்கு ஆதரவாக நின்ற அனைவருக்கும் நன்றி தெரிவித்துக் கொள்கிறேன்.

கடந்த சில நாட்கள் வலிக்கு அப்பாற்பட்டவை. ஆனாலும், நான் சலுகை பெற்றவர்களுள் ஒருவன் என்பதை நான் அறிவேன்.

சார்பு சட்ட உதவியைப் பெறுவதற்கு நான் அதிர்ஷ்டசாலி. ஆனால், அவ்வாறு செய்யாத அனைவரையும் என்ன செய்வது?

இன்னும் சிறையில் உள்ளவர்களின் கதைகள் சந்தைப்படுத்த முடியாதவைகளின் நிலை என்ன?

உங்கள் திரை நோக்கத்திற்கு தகுதியற்ற விளிம்பு நிலைகளைப் பற்றி என்ன?

உலகின் வெட்கக்கேடான அலட்சியத்தை எதிர்கொள்பவர்களின் நிலை என்ன?" என்று திஷா ரவியின் கேள்விகள் அமைந்தன.

"எங்கள் கூட்டு அமைதியின் காரணமாக அவர்களின் உடல் வடிவங்கள் கம்பிகளுக்குப் பின்னால் சிக்கிக் கொண்டாலும் அவர்களின் கருத்துக்கள் மக்களின் ஒன்றுபட்ட எதிர்ப்பைப் போலவே தொடர்ந்து வாழ்கின்றன.

எண்ணங்கள் இழப்பதில்லை. மேலும், உண்மை அது எவ்வளவு காலம் எடுத்தாலும் எப்போதும் தன்னை வெளிப்படுத்திக் கொள்ளும்.

நாங்கள் ஒவ்வொரு நாளும் அச்சுறுத்தப்படுகிறோம். எங்கள் குரல்கள் நசுக்கப்படுகின்றன. ஆனால், நாங்கள் தொடர்ந்து போராடுவோம்...." என்று காலநிலை போராளி திஷா ரவியின் அறிக்கை நீண்டது.

கிரேட்டா துன்பெர்க் டூல் கிட் வழக்கு தொடர்பாக 21 வயதான கால நிலை போராளி திஷா ரவி, பெங்களூருலிருந்து டெல்லி காவல் துறையால் கைது செய்யப்பட்டதற்கு பல அரசியல் தலைவர்கள், ஆர்வலர்கள் மற்றும் கலைஞர்கள் தங்கள் எதிர்ப்பைப் பதிவு செய்துள்ளனர்.

ஆம் ஆத்மி கட்சித் தலைவர் அரவிந்த் கெஜ்ரிவால் "21 வயதான திஷா ரவி கைது செய்யப்பட்டிருப்பது ஜனநாயகத்தின் மீதான முன்னோடி யில்லாத தாக்குதல். விவசாயிகளை ஆதரிப்பது குற்றமில்லை" என்று கூறியுள்ளார்.

முன்னாள் நிதியமைச்சர் ப.சிதம்பரம், "திஷா ரவி கைது செய்யப்பட்டிருப் பதை வன்மையாகக் கண்டிப்பதோடு, எதேச்சதிகாரமான ஆட்சிக்கு எதிராக அனைத்து மாணவர்களும் இளைஞர்களும் குரல் எழுப்ப வேண்டும்" என்று வலியுறுத்தினார்.

காங்கிரஸ் பிரமுகர் சசிதரூர், "திஷா ரவியின் கைது, விவசாயிகளின் வெகுஜனப் போராட்டங்ளை ஒடுக்க முயல்வதால் சுதந்திரமான கருத்து மற்றும் அரசியல் கருத்து வேறுபாடுகளுக்கு எதிரான இந்தியாவின் ஒடுக்குமுறையின் சமீபத்திய விரிவாக்கம்" என்று யுகே, டெய்லி டெலிகிராப் கூறுகிறது.

அதன் சொந்த உலகளாவிய பிம்பத்திற்கு அது ஏற்படுத்தும் சேதத்தைப் பற்றி ஜிஓஐ கவலைப்படவில்லையா? என்று கேள்வி எழுப்பினார்.

அமெரிக்க வழக்கறிஞர் மீனா ஹாரிஸ், "இந்திய அதிகாரிகள் மற்றொரு இளம் பெண் ஆர்வலர் 21 வயது திஷா ரவியை கைது செய்துள்ளனர். ஏனெனில் அவர் விவசாயிகளின் போராட்டத்தை எவ்வாறு ஆதரிப்பது என்பது குறித்த சமூக ஊடகக் கருவித் தொகுப்பை அவர் வெளியிட்டார்.

நிகழ்வுகளின் வரிசையைப் பற்றிய இந்த நூலைப் படித்து ஆர்வலர்கள் ஏன் அரசாங்கத்தால் குறி வைக்கப்பட்டு மௌனமாக்கப்படுகிறார்கள் என்று கேளுங்கள்" என்று பதிவிட்டிருந்தார்.

ஆனந்த் சர்மா காங்கிரஸ், "கால நிலை ஆர்வலர் திஷா ரவி கைது மிகவும் துரதிர்ஷ்டவசமானது மற்றும் அதிர்ச்சியளிக்கிறது. எந்தவொரு குற்றவியல் முன்னோடியும் இல்லாமல் ஒரு இளம்பெண்ணை காவலில் வைத்து விசாரணை செய்வது நியாயப்படுத்த முடியாது.

அவரது சுதந்திர உரிமையை காவல்துறை அங்கீகரிக்க வேண்டும் மற்றும் நீதிமன்றங்கள் ஜாமீன் விதி மற்றும் சிறை விதிவிலக்கு என்ற உச்சநீதிமன்றத் தீர்ப்பை மதிக்க வேண்டும்."

கிளாடிவெப் எம்.பி. இங்கிலாந்து தமது பதிவில், "திஷா ரவிக்கு 21 வயது. இந்தியாவைச் சேர்ந்த காலநிலை ஆர்வலரான அவர் சுத்தமான காற்று, சுத்தமான நீர் மற்றும் வாழக்கூடிய கிரகத்திற்காக பிரச்சாரம் செய்கிறார். விவசாயிகளை அமைதியான முறையில் ஆதரித்ததற்காக அவர் இப்போது அரசால் அனுமதிக்கப்பட்ட வன்முறையை எதிர்கொள்கிறார். மௌனம் என்பது ஒரு விருப்பமல்ல. இந்த அடக்குமுறை செயலை நாம் அனைவரும் கண்டிக்க வேண்டும்" என்று கூறியுள்ளார்.

வேளாண் துறை தொடர்பாக 2020 செப்டம்பர் 20 மற்றும் 22-ஆம் தேதிகளில் இந்திய நாடாளுமன்றத்தில் மூன்று வேளாண் மசோதாக்கள் நிறைவேற்றப் பட்டன.

குடியரசுத் தலைவர் ராம்நாத் கோவிந்த் இந்த மசோதாக்களுக்கு செப்டம்பர் 27-ஆம் தேதி ஒப்புதல் அளித்ததும் அவை சட்ட வடிவத்தைப் பெற்றன.

அந்தச் சட்டங்களில் பல்வேறு அம்சங்களுக்கு எதிர்ப்பு தெரிவித்து விவசாயிகள் போராட்டம் நடத்தி வருகின்றனர்.

ஏற்கனவே செயல்பட்டுக் கொண்டிருக்கும் ஏ.பி.எம்.சி. மண்டிகளுடன் தனியார் துறையினரும் ஒப்பந்த அடிப்படையில் வேளாண் உற்பத்தி, கொள்முதல், சேமிப்பு மற்றும் வர்த்தகத்தில் ஈடுபட இந்தச் சட்டங்கள் வகை செய்கின்றன.

வேளாண் உற்பத்திப் பொருட்களை குறிப்பாக கோதுமை மற்றும் நெல் கொள்முதலை அரசு படிப்படியாகக் குறைத்து, கடைசியில் கொள்முதல் செய்வதையே நிறுத்திவிடும் என்றும், அதனால் மார்க்கெட்டை இழக்கும் சக்தியாக இருக்கப் போகும் தனியாரைச் சார்ந்தே தாங்கள் இருக்க வேண்டியிருக்கும் என்றும் விவசாயிகள் அச்சம் தெரிவிக்கின்றனர்.

எனவே, இச்சட்டங்கள் தனியாருக்குப் பயன் தருவதாகத்தான் இருக்குமே தவிர, குறிப்பாக குறைந்தபட்ச ஆதார விலை (எம்.எஸ்.பி.) நடை முறை கைவிடப்படுவதால் விவசாயிகள்தான் சிரமத்துக்கு ஆளாவார்கள் என்றும் விவசாயிகள் அஞ்சுகின்றனர்.

ஏ.பி.எம்.சி. மண்டிகள் நடைமுறை கைவிடப்படும் அல்லது மூடப்படும் அல்லது எம்.எஸ்.பி. முறை கைவிடப்படும் என்பது குறித்து சட்டங்களில் எதுவும் குறிப்பிடப்படவில்லை என்றாலும் இந்தச் சட்டங்களின் மூலம் களத்தில் இறங்கும் தனியார் துறையினரால் கடைசியில் அந்தச் சூழ்நிலை தான் உருவாகும் என்று விவசாயிகள் கூறுகின்றனர்.

2019-20ஆம் ஆண்டில் பஞ்சாப் மற்றும் ஹரியானாவில் கோதுமை மற்றும் உணவு தானியம் கொள்முதல் செய்ததில் விவசாயிகளுக்கு அரசு சுமார் ரூ.80 ஆயிரம் கோடி பணம் பட்டுவாடா செய்தது.

அதில் பெரும்பாலோனார் சிறிய மற்றும் விளிம்பு நிலை விவசாயிகள். தனியார் இத்துறையில் நுழைவதால் உணவு தானியங்களை அரசு கொள் முதல் செய்வது குறையும் அல்லது கைவிடப்படும் என்ற அச்சத்தில், வேளாண்மை அவசரச் சட்டங்களுக்கு எதிராக பஞ்சாப் விவசாயிகள் ஜூன், ஜூலை மாதங்களில் போராட்டங்களில் ஈடுபட்டனர்.

அதே அச்சங்களைக் குறிப்பிட்டு ஹரியானா விவசாயிகள் செப்டம்பர் மாதம் போராட்டத்தில் ஈடுபட்டனர்.

பஞ்சாப் ஹரியானாவில் மாதக் கணக்கில் போராட்டங்ள் நடந்த நிலையில் மாநிலங்களிலிருந்து அரசியல்வாதிகள் குரல் எழுப்பியும், இந்தப் பிரச்சனை குறித்து போராட்டக்காரர்களுக்கும் மத்திய அரசுக்கும் இடையே

முறைப்படியான பேச்சுவார்த்தை எதுவும் நடைபெறவில்லை.

போராட்டத்தில் ஈடுபட்டுள்ள விவசாயிகள் நவம்பர் 26 மற்றும் 27 தேதிகளில் தலைநகர் டெல்லியின் எல்லையை அடைந்தபோது, அவர்களை சமாதானப்படுத்துவதற்காக விவசாய அமைப்புகளுடன் அரசு பேச்சு வார்த்தை நடத்தியது. வேறு மாநிலங்களைச் சேர்ந்த விவசாயிகளும் பஞ்சாப், ஹரியானா விவசாயிகளுடன் இணைந்து கொண்டுள்ளனர்.

விவாதத்துக்குள்ளாக்கப்பட்டுள்ள மூன்று வேளாண் மசோதாக்கள் விபரம்:

வேளாண் விளைபொருள் வர்த்தகம் மற்றும் வணிகம் (ஊக்குவித்தல் மற்றும் வசதி ஏற்படுத்துதல்) மசோதா 2020.

விலை உத்தரவாதம் மற்றும் வேளாண் சேவைக்கான விவசாயிகள் (அதிகாரம் அளிப்பு மற்றும் பாதுகாப்பு) ஒப்பந்த மசோதா 2020

அத்தியாவசியப் பொருட்கள் (திருத்த) மசோதா 2020

வேளாண் ஒழுங்குமுறை விற்பனைக் கூடங்கள் அல்லது ஏ.பி.எம்.சி. மண்டிகளிலும், மண்டிகளுக்கு வெளியிலும் வேளாண் விளைபொருட்களை விவசாயிகள் வாங்கவோ விற்கவோ இந்தச் சட்டங்கள் வகை செய்கின்றன.

இந்த விதிமுறைக்கு விவசாயிகள் எதிர்ப்பு தெரிவிக்கின்றனர். ஏ.பி.எம்.சி. களுக்கு வெளியில் தாங்கள் விற்பனை செய்தால் சந்தை விலையை தரும் போது அரசுக்கு நஷ்டம் ஏற்படும் என்று விவசாயிகள் கூறுகின்றனர்.

ஏ.பி.எம்.சி.கள் இல்லாமல் போய்விட்டால் இடைத்தரகர்கள் மற்றும் கமிஷன் ஏஜெண்ட்கள் நிலை என்னவாகும் என்றும் அவர்கள் கேட்கின்றனர்.

இந்தச் சட்டங்கள் அமலுக்கு வந்தால் குறைந்தபட்ச ஆதார விலை முறை கிடைக்காமல் போய்விடும் என்று விவசாயிகள் அச்சம் தெரிவிக்கின்றனர்.

ஒழுங்கமைக்கப்பட்ட ஒப்பந்த வேளாண்மை முறைக்கு புதிய சட்டங்கள் அனுமதி அளிக்கின்றன.

எனவே, விவசாயிகள் இப்போது மொத்த விற்பனை வணிகர்கள், பதப் படுத்தல் தொழில் நிறுவனங்கள் மற்றும் தனியார் நிறுவனங்களுடன் சட்டப்பூர்வ ஒப்பந்தங்கள் செய்து கொள்ளலாம்.

வேளாண் பொருள் சாகுபடி உற்பத்தி மற்றும் அவற்றை விற்பதற்கு இந்த ஒப்பந்தங்கள் வகை செய்யும் பேச்சு வார்த்தை மூலம் விலைகளை முடிவு

செய்து ஒப்பந்தத்தில் நிர்ணயம் செய்து கொள்ளலாம். இந்த நடைமுறையில் இடைத்தரகர்கள் இல்லை என்பதால் விவசாயிகள் முழு லாபத்தையும் பெற முடியும் என்று அரசு கூறுகிறது.

ஆனால், ஒப்பந்த வேளாண்மை முறைக்கு விவசாயிகள் எதிர்ப்பு தெரிவிக்கின்றனர். விவசாயிகள் எழுப்பும் இரண்டும் முக்கிய ஆட்சேபங்கள்: கிராமப்புறங்களைச் சேர்ந்த விவசாயிகள், தனியார் நிறுவனங்களுடன் நியாயமான விலைக்குப் பேரம் பேச முடியுமா? என்பது முதலாவது விசயம்.

அடுத்ததாக தரம் குறைவாக இருக்கிறது என்று கூறி விளைச்சலுக்குப் பிறகு தனியார் ஒப்பந்தக்காரர்கள் அதை நிராகரிக்க வாய்ப்பு உண்டு என்பதாக உள்ளது.

மூன்று சட்டங்களையும் முழுமையாக ரத்து செய்ய வேண்டும் என்று விவசாயிகள் கோருகின்றனர். சமீபத்தில் நிறைவேற்றப்பட்ட சட்டங்களில் எந்தத் திருத்தங்ள் செய்வதையும் அவர்கள் விரும்பவில்லை.

எம்.எஸ்.பி. விலைக்கும் குறைவாகக் கொள்முதல் செய்வதை கிரிமினல் குற்றமாக அறிவிக்க வேண்டும் என்றும் உணவு தானியங்களை குறிப்பாக கோதுமை, நெல் ஆகியவற்றை அரசு கொள்முதல் செய்வதைக் கட்டாய மாக்கும் வகையில் புதிய சட்டம் இருக்க வேண்டும் என்று விவசாய சங்கங்கள் வலியுறுத்துகின்றன.

குறைந்தபட்ச ஆதார விலை (எம்.எஸ்.பி.) என்ற நடைமுறை விவசாயி களைப் பாதுகாப்பதற்காகக் கொண்டு வரப்பட்டது.

வெளிச்சந்தையில் சரிவு ஏற்பட்டால் நிர்ணயிக்கப்பட்ட எம்.எஸ்.பி. விலையில் வேளாண் வினைபொருளை அரசு கொள்முதல் செய்து கொள்ளும். இதனால் விவசாயிகள் நிதி இழப்பு ஏற்படாமல் காப்பாற்றப் படுகிறார்கள்.

குறிப்பிட்ட ஒரு வேளாண் விளை பொருளுக்கு நாடு முழுக்க ஒரே எம்.எஸ்.பி. அமலில் இருக்கும். வேளாண் செலவுகள் மற்றும் விலைகள் கமிஷன் அளிக்கும் தகவல்களின் அடிப்படையில் எம்.எஸ்.பி. விலையை வேளாண்மை அமைச்சகம் முடிவு செய்கிறது.

இப்போது வேளாண் பொருட்களை எம்.எஸ்.பி. விலையில் அரசு கொள் முதல் செய்கிறது. இருந்தபோதிலும் அரசு அதிகளவில் கொள்முதல் செய்யும்

கோதுமை, நெல் தவிர மற்ற பொருள்களை தனியாரிடம் எம்.எஸ்.பி. விலைக்கு விற்க முடிவதில்லை என்று விவசாயிகள் கூறுகின்றனர்.

மத்திய அரசு கொண்டு வந்துள்ள புதிய வேளாண்மைச் சட்டங்கள் ஏ.பி.எம்.சிக்கு வெளியில் எந்த விலைக்கும் விவசாயிகள் தங்கள் விளை பொருட்களை விற்க அனுமதி அளிக்கிறது. ஆனால், ஏ.பி.எம்.சி.யில் விற்றாலும் அல்லது வெளியில் விற்றாலும் எம்.எஸ்.பி. விலைக்கு உத்தரவாதம் அளிக்க வேண்டும் என்று விவசாயிகள் கேட்கின்றனர். அந்த உத்தரவாதம் இல்லாமல் போனால் விலைகளைக் குறைத்து விவசாயிகளுக்கு நெருக்கடி ஏற்படுத்துவார்கள் என்று அவர்கள் அஞ்சுகின்றனர்.

எம்.எஸ்.பி. ரத்து செய்யப்படாது என்றும் அரசின் கொள்முதல் தொடரும் என்றும் பிரதமர் கூறிவந்துள்ளார். இதுவரையில் அது குறித்து எழுத்துப் பூர்வமான உறுதியை அளிக்க அரசு தயாராக இல்லை.

தங்கள் கோரிக்கைகளை செவி சாய்த்து கேட்கவில்லை என்பதால் கோபம் அடைந்த விவசாயிகள் செப்டம்பர் 26 மற்றும் 27 தேதிகளில் டெல்லியை முற்றுகையிடப் போவதாக அறிவித்தனர்.

தலைநகர் செல்லும் நெஞ்சாலையில் தடுப்புகள் அமைத்தும், தண்ணீரைப் பீய்ச்சி அடித்தும் விவசாயிகளை ஹரியானா காவல் துறையினர் தடுத்த வீடியோக்கள் வெளியான பிறகுதான் மத்திய அரசு இதைக் கவனத்தில் எடுத்துக் கொண்டதாகத் தெரிகிறது.

பல்வேறு மாநிலங்களில் உள்ள பல்வேறு விவசாய அமைப்புகளும் அவர்களுக்கு ஆதரவு தெரிவித்துத் தங்கள் மாநிலங்களில் போராட்டங்கள் நடத்தியுள்ளன.

மூன்று வேளாண் சட்டங்களை எதிர்த்து 2020 நவம்பர் 26-ஆம் தேதி டெல்லியில் தொடங்கிய விவசாயிகள் போராட்டம் ஒரு வருடத்தை நெருங்கிக் கொண்டிருக்கிறது. சமீப ஆண்டுகளில் இப்படியொரு போராட்டத்தை உலகம் கண்டிருக்காது. ஜனநாயக ரீதியிலான விவசாயிகளின் போராட்டம் வெற்றி பெற்றிருக்கிறது.

இந்த வேளாண் சட்டங்களை பிரதமர் மோடி திரும்பப் பெறும்போது, "விவசாயிகளை எங்களால் சம்மதிக்க வைக்க முடியவில்லை. இந்தச் சட்டங்களைப் பற்றி விவசாயிகளுக்குப் புரிய வைக்கவும் முடியவில்லை" என்று தெரிவித்துள்ளார்.

சுமார் 700க்கும் மேற்பட்டோரை பலி கொண்ட இந்த விவசாயிகள் போராட்டம் மக்களிடையே பெரும் விவாதத்தையும் கவனத்தையும் கிளப்பியது.

இந்த ஒரு வருடத்தில் விவசாயப் போராட்டத்தில் நிகழ்ந்த முக்கிய சம்பவங்கள் :

மூன்று வேளாண்மைச் சட்டங்களும் நாடாளுமன்றத்தில் நிறைவேற்றப் படுவதற்கு முன்பே 2020 செப்டம்பர் 14-ஆம் தேதி டெல்லியைச் சுற்றியுள்ள பஞ்சாப், ஹரியானா மாநில விவசாயிகள் போராட்டத்தில் இறங்கினர்.

நாடாளுமன்ற மழைக்காலக் கூட்டத் தொடர் நடைபெற்றுக் கொண்டிருக்கும்போது போராட்டங்களை நடத்திக் கொண்டிருந்தனர். இதையடுத்து செப்டம்பர் 22-ஆம் தேதி இந்தச் சட்டம் நாடாளுமன்றத்தில் நிறைவேற்றப்பட்டது. செப்டம்பர் 27-ஆம் தேதி குடியரசுத் தலைவர் இந்தச் சட்டத்துக்கு ஒப்புதல் அளித்தார்.

இதையடுத்து விவசாயிகள் நவம்பர் 25-ஆம் தேதி 'டெல்லி சலோ' என்ற போராட்டத்தை அறிவித்தனர். அறிவித்ததோடு அனைத்து மாநில விவசாயி களையும் போராட்டத்தில் பங்கெடுக்குமாறு அழைப்பு விடுத்தனர்.

2020 நவம்பர் 26ல் டெல்லி சலோ போராட்டம் அறிவிக்கப்பட்டது. டிராக்டர்களிலும் பேருந்துகளிலும், கார்களிலும் டெல்லியை நோக்கி விவசாயிகள் சென்றனர்.

குறிப்பாக, பஞ்சாப், ஹரியானா, உத்தரப்பிரதேசம் மாநில விவசாயிகள் இதில் கலந்து கொண்டனர். பஞ்சாபிலிருந்து வந்த விவசாயிகளை ஹரியானா அரசு தடுத்தது. விவசாயிகள் மீது கண்ணீர் புகைக்குண்டு வீசுதல், தண்ணீரைப் பீய்ச்சி அடித்தல், தடுப்புகள் வைத்தல் என்று விவசாயிகளக்கு பல தடைகளை உருவாக்கியது. ஆனால், அதையும் மீறி விவசாயிகள் டெல்லியை நோக்கிச் சென்றனர்.

இந்தப் போராட்டத்தில் 500 விவசாய சங்கங்களிலிருந்து 20000க்கும் மேற்பட்ட விவசாயிகள் கலந்து கொண்டனர்.

2020 டிசம்பர் 30-ஆம் நாள் ஆறாம் கட்டப் பேச்சு வார்த்தையும் தோல்வியில் முடிந்தது. இந்தப் பேச்சுவார்த்தையில்தான் மின்சார சட்டத் திருத்த மசோதா சட்டமாக்கப்படாது என்றும், பஞ்சாபில் வைக்கோல் பிரிக்கும்

விவசாயிகளுக்கு அபராதமும் சிறைத் தண்டனையும் விதிக்கின்ற சட்டத்தை கைவிடுவதாகவும் மத்திய அரசு உறுதியளித்தது.

2020 டிசம்பர் 8ல் பஞ்சாப், ஹரியானா மாநில விவசாயிகளுடன் நாடு முழுவதுமுள்ள மற்ற மாநில விவசாயிகளும் போராட்டத்தில் பங்கெடுத்தனர். இதோடு நாடு முழுவதும் பாரத் பந்துக்கு அழைப்பு விடுக்கப்பட்டது. இந்த பாரத் பந்த் போராட்டத்துக்கும் பல விவசாயிகள் சங்கங்களும் எதிர்க் கட்சிகளும் ஆதரவு அளித்தன.

2021 ஜனவரி 13ல் வேளாண் சட்ட நகல்களை தீ வைத்து எரிக்கும் போராட்டம் முன்னெடுக்கப்பட்டது. இதைத் தொடர்ந்து குடியரசு தினவிழாவில் டிராக்டர் பேரணி நடத்துவது என்றும் முடிவெடுக்கப்பட்டது.

2021 ஜனவரி 16ல் டெல்லியில் போராடும் விவசாயிகளுக்கு ஆதரவாக மகாராஷ்டிரா மாநிலத்தில் விவசாயிகளுக்கான மும்பை என்ற போராட்டம் முன்னெடுக்கப்பட்டது.

2021 ஜனவரி 21ல் குடியரசு தினவிழா பேரணிக்கு டெல்லி காவல்துறை அனுமதி மறுக்கிறோம் என்று தெரிவித்தது. பிறகு டிராக்டர் பேரணிக்கு அனுமதி அளித்தது.

2021 ஜனவரி 26ல் விவசாயிகள் போராட்டம் கலவரமாக மாறி நாடே கொந்தளித்தது. விவசாயிகள் போராட்டத்தில் கலந்து கொண்ட சிலர் டெல்லி செங்கோட்டையில் ஏறி கொடியை ஏற்றியது பரபரப்பை ஏற்படுத்தியது. இதில் பல விவசாயிகள் கைது செய்யப்பட்டனர். அவர்கள் மீது வழக்குகளும் போடப்பட்டன.

2021 பிப்ரவரி 13ல் போராட்டம் குறித்து சர்வதேச சூழலியல் போராளி கிரேட்டா துன்பெர்க் ட்வீட் செய்தது பரபரப்பை ஏற்படுத்தியது.

கிரேட்டா துன்பெர்க் பதிவு செய்ய ஒரு ட்வீட்டில் டூல்கிட் என்றொரு டாகுமெண்டை ஷேர் செய்திருந்தார். அது வன்முறையையும் பிரிவினையை யும் தூண்டும் வகையில் இருந்ததாகக் கூறி டெல்லி காவல் துறை வழக்குப் பதிவு செய்தது.

இதனையடுத்து பிப்ரவரி 18-ஆம் தேதி பெங்களூரு வந்த டெல்லி காவல் துறையினர், போராட்டங்கள் நடத்தும்போது, அதில் பங்கேற்பவர்கள் செய்ய வேண்டியவை குறித்து வெளியிடப்படும் ஆவணமான டூல் கிட்டை

உருவாக்கி விவசாயிகளுக்குப் பகிர்ந்ததற்காக கால நிலை சுற்றுச்சூழல் போராளி திஷா ரவியைக் கைது செய்தனர்.

மத்திய வேளாண் அமைச்சர் ஹம்சிரத் கவுர் தன்னுடைய மத்திய அமைச்சர் பதவியை ராஜினாமா செய்தார். பஞ்சாப் மாநில முன்னாள் முதல்வர் சுக்பர் சிங் பாதல் தன்னுடைய பத்மஸ்ரீ விருதைத் திருப்பியளித் தார்.

இங்கிலாந்து நாடாளுமன்றத்தில் இந்திய விவசாயிகள் போராட்டத்தைப் பற்றி விவாதிக்கும் அளவுக்குச் சென்றது.

விவசாயிகள் போராட்டத்தைப் பற்றி விவாதிக்கும் அளவுக்குச் சென்றது.

விவசாயிகள் போராட்டம் காரணமாக ஒன்னரை ஆண்டுகளுக்கு வேளாண் சட்டங்களை அமல்படுத்தப் போவதில்லை என்று அறிவித்தது மத்திய அரசு. ஆனால், இதை விவசாயிகள் ஏற்கவில்லை.

2021 அக்டோபர் 3-ஆம் தேதியன்று உத்தரப்பிரதேச மாநிலம் லக்கீம்பூர் கெரியில் அக்டோபர் 3-ஆம் தேதி பி.ஜே.பி. அமைச்சரின் மகனால் விவசாயிகள் 3 பேரும் தனியார் டி.வி. நிருபரும் கார் ஏற்றிக் கொல்லப் பட்டனர்.

இதனால் ஏற்பட்ட கலவரத்தில் காரை ஒட்டி வந்த டிரைவர் உள்ளிட்ட 3 பேர் கொல்லப்பட்டனர். எதிர்க்கட்சிகள், விவசாய சங்கங்கள், பல்வேறு அமைப்புகள், மாநில முதல்வர்கள் எனப் பல்வேறு தரப்பினரும் இந்தக் கொடும் சம்பவத்துக்கு கண்டனம் தெரிவித்துள்ளனர்.

உச்சநீதிமன்றம் தானாக முன் வந்து இந்த வழக்கு சம்பந்தமாக என்ன செய்திருக்கிறீர்கள்? ஏன் அசட்டையாகக் கையாள்கிறீர்கள் என்று உத்தரப் பிரதேச அரசைக் கேட்டது. இன்றுவரை இந்தச் சம்பவத்தில் விவசாயிகளுக் கான நியாயம் கிடைக்கவில்லை.

2021 நவம்பர் 19ஆம் தேதி மூன்று வேளாண் சட்டங்களையும் பிரதமர் மோடி திரும்பப் பெறுவதாக அறிவித்தார். மோடியின் இதயத்திலிருந்து இது உதிக்கவில்லை. மோடியின் ஆணவம் தலை குனிந்தது என்ற எதிர்க்கட்சி யினர் கருத்து தெரிவித்தனர்.

மக்களின் எதிர்ப்பை மீறி எந்தச் சட்டத்தையும் நிறைவேற்ற முடியாது என்பதை மீண்டும் விவசாயிகளின் போராட்டம் நிரூபித்துள்ளது.

விவசாயிகளின் நலனுக்காக, வருவாயை அதிகரிக்க என்று அடைமொழி களுடன் அறிமுகப்படுத்தப்பட்ட புதிய மூன்று வேளாண் சட்டங்களும் நவம்பர் 29-ஆம் தேதி பாராளுமன்றத்தில் ரத்து செய்யப்படுவதாக பிரதமர் நரேந்திரமோடி அறிவித்தியுள்ளார்.

போராட்டத்தில் உயிரிழந்த விவசாயிகளுக்கு இந்த வெற்றியை சமர்ப்பிப்பதாக விவசாயிகள் சங்கம் தெரிவித்துள்ளன.

•

17

சீனா – இந்தியா நதிநீர் உரசல்

அண்டை நாடான சீனாவுக்கும் நம் நாட்டுக்கும் நீண்ட காலமாக எல்லை பிரச்சனை உள்ளது. அருணாசலப் பிரதேசத்தை ஒட்டிய எல்லைப் பகுதிகளில் இரு நாட்டு ராணுவத்தினர் இடையே அவ்வப்போது உரசல் ஏற்படுவது வழக்கமாகி விட்டது.

நம் நாட்டின் சிக்கிம் மாநில எல்லைப் பகுதியில் உள்ள டோக்லாம் பகுதியில் இந்தியா - சீனா இடையே தீர்க்கமான எல்லை வரையறுக்கப் படாத நிலையில் சமீபத்தில் சாலையை அகலப்படுத்தும் முயற்சியில் சீனர்கள் ஈடுபட்டனர். அதற்கு இந்தியா கடும் எதிர்ப்பு தெரிவித்தது.

இருதரப்பு ராணுவமும் எல்லைப் பகுதியில் குவிக்கப்பட்டதால் பல நாட்களாக பதற்றம் நிலவியது. இரு தரப்பு உயரதிகாரிகள் பேச்சு நடத்தி பின் இரு நாடுகளின் ராணுவ வீரர்களும் அங்கிருந்து வாபஸ் பெறப் பட்டனர்.

இந்நிலையில் இரு நாடுகள் இடையே ஓடும் பிரம்மபுத்ரா சட்லெஜ் நதிநீர் தொடர்பான தகவல்களைத் தெரிவிக்காமல் சீனஅரசு இழுத்தடித்து வருகிறது.

இந்த நதிகள் தொடர்பாக இரு நாடுகள் இடையே செய்யப்பட்டுள்ள பரஸ்பர ஏற்பாட்டின்படி இந்த நதிகளின் நீர்மட்டம், நதிகளில் இருந்து வெளியேற்றப்படும் நீரின் அளவு, நதிகளின் நீர்ப்பிடிப்பு பகுதிகளில் பெய்யும் மழை குறித்த தகவல்களை ஒவ்வொரு ஆண்டும் மே - அக்டோபர் வரையிலான ஐந்து மாதக் காலத்தில் இந்தியாவுடன் சீனா பகிர்ந்து கொள்ள வேண்டும்.

இந்த இரு நதிகளும் சீனாவில் உற்பத்தியாகி இந்தியாவில் பாய்கின்றன. இரு நதிகளில் வெள்ளம் ஏற்படும் சூழ்நிலை ஏற்பட்டால் சீனா அளிக்கும் தகவல்கள் அடிப்படையில் முன்னெச்சரிக்கை நடவடிக்கைகளை இந்தியா மேற்கொள்ளும். ஆனால், நிர்ணயிக்கப்பட்ட ஐந்து மாத காலத்தில் நதிநீர் தொடர்பான தகவல்களை சீனா பகிர்ந்து கொள்ளத் தவறிவிட்டது.

டோக்லாம் விவகாரத்தில் சுமூக நிலை ஏற்பட்டபின் இந்தத் தகவல்களை சீனா பகிர்ந்து கொள்ளும் என நம் அதிகாரிகள் எதிர்பார்த்தனர்.

ஆனால், பிடிவாதமாக சீனா மவுனம் சாதித்து வருகிறது. பிரம்ம புத்ரா நதி நீரை இந்தியாவுக்குள் பாய விடாமல் தங்கள் எல்லைக்குள் வறட்சியான பகுதிகளுக்கு திருப்பி விடும் வேலையை சீனா மேற்கொள்ளும் அச்சமும் நம் அதிகாரிகள் மத்தியில் காணப்படுகிறது.

பிரம்மபுத்ரா சட்லஜ் நதிகள் குறித்த தகவல்களைப் பகிர்ந்து கொள்வதற் கான ஒப்பந்தம் இந்தியா - சீனா இடையே 2002ல் கையெழுத்தானது. சீனாவின் கட்டுப்பாட்டில் உள்ள திபெத்தில் நுகேஷா, யாங்கன், நுக்ஸியா ஆகிய மூன்று இடங்களில் அமைக்கப்பட்டுள்ள தகவல் சேகரிப்பு மையங் களில் நதிநீர் இருப்பு, வெள்ளம் குறித்த தகவல்கள் சேகரிக்கப்படுகின்றன.

இந்தியாவின் மத்திய நீர் கமிஷன் சீனா அளிக்கும் தகவல்களைப் பயன் படுத்தி வெள்ளப்பெருக்கு தொடர்பான எச்சரிக்கைகளை விடுக்கும். அதற்கேற்ப முன்னெச்சரிக்கை நடவடிக்கைகள் மேற்கொள்ளப்படும்.

சீனாவுக்கு எப்போதுமே பிரம்மபுத்திரா நதி மீது ஒரு கண். அந்த நதியின் குறுக்கே அணைகளைக் கட்டி இந்தியாவை சீண்டிக் கொண்டே இருக்கிறது.

உலகின் மிக உயரமான சாங்குமு அணையை பிரம்மபுத்திராவின் குறுக்கே கட்டி 250 கோடி கிலோ வாட் மின் உற்பத்தி செய்கிறது. தவிர 32க்கும் அதிக மான அணைகளைக் கட்டவும் திட்டமிட்டிருக்கிறது.

பிரம்மபுத்திரா இமயமலையில் கடல் மட்டத்திலிருந்து 14800 அடி உயரத்தில் உற்பத்தியாகி சீன எல்லைக்குள் இருக்கும் திபெத் அருணாச்சல பிரதேசம் அஸ்ஸாம் வழியாக வங்க தேசத்தில் ஓடி அங்கேயே வங்கக் கடலில் கலக்கிறது. இதன் மொத்த நீளம் 2840 கிலோ மீட்டர்.

இந்தியாவை சீண்டி வரும் சீனா இந்த பிரம்மபுத்திரா நதியின் தண்ணீரைத் திருடி மறைமுக யுத்தத்தைத் தொடங்க முயற்சித்திருக்கிறது.

சீனா தொடங்க இருக்கும் இந்தப் புதிய திட்டத்திற்கு 'திபெத் - ஜின்ஜியோ குகை கால்வாய் திட்டம்' என்று பெயர். அதாவது தெற்கு திபெத்தில் அருணாச்சல பிரதேசத்தை ஒட்டிய சங்கரி என்ற இடத்தில் பரந்து விரிந்து ஓடும் பிரம்மபுத்திரா நதியின் நடுவில் செயற்கை தீவு அமைத்து குகைக் கால்வாய் தோண்டி சுமார் 1000 கி.மீ. தொலைவிலுள்ள ஜின்ஜியாங் மாகாணத்தின் வடபகுதியான கோடி பாலைவனத்திற்கும் தெற்கில் உள்ள தக்ளிமேக்கன் பாலைவனத்திற்கும் தண்ணீரைத் திருப்பி விடுவதுதான் இத்திட்டம். இதன் மூலம் அப்பகுதியில் மக்களைக் குடியேற்றுவதுதான் சீனாவின் நோக்கம்.

ஒரு கிலோ மீட்டர் நீள குகைப்பாதை அமைக்க 150 மில்லியன் டாலர் செலவாகும். 1000 கிலோ மீட்டருக்கு சுமார் 150 பில்லியன் டாலர் செல வாகும் என்று குகைப்பாதை வல்லுனர் குழு திட்ட மதிப்பீடு செய்துள்ளது. இத்திட்டம் நிறைவேற்றப்பட்டால் ஆண்டுக்கு 10 பில்லியனிலிருந்து 15 பில்லியன் டன் தண்ணீர் சீனாவுக்கு மடை மாற்றி விட வாய்ப்புள்ளது.

ஏற்கனவே இரண்டு குகைப்பாதை திட்டங்களில் வெற்றியடைந்துள்ள தால் தற்போது திபெத் - ஜின்ஜியாங் குகைப் பாதை திட்டத்தைக் கையில் எடுத்திருக்கிறது சீன அரசு. பிரம்மபுத்திரா நதி விவகாரத்தில் இந்தியா இன்னும் எச்சரிக்கையாக இருக்க வேண்டிய காலக் கட்டம் இது.

புதிய குகைப்பாதை அமைப்பதன் மூலம் சீனா இந்தியாவுக்கு எதிரான தண்ணீர் யுத்தத்தைத் துவங்கியுள்ளது.

சீனாவின் புதிய குகைப்பாதை 15 முதல் 20 மீட்டர் அகலம் உடையதாக இருக்கும் எனப்படுகிறது. அப்படியானால் உலகின் மிக உயரமான கண்டத் திட்டுகள் இரண்டாகப் பிளக்கும் அபாயம் உள்ளது. அப்படி கண்டத் திட்டுகள் பிளந்தால் உலகின் தட்பவெப்ப நிலையே மாறக்கூடிய அபாயம் இருப்பதாகக் கூறப்படுகிறது.

18

வாஜ்பாயின் கனவுத் திட்டம்

நாட்டில் விவசாயிகளையும், விவசாயத்தையும் காப்பாற்ற நதிநீர் இணைப்பு மட்டுமே காலத்தின் கட்டாயம். அதுதான் நிரந்தரத் தீர்வு.

கங்கை இங்கே வர வேண்டும், வங்கக் கடலைத் தொட வேண்டும் என்ற முழக்கம் கவனத்தில் கொள்ள வேண்டியது.

கங்கை மட்டுமல்ல மகாநதி, கோதாவரி, கிருஷ்ணா, பாலாறு, காவிரி நதிகள் இணைக்கப்பட வேண்டும் என்பது நீண்ட நாளையக் கோரிக்கை. கங்கை நதியை இணைக்க முடியாவிட்டால் குறைந்தபட்சம் தென்னிந்திய நதிகளையாவது இணைக்க வேண்டும் என்ற கோரிக்கை பிரதானப்படுத்தப் பட்டது.

நதிகளை இணைக்கும் திட்டத்தை 2002-ஆம் ஆண்டு அக்டோபர் மாதம் பிரதமர் வாஜ்பாய் அறிவித்து அதற்கான செயல் திட்டக் குழுவையும் அமைத்தார். அதனை மத்திய அரசாங்கம் நிறைவேற்ற வேண்டும்.

நதிகளை இணைக்கும் திட்டம் வாஜ்பாயின் கனவுத்திட்டம் என்ற வகையிலும் நாடு முழுவதும் உள்ள விவசாயிகளின் வாழ்வில் வளம் சேர்க்கும் வகையிலும் இந்தத் திட்டத்தை நிறைவேற்ற வேண்டும் என்ற அனைத்து கட்சிகளும் வலியுறுத்தி வருகின்றன.

தமிழக நதிகளை இணைத்தாலே ஆண்டுக்கு ரூ.5 ஆயிரம் கோடி வருமானம் வரும் என்று மறைந்த முன்னாள் ஜனாதிபதி அப்துல் கலாம் தெரிவித்துள்ளார்.

தமிழக நதி நீர் இணைப்பை 5 கட்டங்களாக நிறைவேற்ற முடியும். முதல் கட்டமாக மேட்டூரையும், வைகையையும் இரண்டாம் கட்டமாக மேட்டூரையும் பாலாறையும் மூன்றாம் கட்டமாக வைகையையும் தாமிர பரணியையும் நான்காம் கட்டமாக தாமிரபரணியையும் பெருஞ்சாணியை யும் ஐந்தாம் கட்டமாக சமகாலத்தில் ஆறுகளையும், ஏரி, துணை ஆறுகளை யும் ஆங்காங்கே இணைக்க வேண்டும். இதனை 10 ஆண்டுகளுக்குள் நிறைவேற்ற முடியும் என்பது அப்துல் கலாம் ஆலோசனை.

இதனை கொள்கையளவில் ஏற்று தமிழக அரசுதான் தமிழக நதிநீர் இணைப்புக்கு முன் முயற்சி எடுக்க வேண்டும்.

நாட்டின் வடக்கு மற்றும் வடகிழக்கு மாநிலங்களில் மூன்று ஆண்டுகளாக பருவமழை பொய்த்ததால் கடும் வறட்சி நிலவியது. அதற்கு நேர்மாறாக இந்த ஆண்டு கொட்டித் தீர்த்த கனமழையால் பெரும்பாலான மாநிலங்களில் வெள்ளப் பெருக்கு ஏற்பட்டு கோடிக்கணக்கானோர் பெரும் பாதிப்புக் குள்ளாகியுள்ளனர்.

உத்தரப்பிரதேசம், பீஹார், வடகிழக்கு மாநிலங்களான அசாம், மணிப்பூர், நாகலாந்தில் பெய்த கனமழையால் அந்த மாநிலங்கள் வெள்ளத்தில் மிதந்தன.

மகாராட்டிர மாநிலம் மும்பையில் சமீபத்தில் ஒரே நாளில் கொட்டித் தீர்த்த கனமழையால் மக்களின் இயல்பு வாழ்க்கை பாதிக்கப்பட்டது.

அதே மாநிலத்தில் கடந்த ஆண்டு ஏற்பட்ட கடும் வறட்சியால் ஆயிரக் கணக்கான விவசாயிகள் வாழ்வாதாரத்தை இழந்து பலரும் தற்கொலைக்கு தள்ளப்பட்டனர்.

நீர்ப்பற்றாக்குறையால் ஏற்படும் வறட்சி, அதிக நீர்வரத்தால் ஏற்படும் வெள்ளத்திலிருந்து மக்களைக் காக்க தேசிய நதிகளை இணைக்கும் திட்டத்தை நிறைவேற்றும் முனைப்புடன் மத்திய அரசு செயல்படத் துவங்கி உள்ளது.

பல துறைகளின் தடையில்லா சான்றுகள் கிடைத்துள்ள நிலையில் முதற்கட்டமாக உத்தரப்பிரதேசம் மத்திய பிரதேசம் இடையே பாயும் நதிகளை இணைக்கும் பணிகள் துவங்க உள்ளது.

முதற்கட்டமாக உத்தரப்பிரதேசம், மத்தியப் பிரதேசம் பகுதியில் பாயும் கென் - பெட்வா நதிகள் இணைப்புப் பணிகள் மேற்கொள்ளப்படும். காடுகள், புலிகள் சரணாலயம், பல கிராமங்கள் இடையே நதிகள் இணைப்புப் பணி நடக்க உள்ளதால் இத்திட்ட வரைபடத்தின் கீழ்வரும் 10 கிராமங்களைச் சேர்ந்த ஆயிரக்கணக்கானோர் வேறு இடங்களில் குடியமர்த்தப்படுவர்.

காட்டப் பகுதியில் அணை மற்றும் நீர்வழித் தடம் அமைக்கப்பட்டாலும் வனவிலங்குகளுக்கோ இயற்கை தகவமைப்பிற்கோ எவ்வித இடைஞ்சலும் இல்லாத வகையிலும் இத்திட்டம் செயல்படுத்தப்படும்.

இதன்படி நாட்டின் பல மாநிலங்களில் 60 நதிகளை இணைக்க மத்திய அரசு திட்டமிட்டுள்ளது.

கடந்த 2002ல் பாரதிய ஜனதாவைச் சேர்ந்த வாஜ்பாய் பிரதமராக இருந்த போதே நதிகள் இணைப்புத் திட்டத்தை செயல்படுத்த தீவிர முயற்சி மேற்கொள்ளப்பட்டது.

எனினும், அந்த நேரத்தில் பல மாநிலங்களில் வெவ்வேறு அரசியல் கட்சிகள் ஆட்சி செய்ததால் அந்தந்த மாநில அரசுகள் நதிகள் இணைப்பு திட்டத்திற்கு எதிர்ப்பு தெரிவித்தன.

ஆனால், தற்போது பெரும்பாலான மாநிலங்களில் பாரதிய ஜனதா ஆட்சி செய்வதால் இந்தச் சூழ்நிலையில் தேசிய நதிகள் இணைப்புத் திட்டத்தை செயல்படுத்துவதில் சிரமம் இருக்காது.

நதிநீர் இணைப்பு திட்டத்தில் மிகப்பெரிய அணைகள் கட்டப்படுவதன் மூலம் அதிகளவு மின் உற்பத்தி செய்யப்படும். இதன் மூலம் மின்பற்றாக் குறை மாநிலங்களுக்கும் மின்சாரம் கிடைக்கும்.

பூமிக்கடியில் ராட்சத குழாய்கள் அமைக்கப்பட்டு அதன் வழியே நதிநீர் வழிப்பாதை உருவாக்கப்பட்டு பிற நதிகளுடன் இணைக்கும் திட்டமும் உள்ளது.

19

மண்ணுள் புதைந்து போன பிரம்மாண்ட ஏரி மீட்கப்பட்ட கதை

தமிழகத்தில் இருந்த இடம் தெரியாமல் தண்ணீர் தங்கிய தடம் தெரியாமல் மொத்தமாக மண்ணுக்குள் புதைந்து போன பிரம்மாண்டமான ஏரி ஒன்று மீட்கப்பட்டுள்ளது.

மீட்கப்பட்ட ஏரியில் தற்போது கடல்போல தண்ணீர் ததும்பி நிற்கிறது. கடந்த 50 ஆண்டுகளுக்கும் மேலாக வறட்சியில் தவித்துக் கொண்டிருந்த 15 கிராமங்கள் நெல், வாழை, கரும்பு என இரு போகத்துக்கு அங்கே மாறி யுள்ளன. அரை நூற்றாண்டுக்குப்பின் அங்கே வசந்தம் திரும்பியிருக்கிறது.

2005-ஆம் ஆண்டு கண்ணுக்கெட்டிய தூரம் வரை விரிந்து கிடந்தது புதர்க்காடு அங்கே. நிலக்கரி சுரங்க எரி கோபுரங்களில் இருந்து அங்கே வெண்புகை சதா கசிந்து கொண்டிருந்தது.

அச்சமயம் நெய்வேலி சுற்றுவட்டார கிராமங்களில் கடும் வறட்சி தாண்டவமாடிக் கொண்டிருந்தது.

பரவனாற்றில் தண்ணீர் பார்த்து பல ஆண்டுகளாகி விட்டதால் கம்மாபுரம், கொம்பாடி குப்பம் ஆகிய ஏரிகள் அழிந்தே போயிருந்தன. ஓரளவாவது தண்ணீர் இருக்கும் வெல்லிங்டன் ஏரியும், பெருமாள் ஏரியும் கூட காய்ந்து கிடந்தன.

கடலூர் மாவட்ட ஆட்சியராக இருந்த ககன் தீப் சிங் பேடி ஒருமுறை நெய்வேலி நிலக்கரி சுரங்க திட்ட பொறியாளர் துரைக்கண்ணுவிடம் ஒரு விசயத்தைக் கூறியிருந்தார் : நிலக்கரி சுரங்கத்திலிருந்து சேற்றை வெளி யேற்றுகிற அந்த இடம் சாதாரணமானது கிடையாது. சுமார் 60 வருசத்துக்கு முன்பு அழிந்து போன 1664 ஏக்கர் பரப்பளவு கொண்ட பிரம்மாண்டமான ஏரி அது.

அதில் 12 வாய்க்கால்கள், 15 கதவுகள் கொண்ட கதவணை இருந்திருக் கின்றன. ஆவணங்களில் வாலஜா ஏரி என்கிற குறிப்பைத் தவிர வேறு எதுவும் இன்று இல்லை. ஒரு காலத்தில் அந்த ஏரி மூலம் முப்போகம் விளைவித்திருக் கிறார்கள்.

இன்றும் ஏரியின் மதகுகள், இரும்புக்கதவுகள் எங்கேயோ புதருக்குள் கிடைக்கலாம். மீண்டும் அங்கே ஆழப்படுத்தி ஏரியை மீட்டு விட்டால் கடலூரில் வறட்சிக்கே இடமிருக்காது.

கடலூர் மாவட்டத்தில் ஓடும் பரவனாறுதான் அங்கிருக்கும் ஏரிகளுக் கெல்லாம் நீர் ஆதாரம். கம்மாபுரம் ஏரி, கொம்பாடி குப்பம் ஏரி, வாலாஜா ஏரி, பெருமாள் ஏரி ஒவ்வொன்றாக நிரப்பிவிட்டுதான் பரவனாறு கடலுக்குச் செல்கிறது.

வாலாஜா ஏரிக்கு பரவனாற்றின் தண்ணீர் மட்டுமின்றி கூடுதலாக வெள்ளாறு - ராஜன் வாய்க்கால் மூலம் மேட்டூர் கல்லணை வழியாக காவிரியின் தண்ணீரும் கிடைத்துக் கொண்டிருந்தது.

இதிலிருந்தே தமிழகத்தின் ஆறுகளுக்கும் ஏரிகளுக்கும் இருந்த அல்லது அறுந்து போன தொடர்புகளைப் புரிந்து கொள்ளலாம்.

நெய்வேலி லிக்னைட் நிறுவனம் நிலக்கரி வெட்டி எடுக்கும்போது வெளி யேறும் நிலத்தடி நீரைச் சேற்றுடன் பரவனாற்றில் வெளியேற்றியது.

அது வாலாஜா ஏரி வழியாக பெருமான் ஏரிக்குச் சென்று கடலில் கலந்தது. இதனால் வாலாஜா ஏரி தூர்ந்து, ஒரு கட்டத்தில் இருந்த இடம் தெரியால் மண் மேடாகி அழிந்தே போனது.

எனவே, சுரங்க நிர்வாகமே அந்த ஏரியை மீட்க வேண்டும் என்பதில் உறுதியாக இருந்தார் அன்றைய கடலூர் மாவட்ட ஆட்சியர் ககன்தீப் சிங் பேடி.

அனைத்துப் பொதுத்துறை நிறுவனங்களும் தங்களது லாபத்தில் குறிப்பிட்ட சதவீதத்தை அந்த நிறுவனம் இயங்கும் பகுதி மக்களின் கல்வி சமூகம் மற்றும் வாழ்வாதார மேம்பாட்டுக்கென சமூக பொறுப்புணர்வு நிதியாக செலவிட வேண்டும் என்பது அரசு விதி.

அதன்படி நெய்வேலி சுரங்க நிறுவனமும் ஆண்டுதோறும் தனது லாபத்தில் 10 சதவீதத்தை செலவிட்டு வந்தது. ஆனாலும், அவை தையல் இயந்திரங்கள் கொடுப்பது, குடிநீர் தொட்டி கட்டுவது, இலவச நோட்டுப் புத்தகங்கள் கொடுப்பது என்பதாக மட்டுமே இருந்தன.

வாலாஜா ஏரியின் மொத்த பரப்பான 1664 ஏக்கரையும் மீட்க வேண்டும் என்றால் அதற்கு ரூ.60 கோடிக்கும் அதிகமான நிதி தேவை. அவ்வளவு பெரிய தொகையை என்.எல்.சி. ஒதுக்குவது சாத்தியமில்லை. எனவே, பகுதி பகுதியாகவேணும் ஏரியை மீட்க வேண்டும் என்பது ககன் தீப்சிங் பேடியின் திட்டமாக இருந்தது. 2003-ஆம் ஆண்டு தொடங்கி 2013-ஆம் ஆண்டுவரை 10 ஆண்டுகள் அவர் எவ்வளவோ முயற்சித்தும் பணிகள் நகரவில்லை.

இன்னொரு பக்கம் கடும் வறட்சியால் பாதிக்கப்பட்டது கடலூர் மாவட்டம். விவசாயிகள் தொடர் போராட்டங்களை நடத்தினார்கள்.

மிகப்பெரிய திட்டம் என்பதால் ஏரியின் நான்கில் ஒரு பகுதியை மீட்க வேண்டும் என்றாலும்கூட குறைந்தது ரூ.10 கோடி தேவை. ஏரிப்பகுதியை ஆய்வு செய்த மாவட்ட நிர்வாகம் ரூ.13.72 கோடிக்குத் திட்ட மதிப்பீட்டை தயார் செய்தது. நீண்ட இழுபறிக்குப் பின்னர் முழுப்பணத்தையும் முதலீடு செய்வதாக சம்மதம் தெரிவித்தது என்.எல்.சி. நிர்வாகம்.

ஒரு வழியாக 2014-ஆம் ஆண்டு மார்ச் மாதம் 13ஆம் தேதி ஏரியைத் தோண்டும் பணிகள் தொடங்கின. பணியை முன்னின்று செய்தவர் திட்டப் பொறியாளர் துரைக்கண்ணு.

அவர் கூறும்போது, "மிகப்பெரிய ராட்சத இயந்திரங்களாலேயே அந்த புதர்க் காட்டுக்கள் நுழைய முடியவில்லை. மேலும், அந்த இடம் சதுப்பு நிலமாக இருந்ததால் வண்டிச் சக்கரங்கள் மண்ணுக்குள் புதைந்து விடும். பல சமயம் பாம்புகள் வண்டிக்குள்ளேயே ஏறிடும். புதர்களை வெட்டி போட்டுக் கொண்டே வந்தபோது ஓர் இடத்தில் துருப்பிடித்த நிலையில் 15 கதவுகள் கொண்ட மிகப்பெரிய ஷட்டர் கிடந்தது.

அங்கே 1851 என்று பொறிக்கப்பட்ட கல்வெட்டு இருந்தது. ஏரியை உருவாக்கின ஆண்டு அது.

வேலை தொடங்கிய பத்தாவது நாளிலேயே பெரிய மழை. ஏற்கனவே சதுப்பு நிலத்துல மண்ணைத் தோண்டி குவிச்சிருந்ததாலே அதுவும் சரிந்து பெரிய புதைகுழி போல ஆகிவிட்டது. கொஞ்சம் தவறினாலும் வண்டிகள் பூமிக்குள் புதைஞ்சிடும். வேலை மொத்தமாக நின்றுவிட்டது.

ஆழம் தெரியாமல் காலை விட்டு விட்டோமோ என்ற சந்தேகம் வந்து விட்டது. புதுசா ஒரு திட்டம் போட்டோம். ஏரியை இரண்டாகப் பிரித் தோம். ஏரியோட ஒரு பக்கம் ஓரளவு காய்ந்த நிலமாக இருந்தது. இன்னொரு பக்கம் சுரங்கத்துல இருந்து வெளியேறித் தண்ணீர் வந்து கொண்டிருந்தது.

இரண்டுக்கும் நடுவில் மிகப்பெரிய மண் சுவரை எழுப்பினோம். முதலில் காய்ந்த நிலத்தில் தூர் வாரத் தொடங்கினோம். சதுப்பு நிலப் பகுதியில் சில நவீனத் தொழில்நுட்பங்களைப் பயன்படுத்தி சேத்துல இருந்து தண்ணீரை மட்டும் வடிகட்டி அதை பெருமாள் ஏரிக்கு அனுப்பினோம். காய்ந்த நிலத்தை வெட்டி முடிக்கறதுக்குள்ள சதுப்பு நிலம் முழுமையாக காய்ந்து விட்டது. அதையும் வெட்டி முடித்தோம்.

அடுத்து கால்வாய்கள் தூர் வாரும் பணி மொத்தம் 12 கால்வாய்கள். ராஜன் கால்வாய் தண்ணீரும், சுரங்கத்திலிருந்து வெளியேற்றுகிற நிலத்தடி தண்ணீரும் அந்தக்கால்வாய்களில் விவசாயத்துக்காகப் போய்க் கொண்டிருந் தது. கால்வாய்களையம் தூர் வார ஒரு வருஷமாகும். வேலையைத் தொடங்கினால் ஒரு வருசத்துக்கு விவசாயிகளுக்குத் தண்ணீர் கிடைக்காது.

சுமார் 15 கிராமங்கள். எல்லோரும் வறட்சியால் பாதிக்கப்பட்டிருக்கிற சிறு விவசாயிகள். ஒரு வருஷம் விளைச்சல் இல்லைன்னா அவங்க வயித்துப்பாடு என்னாகுமோன்னு கலக்கமாக இருந்தது.

ஒருநாள் ஊர்க் கூட்டத்தைக் கூட்டி இதைத் தயக்கத்தோட விவசாயிகள்கிட்ட சொன்னோம். ஆனால், நாங்களே எதிர்பார்க்காத மாதிரி ஊர் நன்மைக்காக ரெண்டு வருசம் கூட வயித்தை காயப்போட நாங்கள் தயார்னு சொன்னார்கள். எங்களுக்குக் கண்ணீர் வந்திடுச்சு. கலெக்டரும் கண் கலங்கிட்டாரு.

எங்களுக்கு இது நாள்வரைக்கும் இல்லாத அளவுக்கு மிகப்பெரிய வேகம் ஏற்பட்டிருச்சு. கூலித் தொழிலாளர்கள் தொடங்கி இன்ஜினியர் வரைக்கும்

பல நாட்கள் யாரும் வீட்டுக்குப் போகலை.

ஏரிக்கரையிலேயே கொட்டகையைப் போட்டு அங்கேயே தங்கினோம். அங்கேயே சாப்பிட்டோம். ராப்பகல் பார்க்காமப் பேய் மாதிரி வேலை நடந்தது.

ஒரு வருசம்னு நிர்ணயிச்ச வேலையை நாலே மாசத்துல முடிச்சோம். பழைய ஷட்டரைப் பெயர்த்து எடுத்துட்டு புதுசா 15 கதவுகளைக் கொண்ட ஷட்டரைப் பொருத்தினோம்.

இறுதியாக கரைகளை எழுப்பற வேலை. ஏரியில வாருன மண்ணைக் கொண்டே நான்கு கிலோ மீட்டர் நீளத்துக்கு மிகப்பெரிய கரையை எழுப்பினோம். கரைச் சரிவில் வனத்துறையினர் 40000 தேக்கு மரக்கன்றுகளை நட்டாங்க.

ஏரியின் ஒரு பக்கம் ஒன்றரை மீட்டர் ஆழம் தொடங்கி மறுபக்கம் அரை மீட்டர் வரை 23 லட்சம் கன மீட்டர் (400 ஏக்கர்) தோண்டி முடிச்சோம். இதன் மூலம் ஏரியின் மொத்த ஆழம் 5 மீட்டர் ஆனது. இதில் 4.5 மீட்டர் வரைக்கும் 22 லட்சம் கன மீட்டர் தண்ணீர் தேக்கலாம்" என்றார்.

அந்த ஊரின் விவசாய சங்கச் செயலாளர் கூறும்போது, "எனது இளம் வயதில் அந்த ஏரியில் குதித்து நீந்தியிருக்கிறேன். அதன் பின்பு பொட்டல் காடாக அந்த இடம் மண்மூடி விட்டது. எனது ஆயுளுக்குள் அந்த ஏரியை மீண்டும் பார்ப்பேன் என்று நினைத்துக்கூட பார்க்கவில்லை.

இப்போது ஏரி கடல் போல காட்சியளிக்கிறது. இதனால் எங்கள் பகுதியில் 2000 ஏக்கர் நன்செய் நிலங்கள் பாசன வசதி பெறுகின்றன" என்றார்.

வாலாஜா ஏரியை வெட்டியது யார் என்பது குறித்த தகவல்கள் தெளிவாக இல்லை. 17ம் நூற்றாண்டில் ஒடிசா முதல் தமிழகத்தின் தென்பகுதி வரை முகமது அலிகான் வாலாஜா நவாப் ஆட்சி செய்தார்.

இவரது விருப்பத்தின் பெயரில்தான் ஆங்கிலேயர்கள் சென்னையில் ஜார்ஜ் கோட்டையைக் கட்டினர்.

இந்த ஏரி ஆங்கிலேயர் காலத்தில் கட்டப்பட்டிருக்கலாம். வாலாஜா நவாப் முகமது அலி மீதுள்ள அபிமானம் காரணமாக அப்பெயர் இந்த ஏரிக்கு வைக்கப்பட்டிருக்கலாம்.

20

நீர்த்தோழிகள் அமைப்பு

மத்திய பிரதேசத்தின் ஆறு மாவட்டங்கள் மற்றும் உத்தரப் பிரதேசத்தின் ஏழு மாவட்டங்கள் என பதின்மூன்று மாவட்டங்களில் புந்தேல்கண்ட் பரவியுள்ளது.

வறட்சிக்கும் விவசாயிகள் தற்கொலைக்கும் இப்பகுதி பெயர் பெற்றதாக உள்ளது. இங்கு நீர்த்தோழிகள் (ஜல்சஹேலிஸ்) என்ற பெண்கள் அமைப்பு தண்ணீர் பிரச்சனையைத் தீர்ப்பதில் சாதனை புரிந்து வருகிறது.

உ.பி.யின் புந்தேல்கண்ட் மாவட்டங்களில் ஒன்றான ஜலோனில் பர்மார்த் சமாஜ் சேவி சன்ஸ்தான் என்ற சமூக சேவை அமைப்பு செயல்பட்டு வருகிறது.

இதன் சார்பில் புந்தேல்கண்ட் கிராமங்களில் பெண்களைத் தேர்வு செய்து நீர்த்தோழிகள் அமைப்பு உருவாக்கப்பட்டுள்ளது.

இந்தக் குழுக்குள் கிராமங்களுக்குச் சென்று அங்குள்ள பெண்கள் உதவி யுடன் குளம் மற்றும் கிணறுகளைத் தூர் வாரி வருகின்றனர்.

இதனால் மழைநீர் சேகரிக்கப்பட்டு கால்நடை வளர்ப்பவர்களும் விவசாயி களும் பலனடைந்து வருகின்றனர். இப்பெண்கள் பல ஆண்டுகளாக பழுதடைந்துள்ள கைப் பம்புகளையும் சீரமைத்து வருகின்றனர்.

சந்திரபூர் என்ற கிராமத்தில் இரு ஏக்கரின் அமைந்துள்ள குளத்தை இந்த அமைப்பினர் முதலாவதாக தூர் வாரி அதில் மழைநீர் சேமிக்க செய்தனர்.

இதில் கிடைத்தப் பலனால் நீர்த்தோழிகளின் பணி அதைச் சுற்றியுள்ள சுமார் 150 கிராமங்களுக்கும் பரவியுள்ளது.

காய்கறி பயிர் செய்து புந்தேல்கண்ட் விவசாயிகளுக்கு கனவாக இருந்து வந்தது. இப்போது நீர்த்தோழிகளின் அரிய பணியில் விவசாயிகள் பலர் காய்கறி பயிர் செய்ய முன்வந்துள்ளனர்.

ஜலோன், லலித்பூர், ஜான்சி, ஹமீர்பூர் ஆகிய மாவட்டங்களில் நீர்த் தோழிகள் சேவை புரிந்து வருகின்றனர்.

இவர்களுக்கு ஐரோப்பிய யூனியனில் இருந்து நிதியுதவி கிடைத்து வந்தது. இப்போது இந்த உதவியை நபார்டு வங்கி செய்து வருகிறது.

நிலத்தடி நீருக்காக ஆறுகளில் பல தடுப்பணைகள் கட்டவும் இந்த அமைப்பு திட்டமிட்டிருக்கிறது.

பெண்கள் குழுக்களின் செயல்பாடு புந்தேல்கண்ட் பகுதிக்குப் பகுதிக்குப் புதிதல்ல. இங்கு சுமர் 20 ஆண்டுகளுக்கு முன் குலோபி கேங் என்ற பெண்கள் குழு உருவானது. ரோஸ் நிறச் சேலைகளுடன் கையில் கம்பு ஏந்திச் செல்லும் இக்குழுவினர் பெண்களின் பிரச்சனையைத் தீர்த்து வைக்கின்றனர்.

குடிகாரக் கணவன் தொல்லை, வரதட்சணை கொடுமை, காதலர்களால் பெண்கள் கைவிடப்படுதல் உள்ளிட்ட பிரச்சனைகளில் இவர்கள் தலை யிட்டு தீர்த்து வைக்கின்றனர்.

அரசு அலுவலகங்களில் மக்களுக்கு நலத்திட்ட உதவி கிடைத்திடவும் போராடுகின்றனர். இந்த குலோபி கேங்கின் நிறுவனர் சம்பத்பால் என்பவரின் கதை சில ஆண்டுகளுக்கு முன் பாலிவுட் திரைப்படமாக வெளியானது குறிப்பிடத்தக்கது.

மழையில்லா காலங்களில் நகர்ப்புற மக்களின் குடிநீர்த் தேவையை லாரிகள் வாயிலாக பூர்த்தி செய்வது இந்தத் தண்ணீர்தானே என்பதால்தான் விவசாயிகளின் இந்தப் போக்கையும் கண்டிக்க முற்படுகிறோம்.

நெல்லுக்குப் பதிலாக வறட்சிக்காலங்களில் வேறு பயிரிடலாமே என்ற கேள்வி எழுகிறது. மிக மோசமாகும் தண்ணீர்த் தட்டுப்பாட்டால் தாகத்தால்

இறந்து போன வனவிலங்குகளின் எண்ணிக்கை தற்போதுவரை வெளிவர வில்லை.

தாகம் விலங்குக்கு மட்டுமல்ல மனிதருக்கும்தான் எனும் அச்சம் நம் தூக்கத்தைத் துரத்துகிறது.

விவசாயிகளின் குரல் என்னவென்றால் நெல் போட்டால்தானே வைககோல் கிடைக்கும்; கால்நடைக்குத் தீவனம் கிடைக்கும்.

ஆனால், மாற்று சிந்தனைக்கு விவசாயியும் தயாராகத்தானே வேண்டும். அந்த நிலத்தில் ஒரு பகுதியில் மாட்டுத்தீவனமும் மறு பகுதியில் கம்பு, சோளம் உள்ளிட்ட சிறுதானியங்களையோ பருப்பு வகைகளையோ பயிரிட்டிருக் கலாமே.

முழுக்க முழுக்க நிலத்தடி நீரைப் பயன்படுத்தி நஞ்சை விவசாயம் செய்வதைத் தடுக்க வேண்டும். பாசன முறை மாற்றம் குறித்து திட்டமிடல் வேண்டும்.

●

21

நதிநீர்ப் பங்கீடு குறித்த புரிதல்கள்

இந்தியா போன்ற பரந்த நிலப்பகுதி கொண்ட தேசத்தில் நதிநீர்ப் பங்கீடு குறித்த மோதல்கள் இருந்துவரும் நிலையில் இந்திய அரசியல் சாசனத்தை உருவாக்கியவர்கள் நதிநீர் பங்கீடு குறித்து ஏன் ஒரு திட்டவட்டமான சட்டத்தை வரைவு செய்யவில்லை என்ற பரவலான கேள்வி புதிய புதிய கோணத்தில் இன்று எழுப்பப்பட்டு வருகிறது.

1950ல் உலக நாடுகள் எல்லாம் ஃபின்லாந்தின் தலைநகரமான ஹெல்சிங்கி நகரில் கூடி நதிகள் விஷயத்தில் பல கொள்கைகளை வரையறுத்தன.

இந்தக் கொள்கைகள்தான் உலகம் முழுக்க நதிநீர் பங்கீட்டு விஷயத்தில் அடிப்படையாகக் கொள்ளப்படுகின்றன.

இந்தக் கொள்கையின்படி நதி உருவாகும் நாட்டைவிட கடைமடை நாட்டுக்குத்தான் நதியின் மீதான உரிமை அதிகம்.

தாமிரபரணி ஆறு மட்டும்தான் நம் மாநிலத்திலேயே உற்பத்தியாகி நம் மாநிலத்திலேயே கடலில் கலக்கிறது. மற்ற ஆறுகள் எல்லாமே பிற மாநிலத்தில் உற்பத்தியாகி நம் மாநிலத்தில் முடிவடைகின்றன.

ஹெல்சிங்கி கொள்கைப்படி கடை மடையான நமக்குத்தான் அந்த நதிகள்

மீது அதிகபட்ச உரிமை இருக்கிறது. ஆனால், உண்மை நிலையோ தலைகீழாக உள்ளது.

நதிநீர் பிரச்சனையைத் தீர்ப்பதற்காகவே தற்போதைய மத்திய அரசு ஒரு துறையை இதற்கென ஒதுக்கி ஒரு அமைச்சரையே நியமித்துள்ளது.

நாட்டின் நதிகளை இணைத்து விட்டால் விவசாயமும் பொருளாதாரமும் தழைத்தோங்கும். இமயமலையிலிருந்து உற்பத்தியாகும் கங்கா, யமுனா, காக்ரா, மானங்சாரதா, கோசி, தீஸ்தா உள்ளிட்ட 14 ஆறுகளையும், தென்னிந்தியாவின் கோதாவரி, கிருஷ்ணா, காவிரி, பாலாறு, பெண்ணாறு உள்ளிட்ட 16 ஆறுகளையும் இணைப்பதற்கான வழிமுறைகள் தற்போது கண்டறியப்பட்டுள்ளன.

நதிநீர் பிரச்சனை தீர முதலில் மேற்கொள்ள வேண்டியது அனைத்து நதிகளின் கரைகளை மேம்படுத்த வேண்டும். அனைத்து நீர் நிலைகளையும் தூர் வாரி சுத்தப்படுத்துதல் வேண்டும். இதனைச் செய்தாலே நிலத்தடி நீர் ஓரளவு மேம்படும்.

குளமும் ஏரியும் இல்லா ஊர்களே கிடையாது. குறிப்பாக, தமிழ்நாட்டில் மிகுந்து காணப்படுவது ஏரியும், குளங்களும், ஓடைகளுமே. குளங்களுக்கு வந்து சேரும் மழை நீர் வாய்க்கால்களை சுத்தப்படுத்தினாலே குளங்களில் நீர் நிரம்பி நிலத்தடி நீர் உயர்ந்துவிடும்.

ஏரிகளை நிரப்பும் ஓடைகளையும் சிறு ஆறுகளின் கரைகளையும் ஆழப்படுத்தி சீர்படுத்தினாலே ஏரிகளுக்கு சேரும் நீர் விவசாயத்திற்கும் குடிநீருக்கும் உதவிகரமாக இருக்கும்.

இப்போதுள்ள நதிகளின் தண்ணீரை சிக்கனமாகவும் பயன்பெறும் வகையிலும் உபயோகிக்கும் உத்திகளை முதலில் கையாள வேண்டும் அந்தந்தப் பகுதிக்கு ஏற்ற பயிர்களை சாகுபடி செய்ய வேண்டும். சொட்டு நீர்ப்பாசனத்தை ஊக்குவிக்க வேண்டும்.

ஏரியில் தண்ணீரைத் தேக்கிப் பயன்படுத்தும் பழைய கால பாசன முறையை ஊக்குவிக்க வேண்டும். ஏராளமான குளம், குட்டை போன்ற நீர் நிலைகளை உருவாக்கி மழைநீரை சேகரிக்க வேண்டும் என்றெல்லாம் மத்திய அரசு நினைக்கிறது. ஆனால், சில மாநிலங்கள் அரசியல் காரணங்களுக்காக திட்டத்தை ஏதாவதொரு வகையில் தடுக்க முற்படுகின்றன.

நீண்ட காலமாக விவாதிக்கப்பட்டு வரும் தேசிய நதிநீர் இணைப்புத் திட்டம் செயல்பாட்டுக்கு வருவதற்காக சாத்தியக்கூறுகள் நெருங்கி வருவ தாகவே கூறப்படுகிறது.

தமிழ்நாடு போன்ற நதிமூலங்கள் இல்லாத மாநிலங்களுக்கு வழக்கு - ஆணையம் - மேலாண்மை என்ற தொடர்ந்த பிரச்சனைகளிலிருந்து விடிவு காலம் வருவதற்கான வெளிச்சம் மெல்ல உருவாகிக் கொண்டிருக்கிறது.

மத்திய அரசு 2014ல் நதிநீர் இணைப்புத் திட்டத்தினை ஆராய்வதற்கு நிதி ஒதுக்கி அதற்காக எட்டுக் குழுக்களையும் நியமித்தது.

அந்தக் குழுக்கள் தீர ஆராய்ந்தபின் கொடுத்துள்ள அறிக்கையில் அதற்கான சாத்தியக்கூறுகள் உள்ளன என்றும் முப்பது நதிகளை இணைக்க முடியும் என்றும் கூறியுள்ளது. இந்தக் குழுவின் பரிந்துரையின்பேரில் துவக்கப்பட்ட உள்ள இணைப்புத் திட்டம் சுமார் ஏழு ஆண்டுகளுக்குள் நிறைவு பெறும் என்று கூறப்படுகிறது.

நதிகள் இணைப்புத் திட்டத்திற்கு நிலங்கள் கையகப்படுத்தி தரும் பட்சத்தில் மத்தி அரசு தயாராக இருப்பதாக உறுதியளித்துள்ளது.

கடந்த ஆண்டில் பட்டீசீமா நதிநீர் இணைப்புத் திட்டத்தை வெற்றிகரமாக செயல்படுத்திக் காட்டியது ஆந்திர அரசு.

173 நாட்களில் 174 கி.மீ. தொலைவில் கால்வாய் தோண்டப்பட்டு கோதாவரி ஆற்றின் நீரைப் பகிர்ந்தளித்து ராயலசீமா மாவட்ட வறட்சி போக்கப் பட்டது. இத்திட்டத்திலவ் 24 பிரம்மாண்ட பம்புகள் பயன்படுத்தப்பட்டன.

ஆந்திராவின் இந்த பம்ப் ஹவுஸ்தான் ஆசியாவிலேயே மிகப்பெரிய பம்ப் ஹவுஸ் ஆகும். சமீபத்தில் இந்த சாதனை திட்டமானது லிம்கா புத்தகத்திலும் இடம் பிடித்தது குறிப்பிடத்தக்கது.

மத்திய அரசின் ஆய்வறிக்கையில் நதிநீர் இணைப்பதற்கான பல்வேறு சாத்தியக்கூறுகள் அலசி ஆராயப்பட்டுள்ளன.

மகாநதி கோதாவரி நதிகளையும் கோதாவரி கிருஷ்ணா நதிகளையும் இணைக்க முடியும். கோதாவரி கிருஷ்ணா நதிகளை மூன்று இடங்களில் இணைக்க முடியுமென்றும் ஆய்வறிக்கை கூறியிருக்கிறது.

ஸ்ரீசைலத்தில் கிருஷ்ணா நதியுடன் பெண்ணாறு நதியையும், சோமசீலம், கிராண்டு அனிகட் பகுதியில் பெண்ணாறு - காவிரி நதிகளையும் இணைக்க முடியும். கட்டளை மற்றும் குண்டாறு ஆகியவற்றுடன் காவிரி வைகை ஆறு களை இணைக்க முடியும்.

மேலும், பம்பா அச்சன்கோயில் - வைப்பாறு, நேத்ராவதி - ஹேமாவதி, பேட்தி - வாரதா ஆறுகளின் இணைப்புக்கும் சாத்தியம் இருப்பதாகத் தெளிவுப்படுத்தியது அந்த ஆய்வறிக்கை.

நதிநீர் இணைப்புத் திட்டத்தை செயல்படுத்துவதில் பல்வேறு மாற்றுக் கருத்துகளும் அச்சுறுத்தல்களும் நிலவி வருகின்றன என்பதை மறுக்க வாய்ப்பில்லை.

இன்னும் சொல்லப் போனால் இதில் சர்வதேச அரசியலும் அதன் தொடர் பான முட்டுக்கடைகளும் தினம் தினம் குறி வைத்து கிளம்பி வருவதும் வாடிக்கையாக உள்ளது.

தேசிய அளவில் நதிநீர் இணைப்புத் திட்டங்களால் நம் பாரத மக்கள் அடையும் நன்மைகளின் பட்டியல் மிகவும் நீளமானது. இத்திட்டம் கைகூடுமானால் முதலில் நம் தேசத்திலுள்ள எந்த மாநிலமும் வறட்சியால் பாதிக்கப்பட மாட்டாது.

வறண்டு போன உயிரற்ற ஆறுகளை உயித்தெழச் செய்து விவசாய நலன் காக்க முடியும். வெள்ள அபாயங்களை அறவே தடுத்து நிறுத்த இயலும். ஆற்றகரைகளில் வசிக்கும் மீனவர்களின் வாழ்வாதாரம் காக்கப்படும். சுற்றுச்சூழல் மாசு தவிர்க்க முடியும்.

சாகுபடிக்கான நிலப்பரப்பைப் பன்மடங்கு அதிகரிக்கச் செய்ய முடியும்.

பத்து மீட்டர் ஆழமும் நூற்றி இருபது மீட்டர் அகலமும் கொண்ட நீர்வழிச்சாலைகள் கட்டமைக்கப்படும்.

வாகனப் போக்குவரத்து குறையும். அதன் காரணமாக எரிபொருளை சேமிக்க முடியும். மூன்று கோடி மெகாவாட் மின்சாரத்தை ஹைட்ரோ பவர் மூலம் உற்பத்தி செய்ய முடியும்.

நீர்வழிப் பாதைகள் மூலம் உள்நாட்டு வணிகமும் சுற்றுலாத் துறையும் வளம் பெறும்.

நதிநீர் திட்டம் தேசிய அளவில் செயல்படுத்துவதற்கு உத்தேசமாக பத்து லட்சம் கோடி ரூபாய் நிதி தேவைப்படலாம் எனக் கணக்கிடப்பட்டுள்ளது.

நதிநீர் இணைப்பு செயல்படுத்தப்பட்ட பின்பு சில எதிர்பாராத இயற்கை மாற்றங்கள் ஏற்பட வாய்ப்புண்டு என்றும் கூறப்படுகிறது.

உதாரணமாக பருவ மழைப் பொழிவு மற்றும் இயற்கை சூழல் பாதிக்கப் படலாம்.

கங்கை நதியில் அணை கட்டுவதால் இமயமலைக் காடுகளுக்கு இந்த அணைகள் பெரும் ஆபத்தாக இடம் பெறலாம்.

வடதென் நதிகளை இணைப்பதற்கு பதினைந்தாயிரம் கி.மீ. அளவுக்கு கால்வாய் தோண்ட வேண்டும். இதன் காரணமாக 17500 கனமீட்டர், தண்ணீர் கூடுதலாகக் கிடைக்கும் என்றாலும் கால்வாய் தோண்டும் பகுதியில் வசிக்கும் மக்களின் வாழ்வாதாரப் பாதிக்கப்படும்.

தங்களின் வாழ்வாதாரங்களை இழக்க நேரிடும்பட்சத்தில் அப்பகுதி மக்கள் எதிர்ப்புகள் தெரிவிப்பதுடன் நீதிமன்றங்களை நாடும் சூழ்நிலை உருவாகும். இது எதிரெதிர் அரசியலுக்கு வழிவகுக்கும்.

இத்தகைய எதிர்ப்புகளை எல்லாம் சமாளித்து தனது குஜராத் மாநிலத்து நதிகளை இணைத்து வெற்றி கண்டவர் மோடி.

இந்தியாவின் மிகப்பெரிய அணை பக்ரானங்கல். இது ஆசியாவின் மிகப்பெரிய அணைகளில் முன்னிலையில் உள்ளது. குஜராத் மாநிலத்தில் சௌராட்டிர பகுதிகளில் இருந்து நர்மதா, தாதர், மாஹி, சபர்மதி மற்றும் ஏராளமான சிறிய ஆறுகளில் இருந்து ஆண்டுக்கு 1700 கிரபிக் மீட்டர் நீர் அரபிக்கடலில் காம்பே வளைகுடா எனப்படும் இந்தக் குறுகலான நீர் சந்தியில் வீணாகக் கடலில் கலந்து கொண்டு இருக்கிறது.

இதனைத் தடுத்து குடிநீருக்கும் விவசாயத்திற்கும் தொழிற்சாலைகளுக்கும் பயன்படுத்தும்விதமாக கடலுக்குள் 35 கி.மீ. நீள பிரம்மாண்டமான உலகிலேயே மிகப்பெரிய அணையை 50 ஆயிரம் கோடி செலவில் அமைக்க குஜராத் அரசு திட்டமிட்டுள்ளது.

கடல்நீர் உள்ளே வராமல் நல்ல தண்ணீர் இதில் சேமிக்கப்படுவதால் ஒரு சில வருடங்களில் இந்த அணை முழுவதுமே நல்ல தண்ணீராக மாறிவிடும். இந்த அணை கட்டி முடிக்கப்பட்டால் இதில் 10000 மில்லியன் கிரபிக் மீட்டர்

நீரை சேமிக்கலாம். அதாவது இந்தியாவில் உள்ள அனைத்து அணைகளிலும் உள்ள மொத்த நீரின் அளவைக் காட்டிலும் இதன் இருப்பு அதிகமாக இருக்கும். அந்தப் பகுதியில் கடல் நீர் சிறிது சிறிதாக அதன் தன்மை மாறி நல்ல தூய்மையான நீர் கிடைப்பதால் ஒரு லட்சம் பேர் மீன் பிடி தொழிலை மேற்கொள்ளவும் வழி கிடைக்கும்.

கல்பசார் என்ற பெயரில் கட்டப்பட இருக்கும் பல்நோக்குத் திட்டம் கொண்ட பிரம்மாண்ட அணையின் நீளம் 35 கி.மீ. ஆகும்.

பவ நகரையும் சூரத் நகரையும் இணைக்கும் வகையில் அணையையொட்டி பத்து வழிச் சாலையும் சாலை நெடுகிலும் காற்றாலை மற்றும் சூரிய மின்சார பேனல்களும் ரயில் பாதையும் அமைக்கப்படவுள்ளன.

இந்த இரு நகரங்களுக்கு இடையே சாலை மற்றும் ரயில் வழியாக தற்போதுள்ள தூரம் 350 கி.மீ. ஆகும். இந்த அணை அமைக்கப்பட்டதால் பவநகர் சூரத் இடையே உள்ள தூரம் 150 கி.மீட்டராக அமையும்.

இதன் காரணமாக ஆண்டுக்கு எரிபொருள் வாகன தேய்மானம் மூலம் பல ஆயிரம் கோடி ரூபாய் மிச்சமாகும். இதனால், சவுராஷ்டிரா பகுதியில் உள்ள பவ நகரில் இருந்து தெற்கு குஜராத்தில் உள்ள சூரத் நகரத்திற்கு ஆமதாபாத் வழியாகச் சுற்றிச் செல்வது தவிர்க்கப்படும். அணை கட்டுவதற்காக பெரிய அளவு நிலம் கையகப்படுத்த வேண்டிய அவசியம் இல்லை. இந்தத் திட்டத்தினால் குஜராத் மட்டுமல்ல மகாராட்டிர மாநிலமும் பயன்பெறும்.

இந்தியாவின் நிலப்பரப்பில் சுமார் 6.5 சதம் கொண்டது குஜராத். ஜனத்தொகையில் சுமார் 5 சதம் கொண்டது. ஆனால், 2 சதம்தான் அங்கே தண்ணீர் ஆதாரம் உள்ளது.

தற்போது குஜராத்தில் 19 சதவிகித நிலப்பரப்பு நீர்ப்பாசன வசதி பெற் றுள்ளது. அது 49 சதவிகிதம் என்ற நிலைக்கு வரும். எப்படியும் இத்திட்டம் ஏழு ஆண்டுகளுக்குள் நிறைவு பெறும் என எதிர்பார்க்கப் படுகிறது.

இமயம் முதல் குமரிவரை ஓடும் இந்தியாவின் ஜீவநதிகளை இணைப்பது குறித்த பூர்வாங்க முடிவுகளுக்கு வந்துள்ளது மத்திய அரசு. முப்பது நதிகளை இணைத்தாலே தண்ணீர்ப் பஞ்சம் ஓடிவிடும்.

மனிதர்களின் தண்ணீர் பிரச்சனை தீர்வு காண வேண்டுவது அவசியம் தான். எனினும், நதிகளை இணைப்பது மட்டுமே நிரந்தரத் தீர்வாகி விடாது என்று

சூழலியலாளர்களின் மறுப்பு கருத்துகளும் இன்று நதிநீர் இணைப்புக்கு முட்டுக்கட்டையாக இருக்கிறது.

நதிகள் இணைப்பு என்பது நிரந்தர தீர்வினை ஏற்படுத்தாது. சூழலியல் இடர்ப்பாடு, சூழலியல் வன்முறை, சூழலியல் முரண்பாடுகளை ஏற்படுத்தும்.

நதிகள் தோன்றியது முதல் அதன் போக்கில் ஓடிக்கொண்டிருக்கின்றன. அவற்றின் போக்கினை மாற்றியமைத்தால் பெரும் பாதிப்புகள் உருவாகும். நில அமைப்பியல் எல்லா இடங்களிலும் ஒரே மாதிரியாக இருப்பதில்லை. மேடு பள்ளங்கள், மலைகள், காடுகள் போன்ற பல்வேறு நில அமைப்புகள் இருக்கின்றன. இவற்றை சமன் செய்து ஆறுகளின் போக்குகளை மாற்றுவது பாதிப்பை ஏற்படுத்தும்.

சூழலியல் சமன்பாடு மாற்றப்படும்போது பூலோக அமைப்புகள், உயிரினங்கள் வாழ்க்கை முறைகள் பாதிக்கப்படும். நம்மிடம் தற்போது உள்ள நீர் நிலைகளையும், ஆறுகளையும் முறைப்படி பாதுகாத்தாலே தண்ணீர் பிரச்சனைக்குத் தீர்வு காண முடியும்.

இயற்கையின் மூலமாக நமக்குக் கிடைக்கும். தண்ணீரை எப்படி பயன் படுத்துவது என்ற தெளிவான புரிதல் நமக்கு அவசியம்.

எந்த ஒரு திட்டமாயினும் தண்ணீரை எப்படி பயன்படுத்தப் போகிறோம் என்பதற்கான திட்டமிடுதல் மிக முக்கியம். ஆனால், நாம் தண்ணீர் பயன் பாடு குறித்த கணக்கியலை கருத்தில் கொள்ளாது ஏற்றுமதி வளர்ச்சி போன்ற வற்றை மட்டுமே கருத்தில் கொண்டு தொழிற்சாலைகளை நிறுவுகிறோம்.

தண்ணீரை அதிகமாகப் பயன்படுத்துகிற பணப் பயிர்களைத்தான் நாம் அதிகப் பயிரிடுகிறோம். மழைநீரை எப்படியெல்லாம் சேகரிக்க வேண்டும். நீர் நிலைகளை எப்படி பாதுகாக்க வேண்டும் என்ற விசயங்களில் சரியான தெளிவு ஏற்பட்டு விட்டால் தண்ணீர் பிரச்சனைக்குத் தீர்வு கண்டுவிட முடியும்.

மழை நீரை குளம், குட்டை, ஏரி போன்றவற்றில் கணிசமாக தேக்கிய பிறகே பயிர்களை விதைத்தனர் நமது முன்னோர்கள். ஆனால், நமக்கு நீர் குறித்த தெளிவான அளவீடு இல்லாததால் பயிர்களை செய்துவிட்டு கடைசி நேரத்தில் தண்ணீர் தட்டுப்பாட்டில் சிக்கித் தவிக்கிறோம்.

ஒரு நாட்டின் வளர்ச்சிக்கு முன்னேற்றத்திற்கு தண்ணீர் தேவை என்பதில் மாற்றுக் கருத்தில்லை. ஆனால், 'தண்ணீர் தேவையைக் கருத்தில் கொண்டு நதிகளை இணைக்க வேண்டும்' என்ற கருத்து ஏற்புடையதல்ல என்று சூழலியலாளர்கள் கருத்து தெரிவிக்கின்றனர்.

நதிநீர் வீணாகக் கடலில் கலக்கிறது என்ற வார்த்தைகளே புரிதலற்ற வார்த்தைகள். கடல் இதயம் போன்றது என்றால் இதயத்திற்கு இரத்தத்தைக் கொண்டு சேர்க்கும் இரத்த நாளங்கள் போன்றவை ஆறுகள்.

கடலில் நதிகள் இணையும் இடத்தில் ஒரு சூழலியல் மண்டலம் உள்ளது. நதிநீர் கடலில் கலப்பது இயற்கையானது. இந்த நதிநீர் கலப்பு நடந்து கொண்டுதான் இருக்க வேண்டும்.

இதில் நாம் மாற்றத்தை ஏற்படுத்தினால் சூழலியல் மண்டலத்தில் பெரும் மாற்றங்களும் பாதிப்புகளும் ஏற்படும். தண்ணீர்த் தேவைக்கு நதிகளை இணைப்பது தீர்வல்ல. நமது நதிகளைப் பாதுகாப்பதுதான் தீர்வு என்ற குரல் எழுந்துள்ளது.

விவசாயத்திற்கும் குடிநீர்த் தட்டுப்பாட்டிற்கும் மின்சாரத் தேவைக்குமான குறையைப் போக்கும் அருமருந்தாக முன் வைக்கப்பட்டுள்ள நீண்ட கால கோரிக்கை நதிநீர் இணைப்பு.

ஆனால், நதிநீர் இணைப்பு ஆபத்துகளையும் தீமைகளையும் நாமாக வரவழைத்துக் கொள்ளும் தவறான திட்டம் என்று ஒருபுறத்தில் விவாதங்கள் பெருகி வந்து கொண்டிருக்கின்றன.

நதிநீர் வீணாகச் சென்று கடலில் கலப்பதைத் தடுக்கத்தான் நதிநீர் இணைப்பு தேவை என்கிறார்கள்.

நதிநீர் ஒன்றும் வீணாகக் கடலில் கலப்பதில்லை. இந்த வாதம்தான் வீண் என்கின்றது ஒரு தரப்பு.

நதி எப்போதும் கூடுதலான நீரைத் தன்னுள் கொண்டிருப்பதில்லை. அதேபோல அது வீணாகச் சென்று கடலில் கலப்பதுமில்லை. நதி செல்லும் வழிகளில் உள்ள நிலங்களை வளமாக வைப்பதற்கு ஒவ்வொரு துளியும் முக்கியம்.

காடு, விவசாய நிலம் எனப் பாய்ந்தோடும் நதி தனக்குள் வண்டல் மண்ணையும் எடுத்துச் செல்கிறது. இந்த வண்டல் மண் நதியின் சுற்றுப்புறங்

களில் உள்ள நிலங்களில் படிந்து அந்தப் பகுதியை வளமாக்கி இறுதியாகக் கடலை அடைந்து கடலோரப் பகுதியையும் வளமாக்குகிறது. கடல்நீர் நிலப்பகுதிக்குள் வந்து விடாமல் தடுப்பதில் நதிகளின் பங்கு மகத்தானது.

இமயமலை முதல் மேற்கு தொடர்ச்சி மலை சுமார் 37 முக்கிய நதிகள் பாய்கின்றன. அவற்றில் சுமார் 30 நதிகளை இணைக்க மத்திய அரசு முயற்சித்து வருகிறது. ஒருவேளை இந்தத் திட்டம் சாத்தியமானால் அதனால் கிடைக்கும் நன்மையைவிட தீமைகள் அதிகம் என்று சில அமைப்புகள் கூறி வருகிறது.

இத்திட்டத்தால் சுமார் 15 லட்சம் பேர் தங்கள் வாழும் இடத்திலிருந்து இடம் பெயர்வார்கள். சுமார் 27 லட்சம் ஹெக்டேர் நிலங்கள் நீரில் மூழ்கும். சரணாலயங்கள் காப்பகங்கள் உள்ளடக்கிய சுமார் 1 லட்சத்து 4 ஆயிரம் ஹெக்டேர் வன நிலங்கள் மூழ்கும். இப்படி ஒரு ஆபத்தான திட்டத்தை நிறைவேற்ற சுமார் 6 லட்சம் கோடி ரூபாய் தேவை என்கிறது அணைகள் - நதிகள் மற்றும் மக்களுக்கான தெற்காசிய அமைப்பு.

மணல் கொள்ளை, தொழிற்சாலைகளிலிருந்து வெளியேறும் கழிவு, காடுகள் அழிப்பு, நீரோட்டத்தைத் தடுத்து அணை கட்டுவது, ஆற்றுப் படுகைகளை ஆக்கிரமிப்பது, நதிகளை இணைப்பது, உள்நாட்டு நீர்வழிப் போக்குவரத்து போன்ற காரணங்களில் பெரும்பான்மையான நதிகள் இறந்து கொண்டிருக்கின்றன.

ஒரு நதி உயிர்ப்புடன் இருப்பதற்கு மரம் மட்டுமே போதாது. புல்வெளிகள், புதர்கள், நீர் சார்ந்த தாவரங்கள், வெள்ளப் படுகைகள் போன்றவை வளமாக இருக்க வேண்டும். ஆனால், தொடர்ந்து மணல் கொள்ளையால் வெள்ளப்படுகைகள் மறைந்து விட்டன. தொழிற்சாலைகளிலிருந்து வெளியேறும் கழிவுநீர் போன்றவற்றால் புல்லும் புதரும் காணாமல் போய் விட்டன.

மரம் நடுவதால் பயனுண்டு. ஆனால், அதுவே எல்லாச் சுற்றுச்சூழல் பிரச்சனைகளுக்கும் தீர்வாகிவிடும் என்று கருத முடியாது.

இறந்து கொண்டிருக்கும் நதிகளை மீட்க நதிக்கரையோரங்களில் மரம் நடச் சொல்கிறார்கள். மரங்கள் நீரின் தரத்தையும் நிலத்தடி நீரையும் உயர்த்தும் என்பது ஒரு கருத்து.

வளி மண்டலத்தில் உள்ள சில மாசு கட்டுப்பாட்டுப் பொருட்களை மரங்கள் தடுக்க உதவும். அதிகளவிலான காடு வளர்ப்பு மற்றும் அதற்குத் தகுந்த நிலப்பயன்பாடு ஆகியவை சரியாக இருந்தால் மட்டுமே மரம் நட்டால் மழை பொழியும் என்ற வாதம் உண்மையாகும்.

போர்வெல் போட்டு நிலத்திலிருந்து நீரை உறிஞ்சுவதற்கான கட்டுப்பாடுகள் கொண்டு வராதவரை மரங்கள் நிலத்தடி நீரை உயர்த்தும் என்ற எதிர்பார்ப்பு பலன் தராது.

மாநிலங்களுக்கிடையில் பாயும் நதிகளை பங்கிட்டுக் கொள்வதில் இப்போது சிக்கல் பெருகி ஒவ்வொரு மாநிலமும் நீதிமன்றங்களை நாடும் நிலைமை ஏற்பட்டுள்ளது.

இதன் காரணமாக மாநிலங்களுக்கிடையில் பகைமையும் நாட்டின் ஒற்றுமையை சீர்குலைக்கும் நிலைமையில் உருவாகி உள்ளது. நதிகள் இணைப்பால் இந்தப் பிரச்சனை தீரும்.

"நாடு சுதந்திரம் அடைந்து எழுபது ஆண்டுகள் ஆகியும் நதிநீர் இணைப்பு இன்னும் கேள்விக்குறியாகவே உள்ளது. 2012க்குள் நதிநீர் இணைப்புக்கு ஒரு நிபுணர் குழுவை மத்திய அரசு அமைக்க வேண்டும்" என்ற நீதிமன்றத் தீர்ப்பு செயல்வடிவம் வருவதில் தாமதமாகிக் கொண்டே இருக்கிறது.

சுற்றுப்புறச் சூழல் காரணமாக இப்போது மழை மிகவும் குறைவாகவே பொழிகிறது. எதிர்காலத்தில் குடிநீர் பிரச்சினை மற்றும் விவசாய உற்பத்தி பாதிப்பதுடன் தண்ணீருக்காக யுத்தமே நடக்கலாம் என்ற கூற்று வலுப் பெற்று வருகிறது.

நதிகளை இணைப்பதில் ஆர்வமுடன் செயல்பட்டால் அடுத்த பத்து ஆண்டு களில் அனைத்து நதிகளையும் இணைக்க முடியும் என்று உச்சநீதிமன்ற தலைமை நீதிபதியாக இருந்த கிர்பால் தெரிவித்துள்ளார்.

முன்னாள் ஜனாதிபதி அப்துல்கலாம் வறட்சியையும் வெள்ளப் பெருக்கை யும் தடுக்க வேண்டுமானால் நதி நீர் பங்கீட்டு திட்டம் அவசியம் என்று கூறியுள்ளார்.

தேசிய நவீன நீர்வழிச் சாலை அமைக்கும் திட்டத்தை நிறைவேற்றினால் 900 கி.மீ. நீளம் உள்ளதாக அமைந்து பல நகரங்களை இணைக்கும்.

வடக்கு நீர்வழிச்சாலை கடல் மட்டத்தில் இருந்து 500 மீட்டர் உயரம் கொண்டதாகவும் மத்திய நீர்வழிச்சாலையும் தெற்கு நீர்வழிச் சாலையும் கடல் மட்டத்திலிருந்து 300 மீட்டர் உயரம் கொண்டதாகவும் இருக்கும்.

லாக்கிங் சிஸ்டம் என்ற தொழில்நுட்பத்தைப் பயன்படுத்தி நீரைக் கீழ்ப்பகுதியிலிருந்து மேல்பகுதிக்கு எளிதில் எடுத்துச் செல்லலாம். நீர்வழிச் சாலை மூலம் எந்தப் பகுதியிலிருந்தும் இந்தியாவின் எந்தப் பகுதிக்கும் எவ்வளவு நீர் வேண்டுமானால் எந்த நேரமும் எடுத்துக் கொள்ளலாம்.

இதனால் இந்தியாவில் 600 கோடி மக்கள் தடையின்றி குடிநீர் பெறுவர். நிலத்தடி நீரும் உயரும்.

பதினைந்து கோடி ஏக்கர் நிலங்கள் புதியதாக பாசன வசதி பெறும் 60 ஆயிரம் மெகா வாட் மாசற்ற புனல் மின்சாரம் கிட்டும்.

நாட்டை விவசாயம், குடிநீர், மின்சாரம் பற்றாக்குறைகளிலிருந்து மீட்டெடுக்க இதுபோன்ற திட்டங்களுக்கு முன்னுரிமை அளித்து செயல்பட வேண்டும்.

இந்திய அரசியல் சாசனம் உருவாக்கப்பட்டபோது டாக்டர் அம்பேத்கர் சட்ட அமைச்சராக இருந்ததுடன் நீர்ப்பாசத் துறையும் அவர்தான் கவனித்து வந்தார்.

நேரு பிரதமராக இருந்தபோது ஹிராகுட் அணைக்கட்டு தொடர்பாக ஒரு பிரச்சனை எழுந்தது. அதையடுத்து நதி வாரியச் சட்டம் (ரிவர் போர்ட் ஆக்ட்) இயற்றப்பட்டது. ஆனால், இதுவரைக்கும் அது நடைமுறைக்கே வரவில்லை.

தமிழகத்திற்கு வளம் சேர்க்கும் காவிரி, பாலாறு, சிறுவாணி போன்ற ஆறுகள் அண்டை மாநிலங்களிலிருந்து வருகின்றன. நதிநீர் ஒப்பந்தம், உச்சநீதி மன்றத் தீர்ப்பு ஆகியவற்றை கண்டு கொள்ளாமல் அண்டை மாநிலங்கள் தமிழகத்திற்கு வரும் நதிகளின் குறுக்கே அணைகட்டுவதற்கான முயற்சிகளைத் துவக்கி உள்ளன.

கர்நாடக மாநிலத்தில் உற்பத்தியாகும் காவிரியானது குடகு, ஹசன், மைசூரு, மாண்டியா, பெங்களூரு, ஊரகம் மற்றும் சாம்ராஜ் நகர் வழியாக தமிழகம் வருகிறது.

இங்கு தர்மபுரி, சேலம், ஈரோடு, நாமக்கல், கரூர், திருச்சி, தஞ்சாவூர், நாகப்பட்டினம் வழியாகச் சென்று கடலில் கலக்கிறது.

காவிரியில் கிருஷ்ணராஜ சாகர் அணை உட்பட சில அணைகளையும், தடுப்பணைகளையும் கர்நாடக அரசு கட்டி உள்ளது. இவை நிரம்பினால் மட்டுமே தமிழகத்திற்கு தண்ணீர் வருகிறது.

உரிய தண்ணீரைப் பெற, தமிழக அரசு ஒவ்வொரு முறையும் நீதிமன்றம் செல்ல வேண்டியுள்ளது.

காவிரி நீர் மேலாண்மை வாரியம், நதிநீர்ப் பங்கீட்டு குழு அமைக்க சுப்ரீம் கோர்ட் உத்தரவிட்ட பிறகும் அதை அமைக்காமல் மத்திய அரசு காலம் தாழ்த்தி வருகிறது.

இச்சூழல்நிலையில் கர்நாடக அரசு காவிரியின் குறுக்கே மேகதாது என்ற இடத்தில் அணை கட்ட தேவையான நடவடிக்கைகளை மேற்கொண்டுள்ளது.

மேகதாதுவில் அணை கட்டப்பட்டால் தமிழகத்தில் டெல்டா உட்பட பத்துக்கும் மேற்பட்ட மாவட்டங்களில் பெரும் பாதிப்புக்கு உள்ளாகும். விவசாயம் முற்றிலும் பாதிக்கப்படும்.

கர்நாடகாவில் உற்பத்தியாகும் பாலாறு, ஆந்திரா வழியாக தமிழகம் வருகிறது. பாலாற்றின் குறுக்கே தடுப்பணைகளைக் கட்டும் திட்டத்தைப் போர்க்கால அடிப்படையில் ஆந்திர மாநில அரசு நிறைவேற்றி வருகிறது.

தடுப்பணைகளின் உயரம் அதிகரிக்கப்படுவதால் பாலாற்றில் தமிழகத் திற்கு தண்ணீர் வருவது முற்றிலும் தடைப்படும். இதனால் வேலூர், திருவண்ணாமலை, காஞ்சிபுரம் உட்பட வட மாவட்டங்கள் கடுமையாக பாதிக்கப்படும்.

இதுபோலவே பவானி ஆற்றின் குறுக்கே ஆறு தடுப்பணைகளையும் பாம்பாற்றின் குறுக்கே அணைக்கப்பட்டு ஒன்றையும் கேரள மாநில அரசு கட்டி வருகிறது.

பாலாற்றின் குறுக்கே தடுப்பணைகள் கட்டும் ஆந்திர அரசை எதிர்த்தும் பவானி மற்றும் பாம்பாற்றின் குறுக்கே அணைகட்டும் கேரள அரசை எதிர்த்தும் தமிழக விவசாயிகளும் அனைத்து அரசியல் கட்சிகளும் போராட்டங்களை நடத்தி வருகிறார்கள்.

நமது அண்டை மாநிலங்களான ஆந்திரம், கர்நாடகம், கேரளா ஆகிய மாநிலங்கள் அவர்கள் மாநிலத்திற்குட்பட்ட நதி நீர் ஆதாரங்களை மேம் படுத்தவும், பாசனப் பகுதியை அதிகரிக்கவும், புதிய குடிநீர் திட்டங்கள், மின்

உற்பத்தித் திட்டங்கள் ஆகியவற்றை நிறைவேற்றவும் திட்டங்களை வகுத்து சிறப்புடன் செயல்பட்டு வருகின்றன.

காவிரி, முல்லைப் பெரியாறு உள்ளிட்ட அண்டை மாநிலங்களுடனான நதிநீர் பிரச்சினைகளில் நமது நதிநீர் உரிமைகளை நிலைநாட்டிக் கொள்ள பெரும் மக்கள் போராட்டங்களையும் சட்டப் போராட்டங்களையும் நடத்துவதிலேயே நமது காலம் சென்று கொண்டிருக்கிறது.

நீலகிரி மாவட்டம், குந்தா அருகில் உள்ள அமைதி பள்ளத்தாக்குப் பகுதியில் சிறுவாணி ஆறு உற்பத்தியாகிறது. நீலகிரி வழியாக கேரளா செல்கிறது.

அங்கு அட்டப்பாடி, அகழி வழியாகச் சென்று முக்காலி என்ற இடத்துக்கு அருகே தமிழக எல்லைக்குள் வருகிறது.

கேரள மாநில எல்லையில் உள்ள சிறுவாணி அணையிலிருந்து கோவை மாவட்ட மக்களுக்கு குடிநீர் எடுக்கப்படுகிறது.

சிறுவாணி அணையை கேரள பொதுப்பணித்துறை பராமரித்து வந்தாலும் அதற்கான செலவுத் தொகையை தமிழக அரசே வழங்கி வருகிறது.

சிறுவாணி அணையிலிருந்து வெளியேறும் உபரிநீர், சிறுவாணி ஆற்றில் கலந்து 15 கி.மீ. தூரம் கேரள வனப்பகுதி வழியாக ஓடுகிறது. இந்த ஆற்றில் நீலகிரி மாவட்டத்தில் உற்பத்தியாகும் சில கிளை நதிகளும் கலக்கின்றன.

சிறுவாணி ஆறு முக்காலி என்ற இடத்தின் அருகே பவானி ஆற்றில் சங்கமிக்கிறது. அப்பகுதியில் அணை கட்ட கேரள அரசு சில ஆண்டுகளுக்கு முன் முயற்சி மேற்கொண்டது. தமிழக விவசாயிகளின் கடும் எதிர்ப்பு காரணமாக அந்த முடிவை கைவிட்டது. தற்போது அட்டப்பாடியில் அணை கட்டும் முயற்சிகளைத் துவக்கி உள்ளது.

இதற்கு மத்திய சுற்றுச்சூழல் அமைச்சகம், சுற்றுச்சூழல் ஆய்வு மேற்கொள்ள அனுமதி அளித்துள்ளது.

கேரள அரசு அணை கட்டினால் கோவை, திருப்பூர், ஈரோடு மாவட்டங்களில் குடிநீர் தட்டுப்பாடு ஏற்படுவதுடன் விவசாயமும் பாதிக்கப்படும்.

அண்டை மாநிலங்கள் மூன்று நதிகளின் குறுக்கே அணை கட்டினால் தமிழகத்தில் 15 மாவட்டங்களுக்குக் கடும் பாதிப்பு ஏற்படும்.

மூன்று மாநிலங்களும் தமிழகத்திற்கு வரும் நதிகளில் தமிழக அரசின்

ஒப்புதல் பெறாமல், எந்தவிதமான கட்டுமானப் பணிகளையும் மேற் கொள்ளக் கூடாது என நதிநீர் ஒப்பந்தத்தில் உள்ளது.

அதை மீறி மூன்று மாநில அரசுகளும் அணை கட்ட முயற்சிக்கின்றன. இதனைத் தடுத்து நிறுத்த வேண்டிய கட்டாயம் தமிழக அரசுக்கு ஏற்பட்டுள்ளது.

தமிழகத்தின் முக்கிய நதிகளான 'காவிரி, தென்பெண்ணை, பாலாறு, தமிழ் கண்டதோர் வைகை, பொருணை நதி என மேவிய ஆறு பல ஓட திருமேனி செழித்த தமிழ்நாடு' என பாரதியாரால் பட்டியலிடப்பட்ட அனைத்து நதிகளும் மணல் கொள்ளையாலும் ஆலைக் கழிவுகள் கலப்பதாலும், ஆக்கிரமிப்பு பாலம் காணாமல் போய்க் கொண்டிருப்பது நிதர்சனமான உண்மை.

கேரள மாநிலத்தில் இயந்திரங்கள் மூலம் மணல் அள்ளுவது தடை செய்யப்பட்டுள்ளது. ஆனால், தமிழகத்தில் அன்றாடம் மணல் கொள்ளை நடந்து கொண்டிருப்பது நாம் அனைவரும் அறிந்த ஒன்று.

சாயக்கழிவுகள், தோல் தொழிற்சாலை கழிவுகள், ஆலைக்கழிவுகள் போன்றவை ஆறுகளில் கலப்பதன் காரணமாக தமிழகத்து ஆறுகள் சாக்கடை களாக மாறி வருகின்றன.

ஆறுகள், குளங்கள், குட்டைகள், வாய்க்கால்கள், நீர்த்தடங்கள், நீர்நிலைகள் தனியார் ஆக்கிரமிப்பால் காணாமல் போய்விட்டன.

•

22

தமிழகத்தில் பாயும் நதிகளும் பிரச்சனைகளும்

தமிழ்நாட்டில் மொத்தம் 3 முக்கிய ஆறுகள் இருக்கின்றன. 39 ஆயிரத்து 202 ஏரிகள் இருக்கிறது. 89 பெரிய சிறிய அணைகள் மாநிலம் முழுவதும் இருக்கின்றது. சராசரி மழை அளவு 920 மி.மீ.

இதில் வடகிழக்கு பருவ மழை 48 சதவீதமும் தென்மேற்கு பருவமழை 35 சதவீதமும் கோடை மழை 14 சதவீதமும் குளிர்கால மழை 3 சதவீதமும் பெய்து மக்களின் தண்ணீர்த் தேவையைப் பூர்த்தி செய்கிறது.

2016-ஆம் ஆண்டில் ஜுன் முதல் செப்டம்பர்வரை பெய்யும் தென்மேற்கு பருவ மழையும் அக்டோபர் முதல் டிசம்பர் வரை பெய்யும் வடகிழக்கு பருவ மழையும் முற்றிலுமாக பொய்த்துவிட்டது.

அனைத்து நீர் நிலைகளும் வறண்டு விட்டது. பருவ மழையை எதிர் பார்த்து, ஏற்கனவே குறுவை பயிரை இழந்த தமிழக விவசாயிகள் இப்போது சம்பா பயிரும் கருகி வாடி உதிர்ந்து விடும் நிலையைப் பார்த்துதான். பிள்ளையைப் போல வளர்த்த பயிர்களும் தனக்கு முன்னாலேயே கருகுவதைக் கண்டு சகித்துக் கொள்ள முடியாமல் உயிரிழப்பதும் தற்கொலை செய்து கொள்வதுமான நிகழ்வுகள் தமிழ்நாட்டில் தினந்தோறும் நடந்தேறிக் கொண்டிருக்கிறது.

1901-ஆம் ஆண்டுக்குப் பிறகு இப்படியொரு பற்றாக்குறையான பருவ மழையை தமிழ்நாடு சந்தித்தது இல்லை. இந்த நிலையில் தமிழ்நாட்டை உடனடியாக வறட்சி மாநிலமாக அறிவித்து விவசாயிகளுக்குத் தேவையான உதவிகளை வழங்க வேண்டும் என்ற பரவலான கோரிக்கை தமிழ்நாடு முழுவதிலும் இருந்து ஒலித்துக் கொண்டிருப்பதைக் கேட்ட தமிழக அரசு அதற்கான நடவடிக்கைகளை துவங்கி விட்டது.

மத்திய அரசின் புதிய வழிகாட்டுதல் நெறிமுறைப்படி 50 சதவீதத்துக்குக் குறைவான மழை பெய்தாலோ, மூன்று, நான்கு வாரங்கள் தொடர்ந்து ஒரு சொட்டு மழை கூட பெய்யாமல் இருந்தாலோ வறட்சி மாநிலமாக அறிவிக்க லாம்.

தமிழ்நாட்டைப் பொறுத்த மட்டில் பெரும்பாலான இடங்களில் 60 சதவீதத்துக்குமேல் குறைவாகவே மழை பெய்துள்ளது. எனவே, ஒவ்வொரு மாவட்டத்திலும் குறைந்தது 10 சதவீத அளவு கிராமங்களுக்கு அதிகாரிகள் நேரடியாகச் சென்று அங்குள்ள பயிர் நிலை குறித்து ஆய்வு செய்ய வேண்டும். அதன்பிறகு அந்த நிலை குறித்து அரசுக்கு அறிக்கை அளித்திட வேண்டும்.

இதன் அடிப்படையில் விவசாயிகளுக்கும் நிவாரணத் தொகை வழங்கப் பட்டு நடவடிக்கை மேற்கொள்ளப்படும்.

ஆனால், அதேசமயத்தில் குடிநீர் பற்றாக்குறையால் மாநிலத்தின் தத்தளிக்கும் பல மாவட்டங்களுக்கு என்ன பதில் கூறப் போகிறது அரசு?

நீர்த்தேக்கங்களிலும் தண்ணீர் இல்லை. நிலத்தடி நீரும் குறைந்து போய் விட்டது. முன்பு இதுபோன்ற நேரங்களில், ஒரு மாவட்டத்தில் தண்ணீர் இல்லை என்றால் பக்கத்தில் தண்ணீர் உள்ள மாவட்டங்களிலிருந்து டேங்கர் லாரி மூலம் தண்ணீர் கொண்டு வரப்பட்டது.

ஆனால், இப்போது எல்லா மாவட்டங்களும் குடிநீர்ப் பற்றாக்குறையை நோக்கிச் சென்று கொண்டிருக்கும் நிலையில் குடிநீர் சப்ளைக்கு என்ன செய்வது என்பதை அரசு சிந்தித்து முடிவு செய்து திட்டங்கள் வகுக்க வேண்டும்.

தமிழகத்தின் இயற்கைவளக் கொள்ளையில் மிக முக்கியமானது ஆற்று மணல் கொள்ளை. மிகமிக அதிக லாபம் இருப்பதால் மணல் அள்ளுவதைத் தடுக்கும் காவல் மற்றும் வருவாய்த் துறையினரைக் கொலை செய்யக்கூட தயங்குவதில்லை மணல் கொள்ளையர்கள்.

ஊரடங்கு நேரத்தில் ஆற்றுப் பகுதியில் போலீஸ் மற்றும் வருவாய்த் துறை கண்காணிப்பு குறைந்துள்ளதைப் பயன்படுத்தி மீண்டும் மணல் கொள்ளையைத் தொடங்கியிருக்கிறார்கள்.

சரக்கு வாகனங்களுக்குத் தடை கிடையாது என்பதைத் தவறாகப் பயன்படுத்திக் கொள்கிறார்கள் ஒரு சிலர்.

தமிழகத்தில் 2003 முதல் இதுவரையில் விலை உயராத ஒரே பொருள் மணல்தான். 2 யூனிட் மணலுக்கு அரசு நிர்ணயித்த விலை 1050 மட்டுமே என்ற நிலை 18 ஆண்டுகளாகத் தொடர்கிறது.

ஆனால், மக்களுக்கு இரண்டரை யூனிட் கொண்ட ஒரு லோடு மணல் 25 ஆயிரத்துக்கு குறைந்து கிடைப்பதில்லை. மதுரையில் 30 ஆயிரத்துக்கும் நெல்லை குமரியில் 40 ஆயிரம் முதல் 50 ஆயிரத்துக்கும் விற்பனை ஆகிறது.

தாமிரபரணி, வைகையை மட்டுமின்றி சிற்றாறு, குண்டாறு போன்ற சின்னஞ்சிறு ஆறுகளில் கூட மணல் அள்ளத் தொடங்கி விட்டார்கள். இதே நிலைதான் வடமாவட்டங்களிலும் நிலவுகிறது.

நாகை மாவட்டம் பாண்டவையாற்றிலும்கூட மணல் திருட்டு நடை பெறுகிறது. தமிழ்நாடெங்கும் மணல் கொள்ளை நீக்கமற நடைபெற்று வருகிறது.

தமிழகத்தின் குடிநீர்த் திட்ட கிணறுகளும் எல்லாமே பெரும்பாலும் ஆற்றுக்குள்தான் இருக்கின்றன. மணல் கொள்ளையைத் தடுக்காவிட்டாலும் கோடையில் குடிநீர் பிரச்சினை பூதாகரமாகிவிடும்.

மனிதன் பிறக்கும்போது பனிக்குடம் உடைகிறது. இறந்த பிறகு இடுகாட்டில் எடுத்து வைக்கும்பொழுது நீர்க்குடம் உடைகிறது. எரியூட்டிய பின் சாம்பல் குடத்தினில் அடைக்கப்படுகிறது. இறுதியில் அந்தச் சாம்பலும் நீரில் கரைக்கப்படுகிறது. நீருலே தோன்றி நீரிலேயே மனித வாழ்வு முடிவடை கிறது. அதனால்தானோ என்னவோ நமது முன்னோர்கள் நீரை அமிழ்த மாகவும், தெய்வமாகவும் வாழ்த்தியும் வணங்கியும் உள்ளார்கள்.

உலகிலுள்ள அனைத்து மதங்களும் மதச்சடங்குகளும் நீரினைப் போற்றி அதன் மகத்துவத்தினை எல்லா சந்தர்ப்பங்களிலும் வெளிப்படுத்தி வருகின்றன.

பிறந்த குழந்தைக்கு நாவில் முதலில் இனிப்பு நீர் தொட்டு வழங்கும் வழக்கம் இன்னும் இருந்து வருகிறது.

அக்குழந்தைக்குப் பெயர் சூட்டும் ஞானஸ்நானத்தில் நீர் முக்கியத்துவம் பெறுகிறது.

கோவிலில் கும்பாபிஷேத்தில் புனித நீர் முதன்மைப்படுத்தப்படுகிறது. வரமும் சாபமும் அளிக்க முனிவர்கள் கமண்டல நீரைத் தெளிக்கிறார்கள்.

யாக வேள்விகளில் புனிதநீர் முக்கியத்துவமாகிறது.

மதவேறுபாடின்றி மந்திரம் ஓதுதலுக்குத் தண்ணீர் மகத்துவம் பெறுகிறது.

பூமிப்பந்தின் அடுக்குகளில் இருக்கும் நிலத்தடி நீர் என்பது அள்ள அள்ளக் குறையாத அமுதசுரபி என்று கூற முடியாது.

அவ்வப்போது கிடைக்கும் மழைநீரை சேமித்தால்தான் தேவைக்கு ஏற்ப நிலத்தின் அடியிலிருந்து எடுக்க முடியும்.

பூமிப்பந்தில் பல ஆயிரம் ஆண்டுகளாக சேமித்து வைக்கப்பட்ட நீரை மனிதர்கள் சில நூறு ஆண்டுகளில் வெளியே எடுத்து விட்டனர். இதனால் வருங்காலங்களில் தண்ணீர் பற்றாக்குறை தீவிரமாகும்.

நிலத்தடியில் நீர் சேமிப்பதை நிறுத்திவிட்டு பதிலாக, அதிக அளவு தண்ணீரை ஆழ்துளைகள் போட்டு உறிஞ்சியதால் இன்று 500 அடிக்குமேல் ஆழ்துளைக் கிணறுகளை அமைத்தும் தண்ணீர் கிடைக்கவில்லை.

நீர்ப் பற்றாக்குறை ஏற்பட்டால் நிலத்திலும் விவசாயத்திலும் கடும் பாதிப்பு ஏற்படும். உணவு உற்பத்தியும் பாதிப்புக்கு உள்ளாகும்.

நிலத்தடி நீரின் அளவு உயர வேண்டுமானால் அதற்குப் பல வகையான உத்திகளைக் கடைப்பிடிக்க வேண்டும்.

முதலில் வீடுகளில் மழைநீரை சேமிப்பதுபோல வேளாண் நிலங்களிலும் மழைநீரை சேமிப்பதுதான் நிலத்தடி நீர்மட்டம் உயர ஒரே வழி.

அதாவது விளை நிலங்களில் பெய்யும் மழைநீரை அறுவடை செய்து நிலத்தடியில் சேமிக்க உதவும் வகையில் நிலங்களில் சில நடவடிக்கைகள் மேற்கொள்ள வேண்டும்.

மழைநீரை நிலத்தில் சேமிக்க பெய்யும் மழைநீர் நிலத்தைவிட்டு வெளியேறாமல் நிலத்திலேயே தங்கி இருக்கும்படி செய்ய வேண்டும்.

இதற்கு நிலத்தில் மழைக்காலத்திற்கு முன்பு நன்றாக உழவு செய்ய வேண்டும். அதாவது நிலத்தில் கோடை உழவு செய்வது முக்கியம். கோடை உழவு செய்த பின்பு கிடைக்கும் மழைநீர் முழுவதுமாக எளிதில் உறிஞ்சப் பட்டு மண்ணில் செலுத்தப்படும்.

நிலச்சரிவுக்கு குறுக்கே உழவு செய்யப்படும்போது மண்ணில் மழைநீருக்கு வேகத்தடை ஏற்படுத்தப்பட்டு நிலத்திலேயே சேகரிக்கப்படுகிறது.

இதேபோல் நிலங்களில் சமச்சீர் வரப்புகள் அமைப்பதன் மூலம் குறிப்பிட்ட நிலத்தில் கிடைக்கும் மழைநீர் அந்த நிலத்திலேயே தேங்கி மெதுவாக இறங்கும்.

நிலத்தின் சமச்சீர் வரப்புகளை அமைக்கும்போது நீர் தேங்கும் பகுதியில் வரப்புகளை ஒட்டி இரண்டடி ஆழம், அரையடி அகலத்தில் நீளமான வாய்க் கால்களையும் வெட்டி வைக்கலாம்.

இதனால் மழைநீர் அந்த வாய்க்கால்களில் நிரம்பி முழுவதுமாக பூமிக்குள் செலுத்தப்படும்.

மானாவாரி நிலங்களில் கோடை உழவு செய்வதுபோல மரப்பயிர்களின் மரத்தைச் சுற்றி வட்டப் பாத்தி அமைக்க வேண்டும். சரியான இடங்களில் மரங்களின் அருகே பிறை வடிவ வாய்க்கால்களை எடுத்து வைக்க வேண்டும்.

ஓடைகளின் குறுக்கே தடுப்பணைகளை அமைக்க வேண்டும். மொத்த நிலத்தின் தாழ்வான பகுதியில் பண்ணைக் குட்டைகள் அமைக்கலாம்.

தமிழகத்தில் இருக்கும் லட்சக்கணக்கான ஏக்கர் தரிசு நிலங்களில் கோடை உழவு செய்து வைக்கலாம். நீர்நிலைகளைத் தூர் வாரி வரப்புகளை உயர்த்திக் கட்டுவதன் மூலம் மழைநீரை சேமிக்கலாம். அதன் மூலம் நிலத்தடி நீரும் உயரும்.

நிலங்களில் 'புளுடிங்' முறை என்னும் வெள்ளமாக நீரை நிலத்தில் பாய்ச்சும் முறை மற்றும் வாய்க்கால் மூலம் நீரைப் பாய்ச்சும் முறைகளை முழுவதுமாக நிறுத்த வேண்டும்.

சொட்டு நீர், தெளிப்பு நீர் பாசனை முறைகளைப் பின்பற்ற வேண்டும். நீர் ஆவியாவதைத் தடுக்க பண்ணைக் கழிவுகள் மூலம் மூடாக்கு கொண்டு மூட வேண்டும்.

தென்னந்தோப்புகளில் இரண்ட வரிசைக்கு இடையில் இரண்டு அடி ஆழத்தில் அரையடி அகலத்தில் வாய்க்கால்கள் எடுத்து, தென்னைக் கழிவுகளை போட்டு பாசனம் செய்வதன் மூலம் வறட்சியான காலத்திலும் மரங்களை காப்பாற்றலாம்.

நீர்நிலைகளில் நீர் செறிவூட்டும் தண்டு எனப்படும் ஆழ்துளை அமைப்பு களை அமைப்பதன் மூலம் மழைக்காலத்தில் நீர் நிலைகளின் உபரி நீரை வீணாக்காமல் மண்ணில் செலுத்துவதன் மூலம் நீர்மட்டத்தைக் கணிசமாக உயர்த்தலாம்.

இதுபோன்ற நீர் சேமிப்பு உத்திகளைக் கடைப்பிடித்தால் வேளாண் நிலங் களுக்குப் பயிரிட தேவையான நீரை எளிதாகப் பெற்று பயிர் உற்பத்தியை பெருக்க முடியும்.

தமிழ்நாட்டிலுள்ள நீர் நிலைகள் எல்லாம் வறண்டு போயிருக்கிறது. 140 ஆண்டுகளாக இல்லாத வகையில் கடும் வறட்சி நிலவிக் கொண்டிருக்கிறது.

தென்மேற்கு பருவமழையும் வடகிழக்கு பருவமழையும் தொடர்ந்து பொய்த்துப் போய்க் கொண்டிருக்கிறது. தமிழ்நாட்டில் எந்த நீர் நிலை களிலும் தண்ணீர் இல்லை.

நிலத்தடி நீரும் வெகு ஆழத்திற்குப் போய்விட்டது. இதன் காரணமாக நல்ல தண்ணீர் கிடைக்காமல் உப்புத் தண்ணீர் கிடைக்கும் நிலைதான் ஏற்பட்டுள்ளது.

இதே நிலைமை நீடித்தால் நிலத்தடி நீரும் கிடைக்காத அபாயகரமான நிலை ஏற்பட்டுவிடும். விவசாயத்துக்கு மட்டுமல்ல குடிநீருக்கே கடுமையான பஞ்சம் ஏற்பட்டுள்ளது. கால்நடைகளும் தண்ணீர் இல்லாமல் செத்து மடிகின்றன.

எல்லா இடத்திலும் ஆழ்குழாய் கிணறுகள் தோண்டிக் கொண்டிருக் கிறார்கள். இப்படி ஏராளமான ஆழ்குழாய் கிணறுகளைத் தோண்டிக் கொண்டிருப்பதால் பூமிக்கடியிலிருந்து நீர் சுரண்டப்படுகிறது.

நிலத்தடி நீர் மட்டத்தை உயர்த்துவதற்கு எந்த நடவடிக்கையும் எடுக்காமல் வெறுமனே ஆழ்குழாய் கிணறுகளைத் தோண்டி நீர் எடுத்துக் கொண்டிருப் பது நிரந்தர சேமிப்புக் கணக்கிலுள்ள பணத்தையெல்லாம் எடுத்துச் செலவழித்துக் கொண்டிருப்பதைப் போலாகும்.

எனவே, போர்க்கால நடவடிக்கையாக தமிழக அரசு 1076 கிலோ மீட்டர் நீளமுள்ள கடலோரப் பகுதிகள் அனைத்திலும் கடல் நிரை குடிநீராக்கும் திட்டங்களைச் செயல்படுத்த வேண்டும்.

இஸ்ரேல் நாடு உலகத்தில் வறட்சி மிகுந்த நாடுகளில் ஒன்றாகும். ஆனால், இந்த நாட்டில் கடல் நீரைக் குடிநீராக்கும் நிலையங்கள் ஏராளமாக அமைத் திருப்பதன் மூலம் கொஞ்சம் கொஞ்சம் பெய்யும் மழைநீரையும் சேகரித்து வைப்பதற்கான திட்டங்களை நிறைவேற்றுவதன் மூலம் அவர்களுக்குத் தேவையான அளவு தண்ணீருக்குமேல் அபரிமிதமான தண்ணீரை வைத்துக் கொண்டு விவசாயத்திலும் உலகம் முழுவதையும் தன்னை நோக்கிப் பார்க்க வைத்துக் கொண்டிருக்கிறது.

சென்னையில் மீஞ்சூர், நெய்வேலி ஆகிய இடங்களிலுள்ள கடல்நீரைக் குடிநீராக்கும் நிலையங்கள் மூலம் கிடைக்கும் தண்ணீர்தான் பல பகுதிகளில் தண்ணீர் தேவையைப் பூர்த்தி செய்கிறது.

இரு நிலையங்களிலும் தலா 100 மில்லியன் லிட்டர் தண்ணீர் உற்பத்தி செய்யப்படுகிறது. தற்போது நெம்மேலியில் தினமும் 150 மில்லியன் லிட்டர் கடல் நீரை குடிநீராக்கி சப்ளை செய்யும் வகையிலான மேலும் ஒரு திட்டம் ரூ.1350 கோடியில் செயல்படுத்தத் துவக்கக் கட்ட ஏற்பாடுகள் நடைபெற்று வருகிறது.

இதுமட்டுமல்லாமல் நெம்மேலி குப்பம் கிராமத்தில் மேலும் 400 மில்லியன் கடல்நீரை குடிநீராக்கும் நிலையம் தொடங்குவதற்கும் திட்டம் தீட்டப் பட்டுள்ளது.

இந்தத் திட்டங்கள் மட்டுமல்லாமல் சென்னையிலிருந்து கன்னியாகுமரி வரை மேலும் பிரம்மாண்டமான வகையில் கடல்நீரை குடிநீராக்கும் நிலையங்கள் தொடங்கும் முயற்சிகளை அரசு மேற்கொள்ள வேண்டும். பன்னாட்டு நிதி நிறுவனங்களின் ஆதரவுகளைப் பெற்று இந்த முயற்சிகள் மேற்கொள்ளும்பட்சத்தில்தான் தமிழகத்தின் தண்ணீர் தவிப்பு ஓரளவு பூர்த்தியடையும்.

தமிழகத்தில் 365 நாட்களில் சராசரியாக 35 நாட்கள் மட்டும் 923 மி.மீ. அளவு மழை பெய்கிறது. நீர்த்தட்டுப்பாடுள்ள இந்திய மாநிலங்களில் தமிழகமும் மிக முக்கிய ஒன்றாகும். அதனால்தான் இங்கு தண்ணீருக்கான மோதல் களும், சண்டைகளும் தொடர்ந்து ஏற்பட்டு வருகிறது.

காவிரியிலிருந்து முல்லைப் பெரியாறு வரை தமிழகம் தொடர்ந்து போராட்டம் நடத்தியே தனக்கான தண்ணீர் உரிமையை நிலைநாட்ட வேண்டிய சூழ்நிலை இருந்து வருகிறது.

ஆனால், அதே சமயம் ஒவ்வோர் ஆண்டும் ஆந்திரம் 4000 டி.எம்.சி., கர்நாடகம் 2000 டி.எம்.சி., கேரளம் 1000 டி.எம்.சி. தண்ணீரைக் குடிமைப் பயன் பாட்டிற்கின்றி கடலில் கலக்கின்றன.

தமிழகத்தில் ஓடும் அனைத்து ஆறுகளிலும் ஆய்வு மேற்கொண்டு வாய்ப்புள்ள இடங்களில் சிறிய அளவில் தடுப்பணைகள் கட்டி நீரைத் தேக்குவதற்கு போர்க்கால அடிப்படையில் முயற்சி மேற்கொள்ள வேண்டும்.

இதுபோல வெள்ளக்காலத்தில் தண்ணீரை ஆற்றின் இரண்டு பக்கமும் குறைந்தது 50 கி.மீ. தொலைவுவரை தண்ணீரைக் கொண்டு சென்று ஏரி, குளங்களில் விடுவதற்கான கட்டமைப்பை ஏற்படுத்த வேண்டும்.

தமிழகத்தின் நீர்த்தேக்கங்களில் நடத்தப்பட்ட ஆய்வில் 8 அணைகளில் 30 விழுக்காடும் இரண்டு அணைகளில் 50 விழுக்காடும் 4 அணைகளில் 10 விழுக்காடும் வண்டல் படிந்து நீர் கொள்ளளவு குறைந்துள்ளதாகத் தெரிய வந்துள்ளது. இந்த வண்டல் மண்ணை எடுப்பதற்கான திட்டத்தை வகுப்ப துடன் அணையின் நீர்க்கொள்ளவை அதிகரிக்கவும் முயற்சி மேற்கொள்வது அவசியம்.

தமிழகத்தின் சில முக்கிய ஆறுகள் பற்றிய குறிப்புகள் :

குதிரையாறு : திண்டுக்கல் மாவட்டம் கொடைக்கானல் மலைப்பகுதியில் கூக்கால் பகுதியில் உருவாகிய சிற்றாறு ஆகும்.

ஆண்டிப்பட்டி கிராமத்தில் சிற்றருவியாக விழுந்து குதிரையாறு அணையில் தேங்கி அங்கிருந்து வடக்கு நோக்கி பாப்பம்பட்டி, ரெட்டையம்பா கிராமங் களின் வழியாக சுமார் 10 கி.மீ. ஓடி திருப்பூர் மாவட்டம் மடத்துக்குளம் வட்டம் கொழுமம் கிராமம் அருகில் அமராவதி ஆற்றோடு கலக்கிறது.

சங்க காலத்திற்குப் பின் இந்த ஆற்றுக்கு அசுவ நதி என பெயர் வழங்கி வந்துள்ளது. அசுவம் என்றால் வடமொழியில் குதிரை என்று பொருள். இந்த அசுவம் நதி கொழுமம் அருகில் அமராவதி ஆற்றுடன் இணைந்து வடக்காக சென்று காவிரி ஆற்றுடன் இணைகிறது.

கல்லாறு : வேலூர் மாவட்டத்தில் ஓடும் சிறு ஆறாகும். கிழக்குத் தொடர்ச்சி மலைகளில் ஒன்றான பச்சை மலையில் உற்பத்தியாகி சுவேதா ஆற்றில் கலக்கிறது.

பெரிய ஏரிகளில் ஒன்றான வெங்கலம் பகுதியில் உள்ள ஏரியில் கலந்து அங்கிருந்து கிழக்கு திசை நோக்கிப் பாய்ந்து கொல்லிமலையில் உற்பத்தியாகி வரும் சுவேதா ஆற்றில் சேர்கிறது.

கல்லாற்றின் நீளம் சுமார் 20 கிலோ மீட்டர் வருடத்தின் ஆறு மாதங்களுக்கும் அதிகமாக பாயும் இந்த நதியின் மூலம் சுமார் 10 ஆயிரத்திற்கும் அதிகமாக ஏக்கர் விவசாய நிலங்கள் பாசன வசதி பெறுகின்றன. மேலும், 15க்கும் மேற்பட்ட கிராமங்களுக்கு குடிநீர் மற்றும் அத்தியாவசியத் தேவைகளுக்கு இன்றியமையாத ஒன்றாகத் திகழ்கிறது கல்லாறு. இந்த நதியில் கற்கள் நிறைந்து காணப்படுவதால் கல்லாறு எனப்பெயர் பெற்றது.

மலட்டாறு : தமிழகத்தின் விழுப்புரம் ஊடாகப் பாயும் ஓர் ஆறு. இது ஒப்பீட்டளவில் சிறிய ஆறு ஆகும்.

தென்பெண்ணை ஆற்றின் துணை ஆறாகிய இது கெடிலம் ஆற்றுடன் சேர்ந்து கடலூர் அருகே தென்பெண்ணை ஆற்றுடன் சேர்ந்து வங்கக் கடலில் கலக்கிறது.

இது ஆனாங்கூர், பில்லூர், குச்சிப்பாளையம், அரசமங்கலம் உட்பட பத்துக்கும் மேற்பட்ட கிராமங்களின் விவசாயத்திற்கான நீர் ஆதாரமாகும். வாய்க்கால்களின் ஆக்கிரமிப்பால் இந்த ஆறு நீர்வரத்தின்றி பாலைவனமாக மாறி வருகிறது.

குடமுருட்டி ஆறு : திருச்சி, தஞ்சாவூர் போன்ற பகுதிகளில் ஓடும் காவிரியின் துணையாறு ஆகும். திருச்சிக்கு அருகே காவிரியுடன் கலக்கிறது.

திருவையாற்றில் உள்ள ஐந்து புனித ஆறுகளில் இதுவும் ஒன்றாகும். தேவாரப் பாடல்களில் குறிப்பிடப்படும் இந்த ஆற்றின் பழைய பெயர் கடுவாய் ஆகும். திருஆலம்பொழில் கோயிலின் தீர்த்தமாகவும் உள்ளது.

கெடிலம் ஆறு : தமிழகத்தின் விழுப்பரம், கடலூர் மாவட்டங்களின் ஊடாகப் பாயும் ஓர் ஆறு இது. ஒப்பீட்டளவில் சிறிய ஆறு ஆகும் இது. திருக்கோவிலூரில் உற்பத்தியாகி மலட்டாறுடன் சேர்ந்து கடலூர் அருகே தென்பெண்ணை ஆற்றுடன் சேர்ந்து வங்கக்கடலில் ஐக்கியமாகிறது.

மழைக்காலங்களில் பெருக்கெடுத்தோடும் இந்த ஆறு இதன் சுற்றுப்புறத்தில் நிலத்தடி நீர் மட்டம் உயர உதவுகிறது. இது தேவாரம் போன்ற பக்தி இலக்கியங்களிலும் குறிப்பிடப்பட்டுள்ளது.

கூவம் : சென்னை நகரில் பாயும் மூன்று ஆறுகளில் ஒன்று. அடையாறு, கொசஸ்தலை ஆறு ஆகியவை மற்ற இரு ஆறுகள்.

ஒரு காலகட்டத்தில் தூய நீர் ஓடிய இந்த ஆற்றின் மீன்பிடி தொழிலும் படகுப் போட்டிகளும் நடைபெற்றன. இன்று சென்னை நகரின் மக்கள் தொகைப் பெருக்கத்தின் விளைவாக மாசு நிறைந்த சாக்கடையாக ஓடுகிறது.

இந்த ஆறு மொத்தம் 75 கி.மீ. ஓடுகிறது. புறநகரில் 40 கி.மீட்டரும் நகருக்குள் 18 கி.மீட்டரும் ஓடுகிறது. 2004 டிசம்பர் சுனாமியின்போது இந்த ஆறு ஒரு வடிகாலாக செயல்பட்டதால் சென்னை நகரம் அதிக பாதிப்புக்கு உள்ளாகாமல் தப்பித்தது.

சுனாமியின்போது ஆற்றின் கழிமுகப் பகுதியின் அசுத்தம் நீங்கியது. தொடர்ந்து மூன்று நாட்களுக்கு எப்போதும் கறுப்பாக தெரியும் தண்ணீர் கண்ணாடிபோல மின்னியது. ஆனால், சுனாமி முடிந்த சில வாரங்ளுக்குள் பழைய நிலைக்கு திரும்பியது.

கூவம் ஆறு சென்னையிலிருந்து 75 கி.மீட்டர் தொலைவில் உள்ள திருவள்ளூர் மாவட்டத்தில் உள்ள கேசாவரம் எனும் சிற்றூரில் கல்லாறின் கிளையாறாக உருவாகிறது.

கூவம் ஆறு உருவாகும் இடத்தில் பாடல் பெற்ற சைவத் தலமான தக்கோலம் (திருவூறல்) அமைந்துள்ளது. இங்கு உருவாகும் ஆறு சென்னை நேப்பியார் பாலம் அருகே கடலில் கலக்கிறது.

ஆற்றின் நீர்ப்பிடிப்பு பகுதி 400 சதுர கிலோ மீட்டர். ஆற்றுப் படுகையின் அகலம் 40 முதல் 120 மீட்டர்வரை. ஆற்றின் அதிகபட்ச கொள்ளளவு நொடிக்கு 22000 கன அடி ஆகும். 2005-ஆம் ஆண்டில் ஆற்றில் வெள்ளம் வந்தபோது ஓடிய தண்ணீர் 21500 கன அடியாகும்.

வராக நதி : தேனி மாவட்டத்தில் ஓடும் ஆறுகள் ஒன்றாகும். மேற்குத் தொடர்ச்சி மலையிலிருந்து தொடங்கும் இந்த ஆறு தேனி மாவட்டத்தில் பெரியகுளம், வடுகப்பட்டி எனும் ஊர்களின் வழியாகப் பயணித்து வைகை

ஆற்றில் கலக்கிறது. சங்கமம் திரைப்படத்திற்காக 'வராக நதிக்கரையோரம்' என்று இந்த நதியின் பெயரைப் பயன்படுத்தி கவிஞர் வைரமுத்து ஒரு பாடல் எழுதியிருக்கிறார்.

வாணியாறு : இந்த ஆறு தென்பெண்ணை ஆற்றின் துணை ஆறாகும். இந்த ஆறு சேர்வராயன் மலையில் தோன்றி தருமபுரி மாவட்டம், பாப்பிரெட்டிபட்டி வட்டம், பொம்மிடி, பாப்பிரெட்டிப்பட்டி பகுதிகளில் பாய்ந்து செழுமையாக்கிக தென்பெண்ணை ஆற்றில் கலக்கிறது.

இவ்வாற்றின் குறுக்கே வாணியாறு அணை என்னும் பெயரில் பாப்பி ரெட்டிப்பட்டி அருகேயுள்ள முள்ளிக்காடு என்ற இடத்தில் அணை கட்டப் பட்டுள்ளது.

வெண்ணாறு : காவிரியாற்றின் துணையாறுகளுள் ஒன்று. இது திருச்சி - தஞ்சை ஆகிய ஊர்களின் ஊடாகப் பாய்ந்து வங்காள விரிகுடாவில் கலக்கிறது. இந்த ஆறு பண்டைய சோழப் பேரரசின் காலத்தில் நீர்வழிப் போக்குவரத்திற்குப் பயன்பட்டு வந்ததாகக் கருதப்படுகிறது.

வைப்பாறு : தமிழ்நாட்டின் விருதுநகர் மாவட்டத்தில் பாயும் ஒரு ஆறு. கேரள மாநிலத்தில் உருவாகி தேனி மற்றும் விருதுநகர் மாவட்டங்கள் வழியாகப் பாய்ந்து தூத்துக்குடிக்கு 40 கி.மீ. வடக்கில் மன்னார்வளை குடாவில் கலக்கிறது. இதன் நீளம் 130 கி.மீ. வடிநிலப்பரப்பளவு 5288 கி.மீ. ஆகும்.

பைக்காரா ஆறு : உதகமண்டலம் அருகே பைக்காரா என்ற ஊரில் உற்பத்தியாகும் ஒரு ஆறாகும். இந்த ஆற்றின் பைக்காரா அருவி 55 மீ மற்றும் 61 மீ உயரத்திலிருந்து கொட்டும் தொடர் அருவியாக சுற்றுலாப் பயணி களைக் கவர்கிறது.

பைக்காரா ஆற்றின் குறுக்கே ஊட்டி - கூடலூர் சாலையின் அருகே பைக்காரா அணை கட்டப்பட்டுள்ளது. பைக்காரா நீர்ப்பிடிப்புப் பகுதி களும் சுற்றுலா படகு நிலையங்களும் தோடர் இனப் பழங்குடியினரின் குடியிருப்பு களும் பைக்காரா அணையைச் சுற்றியுள்ளன.

பிரிட்டானியரின் ஆட்சியின்போது சர்.சி.பி.ராமசாமி அய்யர் முயற்சியால் 1930களில் பைக்காரா திட்டம் போடப்பட்டு 1932ல் அக்டோபரில் 6.65 மெகாவாட் மின்சாரம் உற்பத்தியுடன் துவங்கி இன்றுவரை உற்பத்தி செய்து கொண்டிருக்கிறது.

தென்னிந்தியாவில் உள்ள பழமையான மின் நிலையங்களில் இதுவும் ஒன்றாகும். ஹெச்.ஜி.ஹாவர்ட் என்ற பொறியாளர் தலைமையில் மின்சாரத் துறை செயல்படத் தொடங்கியது.

வெள்ளாறு : சேலம் மாவட்ட சேர்வராயன் மலைத் தொடரில் உருவாகி சேலம் பெரம்பலூர் கடலூர் மாவட்டங்களுக்கு ஊடாக ஓடி பரங்கிப் பேட்டை அருகில் வங்காள விரிகுடாக் கடலில் கலக்கிறது. இது ஒரு சிறிய ஆறு. இதன் நீளம் 193 கி.மீ. வருடத்தில் பாதி வறண்டே காணப்படும்.

முன்பு ஒரு காலத்தில் சோழர் மற்றும் பாண்டிய தேசத்துக்கு இந்த ஆறு எல்லையாகத் திகழ்ந்தது. வெள்ளாற்றின் நீர்ப்பிடிப்புப் பகுதிகள் சுமார் 8086 கி.மீ. ஆகும். சுவேதா ஆறு, சின்னாறு, ஆணைவாரி ஓடை, மணிமுத்தாறு போன்றவை இதன் துணையாறுகளாகும்.

வசிட்ட நதி : சேலம் மாவட்டத்தில் கல்ராயன் மலைப்பகுதியில் உள்ள புழுதிக் குட்டை அணையிலிருந்து ஒரு சிற்றாறும், பாப்பநாயக்கன்பட்டி அணையிலிருந்து ஒரு சிற்றாறும் உற்பத்தியாகிப் பின்னர் இரண்டும் ஒன்றாகக் கலந்து வசிட்ட நதியாக உருவெடுத்து கடலூர் மாவட்டத்தின் வழியாகப் பாய்ந்து வங்கக் கடலில் கலக்கு முன்னர் சுவேதா ஆற்றுடன் இணைந்து வெள்ளாறு என பெயர் பெற்று வங்கக் கடலில் சேர்கிறது.

வசிட்ட முனிவரின் பெயரை வைத்தே இவ்வாற்றுக்கு வசிட்ட நதி என பெயரிடப்பட்டது. இது சேலம் மாவட்டத்தில் ஊற்றெடுத்து ஆத்தூர், பட்டுத்துறை, தலைவாசல், ஆறகழூர், கடலூர் ஆகியவற்றின் வழியாகப் பாய்கிறது. இவ்வாற்றிற்கான அணைகள் ஆத்தூரிலும் பெரியேரியிலும் காணப்படுகின்றன.

தென்பெண்ணை ஆறு : தென்னிந்தியாவின் முக்கியமான ஆறுகளில் ஒன்று. கர்நாடகா மாநிலம் சிக்பள்ளாபூர் மாவட்டத்தில் உள்ள நந்தி மலையில் பிறந்து கர்நாடகம் தமிழ்நாடு ஆகிய மாநிலங்களில் 391 கி.மீ. தூரம் பாய்ந்து இறுதியில் தமிழ்நாட்டின் கடலூர் அருகே வங்காள விரிகுடாவில் கலக்கிறது.

இதன் நீர்ப்பிடிப்புப் பகுதிகள் சுமார் 14449 கி.மீ. ஆகும். மார்க்கண்ட நதி, பாம்பாறு, வன்னியாறு, கல்லாறு, கெடிலம் ஆறு இதன் முக்கிய துணையாறு களாகும்.

ஒசூர் அருகே கெலவரப்பள்ளி நீர்த்தேக்கம், கிருட்டிணகிரி அணை, திருவண்ணாமலை மாவட்டத்தில் சாத்தனூர் அணை, சாத்தனூர் பிக்கல்

அணை, விழுப்புரம் மாவட்டத்தில் திருக்கோயிலூர் அணை, சொர்ணவாரி அணை, எல்லீஸ் அணை ஆகியவை இந்த ஆற்றின் குறுக்கே கட்டப்பட்ட நீர்த்தேக்க கட்டமைப்புகளாகும்.

அமராவதி ஆறு : காவிரி ஆற்றின் முக்கிய துணை ஆறுகளில் ஒன்றாகும். பழனி மலைத் தொடருக்கும் ஆணைமலைத் தொடருக்கும் இடையில் உள்ள மஞ்சம்பட்டி பள்ளத்தாக்கில் உற்பத்தியாகிறது.

இதனுடன் பாம்பாறு, சின்னாறு மற்றும் தேவாறு ஆகியவை இணைந்து கொள்கின்றன. இது அமராவதி அணை மூலம் தடுக்கப்பட்டு அமராவதி நீர்த்தேக்கம் தோன்றுகிறது.

அங்கிருந்து வடகிழக்காக செல்லுகையில் கொழுமம், அருகில் குதிரை ஆறு இணைந்த பின் கொமரலிங்கம் தாராபுரம் பகுதி வழியாகப் பாய்ந்து கரூர் அருகே காவிரியுடன் கலக்கிறது.

இதன் உபநதிகள் சண்முகா நதி, குடகனாறு, உப்பாறு ஆகியனவாகும்.

சங்கக் காலத்திற்குப் பின் இந்த ஆற்றுக்கு ஆம்ரபி எனப் பெயர் வழங்கி வந்துள்ளது. கொழுமம் அருகில் இந்த ஆற்றுடன் அசுவநதி குதிரை ஆற்றுடன் இணைந்து வடக்காக செல்கிறது. இந்த நதியின் சங்ககாலப் பெயர் ஆண் பொருனையாகும்.

இந்த ஆறு பாயும் இடங்கள் இடுக்கி மாவட்டம் ஆகும். இந்நதியின் நீளம் 282 கி.மீ. ஆகும். இதன் வடிநிலப்பரப்பு 8380 சதுர கி.மீ. ஆகும்.

பறம்பிக்குளம் ஆறு : சாலக்குடி ஆற்றின் நான்கு துணையாறுகளுள் ஒன்று. இது தமிழகத்தின் கோயம்புத்தூர் மாவட்டத்தில் உற்பத்தியாகிறது. மேற்குத் தொடர்ச்சி மலையில் உள்ள ஆனைமலை என்னும் இடத்தில் இவ்வாற்றின் குறுக்கே பரம்பிக்குளம் அணை கட்டப்பட்டுள்ளது. இதுவே இந்தியாவின் அதிகக் கொள்ளளவு உள்ள அணையாகும்.

பவானி ஆறு : காவிரி ஆற்றின் முக்கிய துணை ஆறுகளில் ஒன்றாகும். இது தமிழகத்தின் நீலகிரி மலைத்தொடரில் உள்ள குந்தா மலைப்பகுதியில் தோன்றி மேற்கு நோக்கி கேரள மாநிலத்தின் பாலக்காடு மாவட்டத்திலுள்ள அட்டப்பட்டி பள்ளத்தாக்கில் பாய்ந்து அங்குள்ள முக்கலி என்னுமிடத்தில் 120 பாகை திரும்பி கிழக்கு நோக்கி நீலகிரி மாவட்டத்தில் பாய்ந்து மீண்டும் தமிழகத்தில் வருகிறது.

தமிழக கேரள எல்லையில் தமிழகத்திலிருந்து கேரளம் நோக்கி பாயும் ஆற்றை மேல் பவானி அணைக்கட்டு மூலம் தடுத்து பக்தவத்சலம் சாகர் நீர்த்தேக்கம் உருவாக்கப்பட்டுள்ளது.

மேட்டுப்பாளையம் அருகே பவானி ஆறு சமவெளியை அடைகிறது. பின் சிறுமுகை வழியாக கொத்தமங்கலம் அருகே பவானி அணைக்கட்டை அடைகிறது. அங்கு இது பவானி சாகர் நீர்த்தேக்கத்தை உருவாக்குகிறது. பவானி சாகர் நீர்த்தேக்கத்தில் மோயார் ஆறானது இணைந்து கொள்கிறது.

கீழ்பவானி திட்ட கால்வாய் பவானி சாகர் அணைக்கட்டிலிருந்து தொடங்கி ஈரோடு கரூர் மாவட்டங்களை வளப்படுத்துகிறது.

இது ஈரோடு மாவட்ட சத்தியமங்கலத்திற்கு அருகில் உள்ளது. பின் பவானி ஆறு கோபிச்செட்டிப்பாளையம் வழியாகப் பாய்ந்து பவானி நகரில் காவிரி ஆற்றுடன் கலக்கிறது.

காவிரி ஆற்றுடன் கலக்கும் முன் இதிலிருந்து காளிங்கவராயன் வாய்க்கால் தொடங்குகிறது.

அட்டப்பட்டி பள்ளத்தாக்கில் பாயும் பவானி ஆற்றில் அணை கட்டி பாரதப்புழா ஆற்றில் திருப்பிவிட கேரள அரசு திட்டமிட்டு வருகிறது. தற்போதைய சூழலில் இந்நதி சுற்றுச்சூழல் மாசுபாட்டால் அழுக்கடைந்துள்ளது.

செய்யாறு : தமிழ்நாட்டின் திருவண்ணாமலை மாவட்டத்தில் பாயும் ஒரு பருவ கால ஆறு ஆகும். திருவண்ணாமலை மாவட்டத்தில் ஜவ்வாது மலையில் உருவாகும் இந்த ஆறு பாலாற்றின் துணை ஆறு ஆகும்.

ஜவ்வாது மலைத்தொடரின் நச மலையில் தோன்றி மேற்கு தெற்காகப் பாய்ந்து பின்பு செங்கம் அருகில் வடகிழக்காகத் திரும்பி திருவண்ணாமலை மாவட்டத்தின் முழு நீளத்திற்கும் பாய்கிறது.

ஜவ்வாது மலையிலிருந்து கிழக்காகப் பாயும் பீம ஆறு மிருகண்ட நதி ஆகிய துணை ஆறுகள் போளூருக்கு அருகிலுள்ள சோழவரம் எனும் ஊரில் செய்யாறு உடன் இணைகின்றன.

ஜவ்வாது மலையின் அடிவாரத்திலுள்ள செண்பகத் தோப்பு அணையிலிருந்து உருவாகும் கமண்டல நாக நதி எனும் துணை ஆறு வாழப்பந்தல் அருகில் இணைகிறது. இங்கிருந்து சுமார் ஒரு கிலோ மீட்டர் அகலத்தில்

செய்யாறு வடக்கு கிழக்காக ஓடி காஞ்சிபுரத்தை அடுத்த பழைய சீவராம் எனும் ஊரில் பாலாறுடன் இணைந்து வங்காள விரிகுடா கடலில் கலக்கிறது.

திருவண்ணாமலை மாவட்டத்தின் முழு நீளத்திற்கும் ஓடும் செய்யாறு மாவட்டத்தின் வேளாண் பாசத்திற்கும் குடிநீர்த் தேவைக்கும் முக்கிய ஆதாரமாகும். செய்யாறு மற்றும் அதன் துணை ஆறுகளின் கரைகளில் திருவண்ணாமலை மாவட்டத்தின் முக்கிய நகரங்களான போளூர் ஆரணி மற்றும் செய்யாறு அமைந்துள்ளன.

செய்யாறு நகரின் ஊடே பாய்வதால் இந்த ஆறு இப்பெயர் பெற்றதா அல்லது இந்த ஆறு பாய்வதால் இந்த நகரம் இப்பெயர் பெற்றதா என்பது புதிர்.

இந்த ஆற்றின் கரையில் திருஞானசம்பந்தரால் பாடல் பெற்ற ஆயிரம் ஆண்டு பழமை வாய்ந்த செய்யாறு வேதபுரீஸ்வரர் கோயில் அமைந்துள்ளது.

செஞ்சி ஆறு : விழுப்புரம் மாவட்டம், புதுச்சேரி போன்ற வட தமிழகப் பகுதிகளில் பாயும் சங்கராபரணி ஆற்றின் கிளையாறு ஆகும். புதுச்சேரி காரைக்கால் பகுதியில் வடமேற்கிலிருந்து தென்கிழக்காக இந்த ஆறு பாய்கிறது.

காரைக்காலின் குடிநீர் ஆதாரங்களுள் ஒன்றாகும். மலையனூர் மலைப் பகுதிகளில் உருவாகி 79 கி.மீ. பாய்கிறது. பருவ காலங்களுக்கேற்ப இந்த ஆற்றுத் தண்ணீர் வரத்தும் இருக்கும். அக்டோபர் - டிசம்பர் போன்ற மழைக் காலத்தில் நீரோட்டம் அதிகமாகக் காணப்படுகிறது.

நடாரி ஆறு : ஆந்திரப்பிரதேசம் மற்றும் தமிழ்நாட்டின் வழியே பாயும் நதியாகும். நடாரி ஆறு ஆந்திராவிலுள்ள புத்தூர் அருகிலுள்ள வெள்ளி கொண்டா மலையில் உற்பத்தியாகி ஆந்திராவின் நெல்லூர் மாவட்டம் மற்றும் தமிழ்நாட்டின் திருவள்ளூர் மாவட்டம் வழியே 100 கிலோ மீட்டர் தொலைவுக்குப் பாய்கிறது. பின்பு பக்கிங்காம் கால்வாயுடன் இணைந்து எண்ணூர் அருகே வங்காள விரிகுடாவில் கலக்கிறது.

நம்பியாறு : தமிழகத்தின் தென்பகுதியில் பாயும் ஓர் ஆறு. இது திருநெல்வேலி மாவட்டத்தின் நாங்குநேரி வட்டத்தினூடாகப் பாய்கிறது. இது 45 கிலோ மீட்டர் நீளமுடைய ஒரு சிறிய ஆறு ஆகும். இது மேற்குத் தொடர்ச்சி மலையில் உற்பத்தியாகிப் பாய்கிறது.

பரட்டையாறு, தாமரையாறு ஆகியன இதன் துணையாறுகள் ஆகும். மகேந்திரபுரி மலையின் அடிவாரத்தில் இவ்விரு ஆறுகளும் சேர்கின்றன.

கொள்ளிடம் ஆறு : தமிழ்நாட்டில் ஓடும் காவிரி ஆற்றின் துணை ஆறு ஆகும்.

திருச்சி அருகே திருவரங்கத் தீவில் மேலணை எனப்படும் முக்கொம்பில் காவிரியிலிருந்து பிரிந்து வடக்கே சென்று பின்னர் தஞ்சை, நாகபட்டினம், கடலூர் மாவட்டங்களுக்கிடையே கிழக்கு முகமாக ஓடி ஆயங்குடி முட்டம் வழியே பரங்கிப்பேட்டைக்கு 5 கி.மீ. தெற்கில் வங்காளவிரிகுடாவில் கலக்கிறது.

கொள்ளிடம் காவிரியின் வெள்ள வடிகாலாக பயன்படுகிறது. சிதம்பரம் நகர் இவ்வாற்றின் கரையில் உள்ள புகழ் பெற்ற இடமாகும்.

ராணி மங்கம்மாள் ஆட்சிக் காலத்தில் கொள்ளிடம் ஆற்றில் பெரு வெள்ளம் ஏற்பட்டதாகவும் அதனால் மக்கள் துன்புற்று நின்றபோது மங்கம்மாளின் திறமையான ஆட்சியால் மக்கள் காப்பாற்றப்பட்டதாகவும் வரலாறு குறிப்பிடுகிறது.

நஞ்சாஞ்சி ஆறு : அமராவதி ஆற்றின் துணை ஆறு ஆகும். திண்டுக்கல் மவாட்டம் ஒட்டன்சத்திரம் வட்டம் வடகாடு கிராம மலைப்பகுதியில் உருவாகும் சிற்றாறுகள் பரப்பலாறு அணையில் தேங்கும் நீர் மற்றும் உபரிநீர் சிறு ஆறாக நங்காஞ்சி ஆறு எனும் பெயரில் விருப்பாட்சி கிராமத்திற்கு அருகில் தலையிறுத்து என்ற இடத்தில் சிற்றருவியாக விழுந்து வடகிழக்காக விருப்பாச்சி, அரசப்பபிள்ளைபட்டி, தங்கச்சியம்மாபட்டி, சவ்வாதுபட்டி, இடையகோட்டை, கோவிந்தாபுரம் ஆகிய ஊர்களின் வழியாக ஓடி குடகனாற்றில் கலந்து பின் அமராவதி ஆற்றோடு கலக்கிறது.

இந்த ஆற்றுக்கு சங்க காலத்தில் நல்காசி என்று பெயர் வழங்கி வந்துள்ளது. விருப்பாச்சிபாளையம் இந்த ஆற்றின் கரையில் அமைந்திருந்தது.

மணிமுத்தாறு : தமிழ்நாட்டின் விழுப்புரம் மற்றும் கடலூர் மாவட்டத் தில் பாயும் ஒரு ஆறு ஆகும். இந்த ஆறு சேத்தியாதோப்புக்கு அருகில் வெள்ளாற் றுடன் இணைந்து பரங்கிப்பேட்டையில் வங்கக் கடலில் கலக்கிறது.

பரளியாறு : தென்னிந்தியாவின் கன்னியாகுமரி மாவட்டத்தில் பாயும் இந்த ஆறு மகேந்திரகிரி மலையில் உற்பத்தியாகிப் பாய்கிறது.

இவ்வாற்றின் மீது மாத்தூர் அருகே தொட்டிப்பாலம் ஒன்றும் கட்டப் பட்டுள்ளது. மேலும், பெருஞ்சாணி அணையும் இவ்வாற்றின் குறுக்கே கட்டப்பட்டுள்ளது.

அடையாறு : சென்னை நகரில் ஓடும் ஆறுகளில் ஒன்று ஆகும். இந்த ஆறு மாகாணியம் மலையப்பட்டு ஏரியில் துவங்கி சென்னை பட்டினப்பாக்கம் அருகிலும் முடுட்டுக்காட்டிலும் கடலில் கலக்கிறது.

சென்னையில் ஓடும் கூவம் அளவிற்கு இல்லாவிடினும் இந்த ஆறு மாசு மிகுந்து காணப்படுகிறது. ஆகையால், முன்பு நடைபெற்ற மீன்பிடித்தொழில் இப்பொழுது சாத்தியமற்றாகிவிட்டது.

ஆற்றின் நீர்ப்பிடிப்புப் பகுதி 142 சதுர கி.மீட்டர் ஆற்றின் நீளம் 42.5 கி.மீட்டர் புறநகரில் 24 கி.மீட்டரும் நகருக்குள் 15 கி.மீட்டரும் ஓடுகிறது.

ஆற்றுப்படுகையின் அகலம் 10.50 முதல் 200 மீட்டர்வரை ஆற்றின் அதிகபட்ச கொள்ளளவு வினாடிக்கு 60000 கனஅடி, சராசரி கொள்ளளவு 30000 கனஅடி 2005-ஆம் ஆண்டு வெள்ளம் வந்தபோது ஆற்றில் ஓடிய தண்ணீர் 55000 கன அடி ஆகும்.

ஐயாறு : ஐந்து அருவிகள் ஒன்றாகச் சேர்ந்து உற்பத்தியாகும் ஆறு ஐயாறு. நாமக்கல் மாவட்டத்தின் எல்லையில் அமைந்துள்ளது கொல்லிமலைத் தொடர். இங்குதான் இந்த ஐயாறு உற்பத்தியாகிறது. இந்த ஆறு நீர் வீழ்ச்சி யாக சுமார் 160 அடிக்கு மேலிருந்து வீழ்கிறது.

இம்மலை மீது 300க்கும் மேல் பல கிராமங்கள் உள்ளன. ஐந்தருவியின் தண்ணீர் இங்குள்ள நிலங்களுக்குப் பாசனத்திற்காக மக்கள் உபயோகிக் கின்றனர்.

மூலிகைச் செடிகளும் காப்பித் தோட்டங்களும் பழவகை மரங்களும், செடி களும் விளையும் ஒரு பசுமையான மலையே கொல்லிமலை. வல்வில் ஓரி என்ற வள்ளல் ஆண்ட நாடு இந்தக் கொல்லிமலை.

இந்த ஐயாறு ஆற்றின் கரையில் அமைந்துள்ளது அருள்மிகு அறப்பளீச்சுரர். இவரை தர்மகோனீஸ்வரர் என்றும் அழைப்பர். கோயிலுக்கு முன்பும் பாபநாசத்தில் உள்ளதுபோல் நீர்வீழ்ச்சி கீழே அருவியாகக் கொட்டுகிறது.

ஐயாறு கிழக்குப் பக்கத்தில் பாய்ந்து திருச்சிக்கு அருகில் முக்கொம்பு என்ற இடத்தில் காவிரியுடன் சேருகிறது.

அப்பர் பெருமானால் பாடல் பெற்ற தலம் இது. நற்றிணையில் கொல்லி மலைப் பாவை பற்றி சிறப்பு செய்யப்பட்டுள்ளது. அருணகிரிநாதராலும் பாடல் பெற்ற தலம்.

காவிரி : காவிரி நதி முழுக்க முழுக்க தென்மேற்கு பருவகாலத்தில் பெய்யும் மழையினை நம்பியிருக்கும் நதியாகும். கர்நாடகாவில் இருந்து வரும் காவிரி நதி மேகதாது என்னும் மிகக்குறுகிய அகலமுடைய பாதையை அடைந்து பில்லிகுண்டா என்ற இடத்தைக் கடந்து ஒகேனக்கல் அருவியை அடைகிறது.

மேகதாத்தில் காவிரிக்கு ஆடுதாண்டு காவிரி என்று அழைப்பர். ஒகேனக்கல்லிலிருந்து புறப்பட்ட காவிரி மேட்டூர் அணையை அடைகிறது.

இங்கிருந்து வெளிப்படும் தண்ணீர் பவானி என்னும் இடத்தில் பவானி ஆறுடன் சேர்கிறது. அங்கிருந்து ஈரோட்டைத் தாண்டி கொடுமுடி அருகில் நொய்யல் ஆறு காவிரியுடன் கலக்கிறது.

கரூர் அருகில் அமராவதி நதி காவிரியுடன் சங்கமிக்கிறது. இங்கு காவிரிக்கு அகண்ட காவிரி இரண்டாகப் பிரிந்து சென்று ஒரு சிறிய தீவினை உண்டாக் கியது. இத்தீவே ஸ்ரீரங்கமாகும். இதன் ஒரு பிரிவுதான் கொள்ளிடம்.

காவிரி வங்கக்கடலில் சங்கமிக்கும் இடத்தில் பல கிளைகளாகப் பிரிந்து அவைகளுக்கு அரசலாறு, வெண்ணாறு, வெட்டாறு, மண்ணியாறு என்று பலவாறாக அழைக்கப்படுகிறது.

காவிரி நதியுடன் சேரும் ஒரு முக்கிய நதி பவானி நதி. மேற்கு தொடர்ச்சி மலைகளில் உற்பத்தியாகி கேரளாவிலிருந்து கோவை மாவட்டம் வழியாக சத்தியமங்கலத்திற்கு அருகில் உள்ள பவானிசாகர் அணையை அடைகிறது. இந்த நதியின் நீளம் 217 கிலோ மீட்டராகும். இந்த நதியின் நீர் சுமார் 87 சதவீதம் தமிழ்நாட்டில் பயன்படுத்தப்படுகிறது.

இந்த நதி மேட்டுப்பாளையம், பவானிசாகர், சத்தியமங்கலம், கோபி செட்டிப்பாளையம் வழியாக ஈரோடுக்கு அருகில் பவானியை அடைகிறது. இங்கிருந்து மேட்டூர் அணைக்கருகில் காவிரியுடன் ஒன்று சேர்கிறது.

ஈரோட்டிலிருந்து 14வது கிலோ மீட்டரில் உள்ளது பவானி என்னும் சிறு நகரம். இங்கு பவானி ஆறு காவிரி நதியுடனும் நிலத்தடியில் செல்லும் அமுதா நதியுடனும் கலக்கிறது. எனவே, இத்தலத்திற்கு முக்கூடல், கூடுதுளை, தட்சிணப் பிரயாகை என்று பெயர் வழங்குவர்.

பராசர முனிவர் தனக்குக் கிடைத்த அமுதம் நிரம்பிய குடத்தை அனைவருக்கும் பயன்படுமாறு இங்கு பாயும் காவிரி நதியில் கலந்து விட்டார். இந்த அமுதக்குடத்திலிருந்து பெருகிய நதியே அமுதா நதியாகும்.

பவானியில் உள்ள திருக்கோவிலின் ஈசுவரன் அருள்மிகு சங்கமேச்வரர். ஞானசம்பந்தரால் பாடல் பெற்ற தலம். வடகோடியில் உள்ள ஆதிகேசவ பெருமாள் கோவில்.

நீலகிரி இறக்கத்தில் பவானி ஆறுடன் 12 சிற்றாறுகள் கலக்கின்றன. அட்டப்பாடி சமவெளியில் வடக்கேயிருந்து வரும் குந்தா நதி இதனுடன் சேருவதால் இதன் வேகம் அதிகரித்து சமவெளிகளை செழிப்பாக்குகிறது.

கேரளா மற்றும் தமிழ்நாடு எல்லையில் கொடுக்கரபல்லம் ஆறும் சிறுவாணி ஆறும் பவானியுடன் கலக்கிறது. நீலகிரி மாவட்டத்தில் உள்ள பத்ரகாளி அம்மன் கோயில் அருகில் இந்த நதி பாய்கிறது. இங்கு மேட்டுப் பாளையம் ஊர் அமைந்துள்ளது.

பவானி ஆற்றில் கட்டப்பட்டுள்ள மிகப்பழமையான அணைக்கட்டு காளிங்க ராயன் கால்வாய். பாசன வசதிக்காக கி.பி. 1283ல் சுமார் 70 கிலோ மீட்டருக்கு கட்டப்பட்டுள்ளது.

கொள்ளிட ஆற்றின் ஒரு கிளை ஆறுதான் வடலாறு. இந்த ஆற்றின் படுகை வீராணம் என்று தற்காலத்தில் அழைக்கப்படும் வீர நாராயண ஏரி. கொள்ளிடம் நதியில் வீணாகும் தண்ணீரைப் பாசனத்திற்கும் குடிநீருக்கும் பயன்படுத்துவதற்காக மாமன்னன் பராந்தக சோழனின் புதல்வன் இளவரசன் இராஜாதித்தனால் இந்தக் கடல் போன்ற ஏரி அமைக்கப்பட்டது.

இந்த ஏரியில் எழுபத்து நான்கு கணவாய்கள் வழியாக தண்ணீர் வயல்களில் பாய்ந்து வளத்தை இன்றும் அளித்துக் கொண்டிருக்கிறது.

இன்று இந்த வீராணம் ஏரியிலிருந்து சென்னை மாநகரத்திற்கு குழாய்கள் மூலம் குடிநீருக்காக தண்ணீர் கொண்டு வரப்படுகிறது. இந்த நீர் சென்னைக் கருகில் உள்ள போரூர் ஏரியில் சேமிக்கப்பட்டு சென்னை மாநகருக்கு விநியோகம் செய்யப்பட்டு வருகிறது.

சிக்மங்களூர் மாவட்டத்தில் உள்ள மேற்கு தொடர்ச்சி மலையில் ஹேமாவதி உற்பத்தியாகிறது. இதன் உற்பத்தியாகும் உயரம் சுமார் 1210 மீட்டர். இந்த நதியின் நீளம் 245 கிலோ மீட்டராகும்.

இது தும்கூர் மற்றும் ஆசன் மாவட்டங்களின் வழியாகப் பாய்கிறது. வழியில் யாகாசி நதி இதனுடன் சேர்ந்து இறுதியில் காவிரி நதியுடன் கிருஷ்ணராஜசாகருக்கு அருகில் சேருகிறது. இந்த நதியில் கோரூர் என்ற இடத்தில் அணை கட்டப்பட்டுள்ளது.

காவிரி நதியுடன் சேரும் ஒரு கிளை நதி சிம்சா நதி. இந்த நதி தும்கூர் மாவட்டத்தில் தேவராயன் துர்கா மலையில் உற்பத்தியாகிறது. இதன் நீளம் 221 கி.மீட்டர்.

காவிரி நதியின் ஒரு கிளை ஆறு திருமலைராஜன் ஆறு. பாபநாசத்தின் அருகில் ராஜகிரி என்ற இடத்தில் குடமுருட்டி, தஞ்சாவூர், திருவாரூர், நாகப்பட்டினம் மாவட்டங்களின் வழியாகப் பாய்ந்து வங்காளவிரிகுடாவுடன் கலக்கிறது. சுமார் நூறு கி.மீட்டருக்கு மேல் ஓடி காரைக்கால் அருகில் உள்ள திருமலைராஜபட்டினத்தில் கடலுடன் கூடுகிறது.

திருமலைராஜன் ஆற்றின்கரையில் அமைந்துள்ள தலம் பட்டீஸ்வரம். கும்பகோணத்திலிருந்து 7வது கிலோ மீட்டரில் உள்ள திருத்தலம். இங்குள்ள இறைவனுக்கு அருள்மிகு பட்டீச்சுரநாதர் என்னும் தேனுபுரீஸ்வரர் என்றும் பெயர் கூறப்படுகிறது.

திருஞானசம்பந்தர் முத்துப் பல்லக்கில் வந்து இறைவன் மீது திருப்பதிகம் பாடிய தலம். இராமபிரான் தான் வாலியைக் கொன்ற பாவத்தினைப் போக்க இங்குள்ள ஈசனை பூசித்ததாக புராணம் கூறும்.

காவிரி நதியின் ஒரு கிளை நதி குடமுருட்டி ஆறு. இந்த ஆறின் பழங் காலத்துப் பெயர் கடுவாறு. இப்பெயரை அருள்தரும் தேவாரம் உறுதிப் படுத்துகிறது. நிறைகுடத்தை மேலும் கீழும் உருட்டிக் கொண்டு வேகமாக செல்லும் ஆறு என்றும் இதன் நீர் சத்தம் பாறையின் மீது குடம் உருண்டு வந்தால் எப்படி சத்தம் வருமோ அதுபோல இதன் வெள்ளநீரில் வரும் எனக் கூறுவர்.

காவிரி நதியின் ஒரு கிளை ஆறு அரசலாறு. இந்த அரசலாறு காவிரியிலிருந்து பிரிகிறது. அரசலாறு திருவையாறில் காவிரியிலிருந்து பிரிந்து வந்த வடலாறு, வெண்ணாறு, வெட்டாறு, குடமுருட்டி ஆறுகள் அரசலாறுடன் திருவையாறில் கூடுகிறது.

காவிரி நதியுடன் கலக்கும் முக்கிய நதிகளில் ஒன்று கபினி நதி. இந்த நதி கேரளாவில் உள்ள வயநாடு மாவட்டத்தில் பக்ராம் தளம் மலையில்

குட்டியாடிமனாந்தவதி என்ற இடத்தில் உற்பத்தியாகிறது. இங்கு மக்கியாறு நதியும், பிரியா நதியும், குரோமி மற்றும் வலாடு என்ற இடத்தில் சேர்கிறது. பயாம்பள்ளி என்ற இடத்தில் இந்த நதியுடன் பனை மரம் நதி கலக்கிறது.

இந்த இடத்திற்கு அருகில் கபினி நதி ஒரு குட்டித் தீவை உருவாக்கு கிறது. இதற்கு குருவா தீவு என்று பெயர். இங்கு இதன் நீர்ப்பாசனத்திற்கு உபயோகிக்கப்படுகிறது. இங்கு இதன் கரையில் மரங்கள் அடர்ந்த காடுகள் இருக்கக் காணலாம்.

இங்கிருந்து 20வது கிலோ மீட்டரில் கர்னாடகாவை அடைகிறது கபினி. இங்கு கேரளாவிற்கும் கர்நாடகாவிற்கும் பொதுவாகக் கட்டுப்பட்டுள்ள அணையே கபினி அணையாகும்.

கர்நாடகாவில் காஸிந்தி நதியும் பவநாசினி என்ற சிற்றாறும் இதனுடன் சேர்கிறது. கபினியுடன் தாரகா மற்றும் நுகு என்ற இரு சிறு நதிகள் இங்கு கலக்கின்றன.

கபினி நதியில் 1974ல் மைசூர் மாவட்டத்தில் உள்ள பிச்சனஹல்லி கிராமத்தில் 190 அடி உயரத்தில் கபினி நீர்த்தேக்க அணை கட்டப்பட்டது. இந்த நதியில் கட்டப்பட்டுள்ள மற்றொரு நீர்த்தேக்கம் பனாசுரா நீர்த்தேக்கம்.

இந்த நதிக்கரையில் உள்ள ஒரு முக்கிய நகரம் நஞ்சன்கூடு. இந்த ஊரில் உள்ள ஒரு புண்ணிய தலம் நஞ்சுண்டேஸ்வரர். இந்தத் திருக்கோயிலைப் பற்றி தேவாரத்தில் சுந்தரமூர்த்தி நாயனார் அவர்கள் நஞ்சு உண்டு உலகத்தைக் காத்த ஈசுவரனாகப் புகழ்கிறார். திருநீலகண்டரும் திரிகூடராசப் பரும் இக்கோயிலில் குடிகொண்டுள்ள ஈசுவரனைப் புகழ்ந்து பாடியுள்ளார்.

இந்தத் திருத்தலம் மைசூரிலிருந்து 22வது கிலோ மீட்டரில் உள்ளது. கோவிலுக்கு சிறிது தூரத்தில் வடபுறத்தில் கபினி நதி ஓடுகிறது. இங்கு குண்டலநதி கபினியுடன் கலக்கிறது. இந்த நதிக்கரையில் பரசுராமருக் கென்று ஒரு கோயில் உண்டு. இத்திருத்தலத்தில் 15-ஆம் நூற்றாண்டில் ஸ்ரீராகவேந்திர சுவாமிகளால் நிறுவப்பட்ட மடம் ஒன்று இன்றும் உள்ளது.

கபினி நதி இறுதியாக திருமாகூடலு - நரசிபுரா என்ற இடத்தில் காவிரி நதியுடன் சங்கமிக்கிறது. கபினி நதிக்கு கபிலா நதி என்ற பெயரும் உண்டு. இந்த நதிக்கரையில் மைசூருக்கு 80வது கிலோ மீட்டரில் அமைந்ததுதான் நகரா ஹோரல் தேசியப்பூங்கா. இந்த இடம் மிருகங்களுக்கும், பறவைகளுக் கும் சரணாலயமாக விளங்கி வருகிறது.

ஆங்கிலேய வைஸ்ராய்களுக்கு இந்த இடம் ஒரு வேட்டைத்தலமாக விளங்கி வந்தது. கோடைக் காலத்தில் இந்த நதி எந்தவித சலனமும் இன்றி ஓடக்கூடியது.

காவிரிக்கோட்டம் என்று தேவாரத்தில் சிறப்பிக்கப்பட்ட ஒரே ஊர் திருவையாறு. தஞ்சை மாநகரிலிருந்து 12வது கிலோ மீட்டரில் திருவையாறு அமைந்துள்ளது.

வடலாறு, வெள்ளாறு, வெட்டாறு, குடமுருட்டி, காவிரி என்று ஐந்து ஆறுகளும் பாய்வதால் ஐயாறு என்று இத்தலத்திற்குப் பெயர் வந்தது. இங்குள்ள இறைவன் திருவையாறப்பன் ஆவார். இறைவன் நந்தி தேவருக்கு இங்கு ஐந்து தீர்த்தங்களில் திருமுழுக்காட்டி அதிகார நந்தி என்ற பட்டம் சூட்டி திருமழப்பாடியில் சுயம்பிரயைக்கு திருமணம் செய்து வைத்தார்.

அப்பர் பெருமானுக்கு ஆடி, அமாவாசை அன்று இறைவன் கயிலைக் காட்சியைக் காட்டிய திருத்தலம். தேவாரம் பாடி அருளிய மூவரால் பாடல் பெற்ற தலம்.

திருவையாற்றின் பெருமைக்குக் காரணமானவர்களில் ஒருவர் தியாகப் பிரம்மம் என்று சங்கீத வல்லுநர்களால் புகழப்பட்ட தியாகைய்யர். அவர் திருச்சமாதிக் கோயில் இங்குள்ளது.

கொள்ளிடம் நதிக்கரையில் அமைந்துள்ள ஊர் திருக்காவலூர். வீரமா முனிவரால் பாடல் பெற்ற அடைக்கல மாதா கோயில் உள்ளது.

காவிரி நதியில் கட்டப்பட்டுள்ள மற்றொரு பெரிய அணை மேட்டூர் அணை. சேலத்திலிருந்து 40வது கி.மீட்டரில் இந்த அணை 1934ல் கர்னல் எல்லீஸ் என்பவரின் திட்டப்படி கட்டி முடிக்கப்பட்டது.

உலகத்திலேயே மிகப்பெரிய அணையாக இது விளங்குகிறது. இந்த நீர்த்தேக்கம் திருச்சி, சேலம், ஈரோடு, கோயம்புத்தூர், தஞ்சாவூர் மாவட்டங் களில் உள்ள பாசன நிலங்களுக்கு நீர் கொடுத்து உதவுகிறது.

காவிரியில் வெள்ளம் பெருக்கெடுத்து ஓடும் காலத்தில் காவிரி நீரானது கொள்ளிடத்திற்குத் திருப்பி விடப்பட்டு வெள்ளப்பெருக்கு தடுக்கப்படு கிறது. கொள்ளிடம் பெரும்பாலும் வறண்டு காணப்படும் நதி. கொள்ளிடத் தில் பெருக்கெடுத்து ஓடும் வெள்ள நீர் வீராணம் ஏரியில் சென்று சங்கமிக்கிறது.

குடகில் உற்பத்தியாகும் இந்த நதி தமிழ்நாட்டில் தாழ்வான பகுதிகளான தருமபுரி, சேலம், ஈரோடு, நாமக்கல், கரூர், திருச்சி, தஞ்சாவூர், நாகப் பட்டினம் போன்ற மாவட்டங்கள் வழியாக பூம்புகார் அருகில் வங்காள விரிகுடாவில் கலக்கிறது.

கர்நாடகாவில் இந்தக் காவிரி நதியும் கபினி, ஹேமாவதி, ஆரங்கி நதிகளும் தமிழ்நாட்டில் பவானி, அமராவதி, நொய்யல் ஆகிய ஆறுகளும் இந்த நதியுடன் கலக்கின்றன. காவிரி நதிக்கு பொன்னி நதி என்ற சிறப்புப் பெயரும் உண்டு.

பாலாறு : பாலாறு தென்னிந்திய விவசாயத்தின் தாய் ஆறாக விவசாயி களால் சொல்லப்படுகிறது. இது கர்நாடக மாநிலத்தின் கோலார் மாவட்டத்தி லுள்ள நந்தி மலையில் உற்பத்தியாகிறது.

கர்நாடகத்தில் 93 கி.மீ. தொலைவும் ஆந்திரப் பிரதேசத்தில் 33 கி.மீ. தொலைவும் தமிழகத்தில் 222 கி.மீ. தொலைவும் பாய்ந்து சென்னைக்கு தெற்கே 100 கி.மீ. தொலைவிலுள்ள வயலார் என்னுமிடத்தில் வங்காள விரிகுடாவில் கலக்கிறது.

இதற்கு மொத்தமாக ஏழு துணையாறுகள் உள்ளன. அவற்றில் செய்யாறு முதன்மையானதாகும். வாணியம்பாடி, ஆம்பூர், பள்ளிகொண்டா, வேலூர், ஆற்காடு, வாலாஜாபேட்டை, காஞ்சிபுரம், செங்கல்பட்டு ஆகியவை இவ்வாற்றின் கரையில் அமைந்துள்ளன.

ஆந்திர பிரதேச அரசு குப்பத்துக்கு அருகிலுள்ள கணேசபுரத்தில் பாலாற்றின் குறுக்கே பாசன அணை கட்ட திட்டமிட்டுள்ளதற்கு தமிழகம் எதிர்ப்பு தெரிவித்துள்ளது.

தமிழகத்தின் வடமாவட்டங்களான வேலூர், காஞ்சிபுரம், திருவண்ணா மலை, திருவள்ளூர், சென்னை ஆகியவை பாலாறினால் பயன்பெறுகின்றன.

பாலாறு ஆண்டு முழுவதும் நீர் ஓடும் வற்றாத ஆறு அன்று. பருவ காலங்களில் பெய்யும் மழையே இதன் நீர் ஆதாரம் ஆகும். கணேசபுரத்தில் கட்டத் திட்டமிடப்பட்டுள்ள பாசன அணை தமிழகத்திற்கு வரும் ஆற்றின் நீரைப் பெருமளவில் தடுத்துவிடும் என்று தமிழக அரசு கருதுகிறது.

மேலும், பருவமழை பொய்க்கும் காலங்களாலும் குறைவான மழைப் பொழிவு உள்ள காலங்களிலும் இந்த அணை தமிழகத்திற்கு வரும் நீரை

முழுவதும் தடுத்துவிடும் என தமிழகம் அச்சப்படுவதால் இத்திட்டத்திற்கு எதிர்ப்பு தெரிவிக்கிறது.

அப்போதைய தமிழக முதல்வர் ஜெயலலிதா இந்த அணை கட்டும் திட்டத்திற்கு எதிர்ப்பு தெரிவித்தார். பாலாறு மாநிலங்களுக்கிடையே ஓடும் ஆறு என்பதால் அட்டவணை அளவில் 1892-ஆம் ஆண்டின் ஒப்பந்தம் இணைக்கப்பட்டுள்ளது என்றும் ஒப்பந்தத்தின் உட்பிரிவின்படி மேல் பாசன மாநிலங்கள் கீழ் பாசன மாநிலங்களின் அனுமதியின்றி ஆற்றின் குறுக்கே புதிய அணைகளையோ அல்லது ஆற்றின் நீரைத் திருப்பும் தடுக்குமோ சேமிக்கும் எந்தவிதமான கட்டுமானங்களையோ கட்டக்கூடாது என்று குறிப்பிட்டுள்ளதை எடுத்துக் காட்டினார்.

'என் பெயர் பாலாறு' என்ற விளக்கப் படம் செங்கல்பட்டைச் சேர்ந்த நீர் உரிமை பாதுகாப்புக் குழு தயாரித்தது. ஜூன் 30, 2008ல் இது வெளியிடப் பட்டது. 85 நிமிடங்கள் ஓடும் இது பாலாறு கர்நாடகத்தில் உற்பத்தியாகும் இடத்திலிருந்து அது வங்காளவிரிகுடாவில் கலக்கும்வரை உள்ள நிலை களைக் காட்டுகிறது.

மணல் அள்ளுதல் மற்றும் தொழிலகங்களின் கழிவுகள் வடதமிழகத்தின் முதன்மையான குடிநீர் ஆதாரமான பாலாற்றை எவ்வாறு பாழாக்குகிறது என்பதைச் சொல்கிறது.

பாலாற்றில் நம் தமிழகத்திற்கு பாராம்பரிய உரிமை பாத்தியம் நிறைய இருக்கிறது. 36 கி.மீ. மட்டுமே ஓடும் இந்தப் பாலாற்றில் 22 தடுப்பணை களுடன் கூடிய பாலங்களைக் கட்டியிருக்கிறது ஆந்திர அரசு.

நம்மிடம் ஒரு வார்த்தைகூட சொல்லாமல் இந்தத் தடுப்பணைகள் கட்டுவது எந்த விதத்தில் நியாயம்? தமிழகத்தின் தலைவிதி என்று நொந்து கொள் வதைத் தவிர வேறு வழியில்லை.

பாலாற்றின் குறுக்கே தடுப்பணைகளைக் கட்டி குப்பம் தொகுதியின் தண்ணீர் தேவைகளைத் தீர்க்கப் போராடி வருகிறார் ஆந்திர மாநில முதல்வர் சந்திரபாபு நாயுடு.

குப்பம் சட்டமன்றத் தொகுதியைச் சுற்றிலும் தமிழக கிராமங்கள் இருப்ப தால் தெலுங்கு மொழி பேசுபவர்களுக்கு இணையாக தமிழ் பேசுபவர்களும் இங்கே இருக்கிறார்கள்.

விவசாயத்தை மட்டுமே பிரதானமாகக் கொண்டுள்ள தன்னுடைய சொந்தத் தொகுதியுடன் குப்பம் தொகுதியில் தண்ணீர் பிரச்சனை தலையாய பிரச்சனையாக இருப்பதால் சந்திரபாபு நாயுடு முழுமையாக களத்தில் இறங்கி வருகிறார்.

அதற்கான அவரது கண்டுபிடிப்புதான் 'அந்திரி நீவா நீர்வழி கால்வாய் திட்டம்.' இத்திட்டத்தின்படி பாலாற்றைக் கடக்கும் இடத்தில் ஒரு தடுப்பணையும் அந்தத் தடப்பணையில் இருந்து மிகுதியாகி பாலாற்றில் வரும் தண்ணீர் தேங்குவதற்கு வசதியாக ஆங்காங்கே 20க்கும் மேற்பட்ட தடுப்பணைகளின் உயரத்தையும் அதிகரித்து வருகிறார்.

அந்திரி நீவா நீர்வழிக் கால்வாய் அமைக்கும் பணிகள் இன்னும் சில மாதங்களில் முடிவடைந்து விடும். பாலாற்றின் குறுக்கே கட்டப்பட்டுள்ள தடுப்பணைகள் உயரம் அதிகரிக்கும்.

கடல் மட்டத்தினைவிட 1500 அடி உயரத்திலிருக்கும் குப்பத்திற்கு 750 கி.மீ. தூரத்திலிருந்து தண்ணீரைக் கொண்டு வர வேண்டும். அந்த உயரத்திற்குத் தண்ணீரைக் கொண்டு வர இருபது இடங்களில் செயற்கை ஏரிகளை உருவாக்கி அதில் தண்ணீரைத் தேக்கி அதிலிருந்து ராட்சத மோட்டார்கள் மூலம் தண்ணீரை இறைத்துப் படிப்படியாக உயர்த்திக் கொண்டு வருகிறார்கள்.

இந்த மோட்டார்களை இயக்க 300 ஏக்கர் பரப்பளவில் சோலார் மூலம் மின்சாரத்தை உற்பத்தி செய்து பயன்படுத்த இருக்கிறார்கள்.

மதனபள்ளி அருகே ஐந்து கி.மீ. தூரத்திற்கு மலையை உடைத்து குகைக்குள் தண்ணீரைக் கொண்டு வருவது இத்திட்டத்தில் ஒரு பெரும் சாதனை.

அப்படி கொண்டு வரும் நீரை சித்தூர் மாவட்டம் குப்பம் தொகுதியில் இருக்கும் பாலாற்றில் இணைத்து ஏரிகளுக்கு கொண்டு போகிறார்கள். இதற்காக குப்பம் தொகுதியில் உள்ள 106 ஏரிகளைத் தூர் வாரி சுத்தம் செய்த வைத்திருக்கிறார்கள்.

அந்திரி நீவா திட்டத்தின் மூலம் குப்பத்திற்கு வரும் செப்டம்பர் மாதம் முதல் தண்ணீர் வரும் என்று சந்திரபாபு நாயுடு ரிலீஸ் தேதியை உறுதியாகக் கூறியுள்ளார். இவ்வாறு அந்திரி நீவா திட்டத்திற்கு இவ்வளவு செலவு செய்து கொண்டு வரும் தண்ணீர் தப்பித் தவறிக்கூட தமிழகத்திற்குப் போய்விடக்

கூடாது என்று பாலாற்றின் குறுக்கே தடுப்பணைகளை உயர்த்திக் கட்டு கிறார்கள்.

நாளை மழை பெய்து இயற்கை வெள்ளம் வரும்போது நமக்கு வர வேண்டிய நீர்வரத்து இந்த அணைகளின் உயரத்தால் பாதிக்கப்படும். பாலாறு தமிழகத்தைப் பொறுத்தவரை பாழாறுதான் என்று புலம்பும் நிலைக்கு வந்து சேரும்.

முல்லைப் பெரியாறு : தொல்லைமேல் தொல்லை தந்த முல்லைப் பெரியாறு அணையைப்போல சிறுவாணி நதியிலும் கேரள அரசு தீராத இன்னல்களைத் தரத் தொடங்கியுள்ளது.

ரூ.900 கோடி செலவில் அட்டப்பாடி அருகே முக்காலி என்ற இடத்தில் 51 அடி உயரம் கொண்ட அணையைக் கட்ட மத்திய அரசிடம் முதலில் அனுமதி கேட்டது கேரள அரசு. அணை கட்டினால் ஏற்படக்கூடிய சுற்றுச் சூழல் தாக்கம் குறித்து ஆய்வுகள் நடத்த மத்திய அரசும் அனுமதி அளித்தது.

கோவையில் குடிநீர் பஞ்சம் நிலவியபோது ஆங்கிலேயர் ஆட்சிக் காலத்தில் சிறுவாணி வனப்பகுதியில் இருந்து கோவைக்கு தண்ணீர் கொண்டு வர திட்டமிடப்பட்டது.

சிறுவாணி வனப்பகுதியில் சிறிய தடுப்பணை கட்டி 1929ல் கோவைக்குக் குடிநீர் கொண்டு வரப்பட்டது. சிறுவாணி தண்ணீர் ஆசியாவிலேயே சுவை மிகுந்ததாக குடிநீர் வடிகால் வாரியம் அறிவித்துள்ளது.

கோவைக்கு குடிநீர் வழங்கும் சிறுவாணி அணை கேரள வனப்பகுதியில் உள்ளது. மலைத் தொடரின் கிழக்குப் பகுதி மலைச்சரிவுகளில் வடியும் தண்ணீர் அணைக்குப் பாய்கிறது. மேற்கு பகுதியில் வடியும் தண்ணீர் பல்வேறு கிளைகளாக சென்று சிறுவாணி ஆறாக பெருக்கெடுத்து பவானி ஆற்றில் கலக்கிறது.

சிறுவாணி ஆறு உற்பத்தியாகும் பகுதியில் சிறுவாணி அணை கட்டப்பட்டு கோவைக்கு குடிநீர் எடுக்கப்படுகிறது. அங்கிருந்து கேரள வனப்பகுதியில் 25 கி.மீ. தொலைவு பயணித்து கூடப்பட்டி என்ற இடத்தில் பவானி ஆற்றில் சிறுவாணி கலக்கிறது. சிறுவாணி, பவானி ஆற்றில் கலப்பதற்கு முன் அகழி ஊராட்சியில் சித்தூர் வெங்கக்கடவு என்ற இடத்தில் அணை கட்ட கேரள அரசு திட்டமிட்டது. கோவை அடுத்துள்ள ஆனைகட்டுக்கு அருகில் சித்தூர் உள்ளது.

சிறுவாணி ஆற்றில் அணை கட்ட 1970ல் கேரள அரசு திட்டமிட்டது. அதற்காக 2000 ஏக்கர் நிலம் ஆர்ஜிதப்படுத்த திட்டமிடப்பட்டு 480 ஏக்கர் எடுத்தது. அங்கு வசித்த மலைவாழ் மக்களை வெளியேற்றியது.

சித்தூர் புராஜெக்ட் என்ற பெயரில் அணை கட்டும் இடத்தில் சில கட்டு மானப் பணிகளையும் கால்வாய் அமைக்கும் பணிகளையும் மேற் கொண்டது. ஆனால், மத்திய அரசின் சுற்றுச்சூழல் துறை அனுமதி பெறுவதில் சிக்கல் ஏற்பட்டாலும் நிதியின்மை காரணமாகவும் திட்டம் அப்போது கைவிடப்பட்டது.

இதனையடுத்து 2002 மற்றும் 2004-ஆம் ஆண்டுகளில் பவானி ஆற்றின் குறுக்கே முக்காலி என்ற இடத்தில் அணை கட்டும் முயற்சியில் கேரள அரசு ஆர்வம் காட்டியது.

தமிழகத்தில் நடந்த தொடர் போராட்டங்களால் அந்தத் திட்டத்தை கை விட்டது. ஆனால், சிறுவாணி தண்ணீரை மேற்கு நோக்கி திருப்பும் திட்டத்தை கேரள சட்டசபையில் எம்.எல்.ஏ.க்கள் தொடர்ந்து வலியுறுத்தி வந்தனர்.

சிறுவாணியின் குறுக்கே 450 மீ நீளம் 51 மீ உயரத்தில் 2.3 டி.எம்.சி. தண்ணீர் தேக்கும் வகையில் அணை கட்ட கேரள அரசு திட்டமிட்டது. இத்திட்டம் மூலம் ஆண்டுக்கு 4.5 டி.எம்.சி. தண்ணீரை கேரளாவுக்கு திருப்பி 12,500 ஏக்கர் பரப்புக்கு பாசன வசதி ஏற்படுத்தத் திட்டமிடப்பட்டது. இத்திட்டம் 1970ல் கேரள நீர்ப் பாசனத்துறையால் முன்மொழியப்பட்ட தாகும்.

2012ல் சித்தூர் புராஜெக்ட் அட்டப்பாடி பள்ளத்தாக்கு பாசனத் திட்டம் என்ற பெயரில் மூன்றாவது முறையாக தூசு தட்டப்பட்டது. இத்திட்டத்தை நிறைவேற்ற 400 கோடி ரூபாய் நிதி ஒதுக்கியது கேரள அரசு.

தமிழக அரசியல் கட்சிகளின் போராட்டத்தால் கேரளா உடனடியாக அணை கட்டாமல் மௌனமானது. ஆனால், திட்டத்தைக் கைவிடாமல் மத்திய அரசை அணுகி வந்தது.

அட்டப்பாடி பாசனத் திட்டம் என்ற பெயரில் திட்டமிடப்படும் இந்த அணையை கேரள அரசு கட்டினால் பயனடையப் போகிறவர்கள் யார்? நிச்சயமாக அங்குள்ள பழங்குடி மக்கள் அல்லர். அவர்களது விவசாய நிலங் களும் அல்ல.

அங்கே பண்ணைகள் வைத்துள்ள ஒரு சில நிறுவனங்களும், சில குடிநீர் போத்தல் நிறுவனங்களும் மட்டுமே. இதனால் கிடைக்கப் போகும் புனல் மின்சாரத்தின் அளவு மிகக்குறைவு.

அட்டப்பாடி ஏற்கனவே குடிநீர் போத்தல் நிறுவனங்களின் மனதை கொள்ளை கொண்ட இடம். ஒரு பன்னாட்டு மென்பான நிறுவனம் தனது ஆலையை அங்கு நிறுவ முற்பட்டபோது கோவை மாவட்டச் சுற்றுச்சூழல் ஆர்வலர்களும் கேரள அமைப்பினரும் எதிர்த்தனர். அவர்கள் காட்டிய முனைப்பான நடவடிக்கையால் அத்திட்டம் அப்போது கைவிடப்பட்டது.

அட்டப்பாடியில் கேரள அரசு அணை கட்டினால் முதலில் பாதிக்கப்படப் போவது கோவை மக்களின் குடிநீர் தேவைதான்.

கோவையில் ஓடிக்கொண்டிருந்த நொய்யல் நதி ஏறக்குறைய இல்லை யென்றே ஆகிவிட்ட நிலையில் கோவை மக்கள் குடிநீருக்காக திண்டாடிய போது தமிழக அரசு கேரள அரசுடன் ஒப்பந்தம் போட்டு சிறுவாணி அணையைக் கட்டியது. அணைக்கான முழுச்செலவையும் தமிழக அரசு ஏற்றது. கேரள அரசு அணையைக் கடடித் தந்தது. இந்தத் திட்டம் 1980களில் சுமார் எட்டு லட்சம் மக்களுக்குச் சுவையான குடிநீரைத் தந்தது.

அன்றைய கேரள அரசு இத்திட்டத்துக்கு இணங்கக் காரணம் கோவையில் வசிப்பவர்களில் மூன்றில் ஒரு பங்கு கேரளத்தவர் என்பதுதான்.

இந்த சிறுவாணி அணை குடிநீர் திட்டத்தின் சிறப்பு என்னவெனில் அணையில் இருந்து நகரின் மையப்பகுதி வரை நீரேற்று இயந்திரம் இல்லாமல் இயல்பான புவியீர்ப்பு விசையிலேயே குடிநீர் வந்து சேர்வதுதான். மின் தேவை கிடையாது. அத்தனை நுட்பமாக வடிவமைக்கப்பட்ட இந்தத் திட்டத்தால் அன்று கோவை மாநகரத்தின் குடிநீர் தேவை பூர்த்தி செய்யப் பட்டது.

கோவையின் மக்கள் தொகை பெருகியபோது இந்தத் திட்டத்தால் அனை வருக்கும் குடிநீர் விநியோகம் செய்ய இயலாத நிலை ஏற்பட்டது.

அந்நிலையில் பில்லூர் அணையைக் கட்டத் தொடங்கியது தமிழக அரசு. புனல் மின் நிலையமாகவும் குடிநீர்த் திட்டமாகவும் இந்த அணை நீர் பயன்படுத்தப்பட்டது. பில்லூர்குடி நீர் திட்டத்தால் சுமார் 15 லட்சம் மக்கள் பயனடைந்தனர்.

தற்போது அட்டப்பாடி அணை கட்டுவதால் முதலில் பாதிக்கப்படுவது கோவை மக்கள். சிறுவாணி அணைக்கு நீர்வரத்து குறையும்.

அதேபோன்று பவானி ஆற்றின் நீர்ப்பிடிப்புப் பகுதிகளுக்கு வரும் நீரும் குறையும். ஆகவே, பில்லூர் அணையின் புனல் மின் உற்பத்தி பாதிக்கப்படுவதோடு பில்லூர் குடிநீர்த்திட்டமும் பாதிக்கப்படும். பவானி ஆற்றினால் பாசன வசதி பெறும் மேட்டுப்பாளையம் சத்தியமங்கலம் பகுதி விவசாய நிலங்களும் பாதிக்கப்படும்.

இவ்வளவு மக்களின் வாழ்க்கையில் இருள் சேர்த்து அட்டப்பாடியில் எந்தப் பழங்குடி மக்களுக்காக இந்தப் பாசனத் திட்டத்தை செயல்படுத்தப் போகிறது கேரள அரசு? அதிலும், குறிப்பாக கேரளத்தவர் அதிகம் வசிக்கும் கோவை மாநகருக்கு குடிநீர் தட்டுப்பாட்டை ஏற்படுத்துவதால் கேரள அரசுக்கு என்ன லாபம்?

இந்தத் திட்டமே 60 ஆண்டுகளுக்கு முன்னால் தமிழகத்தின் எல்லைகளை வரையறுத்து மாநிலங்கள் மீது சீரமைப்பில் அன்றைய சென்னை மாகாணத்தின் பாலக்காட்டுப் பகுதியில் தமிழ் பேசும் மக்களின் சில பகுதிகள் கேரளத்தோடு இணைந்ததால்தான் இந்தச் சிக்கல் ஏற்பட்டுள்ளது.

சென்னை மாகாணத்திற்கும் மைசூர் சமஸ்தானத்திற்கும் 1924ல் ஏற்பட்ட ஒப்பந்தத்தில் கேரளம் சம்பந்தப்படவே இல்லை.

காவிரி பிரச்சனையில்கூட நாம் பாலக்காடு பகுதிகளை இழந்ததால்தான் கேரளம் உரிமை கொண்டாடப்படுகின்றது.

பவானிப் படுகையில் 2.5 டி.எம்.சி. தண்ணீரை கேரளம் எடுத்துக் கொள்ளலாம் என்று ஒப்பந்தத்தில் உள்ளது.

10.5.1969 அன்று திருவனந்தபுரத்தில் தமிழக கேரள அரசுகளின் பேச்சு வார்த்தைக்குப் பின் சிறுவாணி திட்டத்தை நடைமுறைப்படுத்த ஒப்பந்தம் கையெழுத்தானது.

1969 கேரளம் தமிழ்நாடு ஒப்பந்தத்தின்படி பரம்பிக்குளம் ஆழியாறு திட்டத்தில் கேரள அரசு இடைமலை ஆற்றில் அணை கட்டிய பின்பு தமிழகம் ஆணைமலை ஆற்றில் அணைகட்டி 2.5 டி.எம்.சி. தண்ணீர் எடுத்துக் கொள்ளலாம் என்று சொல்லப்பட்டது.

1969ல் இருந்து கேரளாவோடு பேச்சு வார்த்தை நடத்தி ஆழியாறு - பரம்பிக்குளம், பாண்டியாறு - புன்னம்புழா அத்தோடு இணைந்த சிறுவாணி, பாம்பாறு பிரச்சினைகள் எல்லாம் இன்றுவரை தீர்க்கப்படாது சிக்கல்களாகவே தொடர்கிறது.

ஆழியாறு - பரம்பிக்குளம் திட்டமும் பாண்டியாறு - புன்னம்புழா திட்டமும் மறுபடியும் தமிழகமும் கேரளமும் அமர்ந்து பேசி முறைப்படுத்த வேண்டும் என்ற நிபந்தனைகள் ஒப்பந்தத்தில் உள்ளன. ஆனால், உரிய முறையில் தீர்வு ஏற்படவில்லை என்பதுதான் நடைமுறை உண்மை.

நீலகிரியில் உற்பத்தியாகி பாண்டியாறு வழியாக கேரளாவுக்கு செல்லும் 16 டி.எம்.சி. தண்ணீரை சேமிக்க பாண்டியாறு - புன்னம்புழா திட்டத்துக்கு தமிழக அரசு செயல்வடிவம் தருவதற்கு முழு முயற்சி மேற்கொள்ள வேண்டும்.

காவிரி மேலாண்மை வாரியம் மற்றும் காவிரி நதிநீர் முறைப்படுத்தும் குழு நடைமுறைக்கு வரும் வரையிலும், நீதிமன்ற வழக்குகளில் இறுதித் தீர்ப்பு வெளியாகும் வரையிலும் கேரள மற்றும் கர்நாடக அரசுகள் எந்தவொரு திட்டத்தையும் மேற்கொள்ள அனுமதி அளிக்கக்கூடாது.

சிறுவாணி ஆறு காவிரி நதியின் துணை உபநதியாகும். காவிரி நடுவர் மன்றம் தனது இறுதி ஆணையில் சிறுவாணி ஆறு, பவானி ஆற்றுப்படுகை ஆகிய வற்றில் கிடைக்கப் பெறும் நீரை கணக்கில் கொண்டு மாநிலங்களுக்கு இடையே காவிரி நதிநீர் பங்கீட்டு அளவைக் குறிப்பிட்டுள்ளது.

தமிழக சட்டசபையில் சிறுவாணி மற்றும் காவிரி ஆறுகளில் அணை கட்டும் கேரள மற்றும் கர்நாடக அரசுகளின் நடவடிக்கையை தடுக்க மத்திய அரசை வலியுறுத்தி முதல்வர் ஜெயலலிதா 2106, செப்டம்பர் 2ல் தீர்மானம் கொண்டு வந்தார்.

கேரளாவில் சிறுவாணிக்கு குறுக்கே அணை கட்டுவதற்கான முதற்கட்டப் பணிகளுக்கு ஏப்ரலில் ஆட்சேபம் தெரிவித்த மத்திய அரசு தற்போது அனுமதி அளித்துள்ளது.

தமிழகத்தில் பாயும் நதிகள் குறுக்கே அணை கட்டும் மாநில அரசுகளின் நடவடிக்கைகளை நிறுத்தக் கோரி முதல்வர் தலைமையில் அனைத்துக் கட்சி களும் டில்லி சென்று பிரதமரிடம் முறையிடலாம் என எதிர்க்கட்சித் துணைத் தலைவர் துரைமுருகன் கூறினார்.

ஒரு சொட்டுத் தண்ணீர் கூட அண்டை மாநிலத்திற்கு தரக்கூடாது என்று ஒரு விநோத சட்டத்தையும் கேரள சட்டப் பேரவையில் நிறைவேற்றி யுள்ளது.

கர்நாடகமும் தண்ணீர் தர மறுக்கிறது. ஒகேனக்கல் பிரச்சினை, தென் பெண்ணையாறு பிரச்சனை, ஆந்திராவோடு பாலாறு, பொன்னியாறு, பழவேற்காடு நீர்நிலைப் பிரச்சனை என தமிழகத்தில் கிட்டத்தட்ட 75 நதிநீர் ஆதார சிக்கல்கள் தீர்க்கப்படாமல் உள்ளன.

தமிழகம் குடல் பகுதியை இழந்ததால் காவிரி பிரச்சனையில் தவித்து வருகிறோம்.

நந்தி மலையை இழந்ததால் பாலாறு, பெண்ணையாறு தலைவலி உருவாகியது.

சித்தூர், நெல்லூர் ஆந்திரத்தில் இணைந்ததால் பாலாறு, பழவேற்காடு, பொன்னியாறு சிக்கல்.

தேவிகுளம், பீர்மேடு கேரளாவுக்கு தாரை வார்த்ததால் முல்லை பெரியாறு பிரச்சினையில் முழி பிதுங்கி நிற்கிறோம்.

தென்னையில் நெய்யாற்றங்கரை நெடுமாங்காடு இழந்ததால் குமரியை வளம் சேர்ந்த நெய்யாறு அணையை இழந்தோம். பாலக்காடு பகுதியை இழந்ததால் கொங்கு மண்டல நதிநீர் ஆதாரங்களில் பிரச்சினை பூதாகர மாகியது.

விருதுநகர் மாவட்டத்தில் 1969ல் இருந்து ஸ்ரீவில்லிப்புத்தூர் அருகே அழகர் அணையைக் கட்ட கேரள அரசு தடையில்லா சான்ற தர மறுக் கின்றது.

கேரளம் அச்சன்கோவில் - பம்பை ஆற்றைத் தமிழகத்தின் வைப்பாற்றோடு இணைப்பதற்கும் கேரளம் பிடிவாதம் பிடிக்கிறது.

நெல்லை மாவட்டத்தில் அடவிநயனார் உள்ளாறு பிரச்சனைகள் தீர்ந்த பாடில்லை. செண்பகவல்லி அணையைக் கேரளம் உடைத்து விட்டது.

தமிழகத்தில் உற்பத்தியாகி கடலில் கலக்கும் ஒரே நதி தாமிரபரணிதான். மற்ற நீர் ஆதாரங்கள் அனைத்தும் அண்டை மாநிலங்களோடு அன்றாடம் குடுமிப்பிடி சண்டையாகத்தான் தொடர்ந்து இருந்து வருகிறது.

●

23

இந்திய வாழ்வாதாரத்தில் நதிகளின் பங்களிப்பு

இந்தியர்களின் வாழ்வாதாரங்களில் இந்தியாவின் நதிகள் முக்கியப் பங்கு வகிக்கின்றன. இவை மக்களுக்கு குடிநீர், மலிவான போக்குவரத்து மற்றும் மின்சாரம் போன்றவற்றை வழங்குகின்றன.

இதனாலேயே இந்தியாவின் அனைத்து முக்கிய நகரங்களும் நதிகளின் கரையோரங்களில் அமைந்திருக்கின்றன என்பது எளிதில் விளங்குகிறது.

இந்து தர்மத்தில் ஆறுகள் ஒரு முக்கியப் பங்கு வகிக்கின்றன. மற்றும் நாட்டின் அனைத்து இந்தியர்களாலும் ஆறுகள் புனிதமாகக் கருதப்படு கின்றன.

ஏழு பெரிய ஆறுகள் மற்றும் அவைகளின் ஏராளமான கிளை நதிகள் ஆகியன இந்தியாவின் ஆற்றின் அமைப்பை உருவாக்குகின்றன. இந்திய நதிகளின் மிகப்பெரிய வடிநிலங்கள் வங்கக் கரையோரம் ஏற்பட்டு நதிகள் வங்காள விரிகுடாவில் கலக்கின்றன.

எவ்வாறாயினும் நாட்டிலுள்ள மேற்கு பகுதியிலும், இமாச்சலப் பிரதேசத்தின் கிழக்குப் பகுதியிலும் பாயும் நதிகள் அரபிக்கடலில கலக்கின்றன.

லடாக் பகுதிகள், ஆரவல்லி மலையின் வடக்குப் பகுதிகள் மற்றும் தார் பாலைவனத்தின் வறண்ட பகுதிகளை உள்நாட்டு ஆறுகள் மற்றும்

வடிநிலங்களைக் கொண்டுள்ளன. இந்தியாவின் அனைத்து முக்கிய ஆறுகள் பின்வரும் முக்கிய நீர்த்தேக்கங்களில் இருந்து உருவாகின்றன.

வங்கக்கடலில் கலக்கும் முக்கிய ஆறுகள் :

1. பிரம்மபுத்திரா
2. காவேரி
3. கங்கை
4. ராம்கங்கா
5. சாரதா
6. கோமதி
7. யமுனா
8. சாம்பல்
9. பெட்வா
10. கென்
11. டன்ஸ்
12. காக்ரா
13. கண்டகி
14. பர்கி கண்டக்
15. கோசி
16. மகாநதி
17. மகா நந்தா
18. தாம்சா
19. சன்
20. மெக்னா
21. கோதாவரி
22. கிருஷ்ணா

அரபிக்கடலில் கலக்கும் ஆறுகள் :

1. நர்மதா
2. தப்தி
3. சபர்மதி

முக்கிய இந்திய நதிகளின் பட்டியல் :

1. ஆர்பா நதி
2. அச்சன்கோயில் ஆறு
3. அடையாறு ஆறு
4. ஆகன்சினி
5. அகார் ஆறு
6. அஜய் ஆறு
7. அஜி ஆறு
8. அலக்நந்தா ஆறு

9. அமானத் ஆறு
10. அமராவதி ஆறு
11. ஆர்க்காவதி ஆறு
12. அட்ரை ஆறு
13. பைத்தாரனி ஆறு
14. பாலன் ஆறு
15. பனஸ் ஆறு
16. பரக் ஆறு
17. பருனா ஆறு
18. பீஸ் ஆறு
19. பெட்வா ஆறு
20. பெராக் ஆறு
21. பத்ரா நதி
22. பாகிரதி ஆறு
23. பரதப் புழா
24. பார்கவி ஆறு
25. பவானி ஆறு
26. பிலாங்கா ஆறு
27. பீமா ஆறு
28. புக்டோய் ஆறு
29. பிரம்மபுத்ரா ஆறு
30. பிராமணி ஆறு
31. காவேரி ஆறு
32. சம்பல் ஆறு
33. செனாப் ஆறு
34. செய்யாறு
35. சாலியா ஆறு
36. கூவம் ஆறு
37. தாமன்கங்கா ஆறு
38. தேவி ஆறு
39. தயா ஆறு
40. தாமோதர் ஆறு
41. தூதனா ஆறு
42. தன்சிறீ ஆறு
43. சூர்யா நதி
44. பால்கு நதி
45. கடனா நதி
46. காம்பீர் ஆறு
47. கண்டக்
48. கங்கை
49. காயத்திரிபுழா
50. காகர் நதி
51. கடப்பிரபா
52. கிரிஜா
53. கிர்னா
54. கோதாவரி நதி
55. கோமதி
56. குஞ்சாவனி நதி
57. ஹலாலி நதி
58. ஹுக்லி
59. ஹிண்டன்
60. ஹிரன்
61. குர்சுட்டி ஆறு
62. சிந்து நதி
63. இந்திராவதி
64. இந்திரயாணி

65. ஜல்தகா
66. ஜீலம் நதி
67. ஜெயமங்காலி நதி
68. ஜரம்பிரா
69.கபினி
70. கடனுண்டி
71. காகினி
72. காளி ஆறு
73. காளிசிந்து
74. கலியசோட் ஆறு
75. கர்மன்சா
76. கர்பன் நதி
77. கல்லாட நதி
78. காளையி நதி
79. கல்பதி புழா
80. காமெஞ்ச நதி
81. கமலா நதி
83. கன்னடிபுழா
84. கர்ணபுலி ஆறு
85. கெல்னா
86. காதஜோடி நதி
87. கேலோ நதி
88. கதக்புர்ணா நதி
89. காடூர் நதி
90. கோயல் ஆறு
91. கோலாப் ஆறு
92. கோலார் ஆறு
93. கொள்ளிடம்
94. கோசி ஆறு
95. கொய்னா ஆறு
96. கிருஷ்ணா நதி
97. குண்டலி நதி
98. கௌசிகா ஆறு
99. ஷிப்ரா நதி
100. கென் நதி
101. கார்கா நதி
102. லட்சன் நதி
103. லட்சுமண தீர்த்தம் ஆறு
104. லூனி நதி
105. மச்சு
106. மதிரா புஜா
107. மகாநதி
108. மகா நந்தா ஆறு
109. மகா காளி ஆறு
110. மஹி ஆறு
111. மண்டோவி ஆறு
112. மார்க்கண்டா நதி
113. மீனாட்சி நதி
114. மெஹ்னா நதி
115. முலா நதி
116. முஷி நதி
117. மிதி ஆறு
118. முதா நதி
119. மவட்டுப்புழா
120. மலப்பிரபா
121. மணி ஆறு
122. மோயாறு
123. நர்மதா
124. நேத்ராவதி
125. நாக் ஆறு
126. நாகவல்லி நதி
127. நிர்குடா நதி
128. பாலாறு
129. பம்பை நதி

130. பகுஜ் நதி
131. பாவனா நதி
132. பென்கங்கா ஆறு
133. மண் நதி
134. மந்தாகினி
135. பள்ளிக்கல் ஆறு
136. பஞ்சகங்கா ஆறு
137. பஞ்சநாரு நதி
138. பஞ்சாரா
139. பரம்பிக்குளம்
140. பார்பட்டி நதி
141. பாயாஸ்வினி
142. பெஞ்ச் நதி
143. பென்னர் நதி
144. பெரியாறு
145. பால்கு
146. பொன்னையாறு
147. பிரான்கிதா நதி
148. புணர்பாபா நதி
150. ரப்தி ஆறு
151. சட்லஜ் ஆறு
152. ஸ்வர்ணமுகி
153. சபர்மதி நதி
154. சாராவதி ஆறு
155. செட்ருஞ்சி நதி
156. தபி நதி
157. தாமிரபரணி ஆறு
158. தங்கரி ஆறு
159. தட்டபுத்ரா ஆறு
160. துங்கபத்ரா நதி
161. வான் நதி
162. வைகை நதி
163. வம்சதாரா நதி
164. வருணா நதி
165. வசிஷ்ட நதி
166. வேதவதி நதி
167. விருஷபாவதி
168. விஸ்வாமித்ரி
169. வைதர்னா நதி
170. உதயவாரா நதி
171. உரல் நதி
172. உத்தரகாவேரி
173. வைகங்கா நதி
174. வாக் நதி
175. வர்தா நதி
176. வெகாஸ்லி ஆறு
177. யாகாச்சி நதி
178. யமுனா நதி
179. ஜுவாரி நதி

1961-ஆம் ஆண்டில் அன்றைய இந்திய பிரதமர் நேரு, நர்மதை நதியில் சர்தார் சரோவர் அணை கட்ட அனுமதி அளித்தார்.

1979-ஆம் ஆண்டில் அடிக்கல் நாட்டப்பட்டது. 1987ல் அணையின் கட்டுமானப் பணிகள் தொடங்கின. இத்திட்டத்திற்கு உலக வங்கி திடீரென நிதியுதவி வழங்க மறுத்துவிட்டது.

இதனிடையே அணை திட்டத்தால் மத்திய பிரதேசம் மற்றும் குஜராத் விவசாயிகள் பழங்குடிகள் பாதிக்கப்படுவார்கள் என்று கூறி நர்மதா நதி பாதுகாப்பு அமைப்பு (நர்மதா பச்சாவோ அந்தோலன்) உச்சநீதிமன்றத்தில் வழக்கு தொடர்ந்தது.

இதனை விசாரித்த உச்சநீதிமன்றம் கடந்த 1996ல் அணை கட்டுமானப் பணிக்குத் தடை விதித்தது. பின்னர் 2000-ஆம் ஆண்டு அக்டோபரில் சில கட்டுப்பாடுகளை விதித்து தடை உத்தரவை நீக்கியது.

குஜராத் முதல்வராக நரேந்திரமோடி இருந்தபோது கடந்த 2006-ஆம் ஆண்டில் அணை பயன்பாட்டுக்குக் கொண்டு வரப்பட்டது. அப்போது அணையின் உயரம் 12.92 மீட்டராக இருந்தது.

பின்னர் இந்த அணையின் உயரம் 121.92 மீட்டராக இருந்தது. பின்னர் அந்த அணையின் உயரத்தை 138.68 மீட்டராக உயர்த்துவதற்கான கட்டு மானப் பணிகள் தொடங்கின.

அந்தப் பணிகள் நிறைவு பெற்று சர்தார் சரோவர் அணையை பிரதமர் நரேந்திர மோடி செப்டம்பர் 17, 2017ல் நாட்டுக்கு அர்ப்பணித்தார்.

குஜராத்தின் நர்மதா மாவட்டம் கெவதியா பகுதியில் நடந்த விழாவில் அணையின் 30 மதகுகளை அவர் திறந்து வைத்து மலர்களைத் தூவினார்.

அமெரிக்காவின் கிராண்ட் அணை உலகிலேயே மிகப்பெரிய அணை யாகும். அதற்கு அடுத்த இடத்தை சர்தார் சரோவர் அணை பிடித்துள்ளது. நாட்டின் மிகப்பெரிய இந்த அணை மொத்தம் 88000 சதுர கி.மீ. பரப்பளவு கொண்ட தாகும்.

மத்திய பிரதேசம் குஜராத்தில் சுமார் 214 கி.மீ. தொலைவுக்கு நீண்டுள்ளது. அதிகபட்சம் 16.10 கி.மீ. அகலமும் குறைந்தபட்சம் 1.77 மீட்டர் அகலமும் கொண்டதாகும்.

கடந்த 1961ல் தொடங்கிய அணை திட்டம் சுமார் 40000 கோடி செலவில் 56 ஆண்டுகளுக்குப் பிறகு தற்போது முழுமை அடைந்துள்ளது.

அணையின் மூலம் குஜராத், மத்திய பிரதேசம், ராஜஸ்தான், மகாராஷ்டிரா வில் 18 லட்சம் ஹெக்டேர் நிலம் பாசன வசதி பெறுகிறது. 150க்கும் மேற் பட்ட நகரங்களுக்கும் 9000க்கும் மேற்பட்ட கிராமங்களுக்கும் எல்லையில் பணியாற்றும் பி.எஸ்.எட். வீரர்களுக்கும் குடிநீர் விநியோகம் செய்யப்படு கிறது.

சர்தார் சரோவர் அணையின் நதிப் படுகையில் 1200 மெகா வாட் மின் நிலையமும் கால்வாய் பகுதியில் 250 மெகா வாட் மின் நிலையமும் அமைந்துள்ளன.

இவற்றில் உற்பத்தியாகும் மின்சாரத்தில் 57 சதவீதம் மகாராஷ்டிரா வுக்கும் 27 சதவீதம் மத்திய பிரதேசத்துக்கும் 16 சதவீதம் குஜராத்துக்கும் விநியோகிக்கப்படுகிறது.

இந்திய சுதந்திரத்திற்குப் பிறகு 1948ல் நாட்டின் முதல் அணையான ஹிராகுட் அணை கட்டப்பட்டது. அதற்குப் பிறகு வந்த பத்தாண்டுகளில் பல பெரிய அணைகள் கட்டப்பட்டன. அந்தப் பணிகளின்போது ஏராள மான மக்கள் இடப்பெயர்வுக்கு உள்ளானார்கள். அந்தத் துயரத்தைப் பார்த்த பின்புதான் நேருவுக்குப் பிரம்மாண்டத் திட்டங்கள் மீதான திட்டங்களில் ஒரு தயக்கம் ஏற்பட்டது.

1947ல் இந்தியாவில் சுமார் 300 அணைகள் இருந்தன. இதில் பெரும்பாலா னவை நமது மன்னர்களும், ஆங்கிலேயர்களும் கட்டியவை. 2009ல் அணைகளின் எண்ணிக்கை 4291.

சீனா அமெரிக்காவுக்கு அடுத்து உலகத்திலேயே அதிக அணைகளைக் கொண்டிருப்பது இந்தியாதான். அத்தனையும் பெரிய அணைகள்.

நர்மதையில் அணை கட்டத் தொடங்கியபோது குறைந்தபட்ச சூழலியியல் நடவடிக்கைகளைக்கூட பின்பற்றாத காரணத்தால் அன்றைய மத்திய சுற்றுச்சூழல் அமைச்சகமே கட்டுமானப் பணிகளைத் தடுத்து நிறுத்தியது.

அப்போது குஜராத் அரசுக்கு உலக வங்கி கைகொடுக்க வந்தது. தொடர்ந்து வந்த மேதாபட்கரின் போராட்டத்தினால் அந்தத் திட்டத்துக்கு நிதியுதவி அளிப்பதிலிருந்து அந்த வங்கி பின்வாங்கியது.

ஆனால், இதே உலக வங்கிதான் 1998ஆம் ஆண்டு பல்வேறு அமைப்பு களுடன் இணைந்து அணைகள் தொடர்பான உலக ஆணையம் ஒன்றை ஏற்படுத்தி சுமார் இரண்டு ஆண்டுகளுக்கு உலகிலுள்ள 79 நாடுகளின் ஆயிரம் அணைகளை ஆய்வு செய்தது. அந்த ஆய்வின் முடிவில் பெரிய அணைகளின் பயன்கள் மிகைப்படுத்தப்பட்டுள்ளன என்று தெரிவிக்கப் பட்டுள்ளது.

இப்படியான பெரிய அணைகளால் பல்வேறு பிரச்சனைகள் உருவா வதைத் தடுக்க முடியாது. அணைகளால் ஏற்படும் மக்கள் இடப்பெயர்வு, காடு, காட்டுயிர்களின் அழிவு, அரசுக்கு ஏற்படும் பொருளாதாரச்சுமை என்று பிரச்சனைகளை அடுக்கிக் கொண்டே போகலாம்.

ஆனால், எல்லாவற்றைக் காட்டிலும் மிக முக்கிய பிரச்சனை எது என்றால் வண்டல் மண், உலகிலுள்ள மிகப்பெரிய அணைகள் பலவும் இந்தப் பிரச்சனையை எப்படி கையாள்வது என்று தெரியாமல் விழி பிதுங்கிக் கொண்டு இருக்கின்றன.

ஆழமான சரிவுகளைக் கொண்ட நர்மதை பள்ளத்தாக்குப் பகுதி மண் அரிப்புக்குப் பலியாகக் கூடிய ஒன்று. இதுநாள் வரை பெருமளவுக்கு மண் அரிப்பு ஏற்படாமல் அந்தப் பகுதியிலிருந்த மரங்களும் காடுகளும் காத்து வந்தன.

அணை கட்டுவதற்காக இந்த மரங்கள் பலவும் அழிக்கப்பட்டு விட்டன. இதனால் மண் சரிந்து நதியில் கலந்து சேறாக ஓடும். அது அணைகளுக்கு வந்து சேரும்போது வண்டலையும் கொண்டு வந்து சேர்த்திருக்கும்.

இப்படியான வண்டல் மண் அணையைத் திட்டமிடும்போது கணக்கிடப் பட்ட அளவைக் காட்டிலும் நிஜத்தில் அதிகமாக இருக்கிறது என்கிறார்கள் நிபுணர்கள்.

சிறிய அணைகளில் இப்படியான வண்டல் படிந்தால் மதகுகளை மூடி விட்டு ஓரளவு தூர் வாரிவிட முடியும். ஆனால், சர்தார் சரோவர் போன்ற பெரிய அணைகளில் இப்படி தூர் வாருவதை நினைத்துக்கூட பார்க்க முடியாது.

அப்போது வண்டல் படியப்படிய அணையில் நிரம்பும் நீரின் கொள்ளளவு குறைந்து கொண்டே வரும். நீராவியாதல் இழப்பு அதிகரிக்கும். இதனால் இங்கு மின்சாரம் எடுக்கும் அளவும் குறையும். நாள் ஆக ஆக அணைக்குள்ளே நீர் வர முடியாமல் மீண்டும் பின்வாங்கி உப்பங்கழியில் வெள்ளம் ஏற்பட வழிவகுக்கும்.

பெரிய அணைகள் கட்டுவதிலும் நிர்வகிப்பதிலும் இதுபோன்ற பிரச்சனை களையும் சீர்தூக்கிப் பார்க்க வேண்டிய நெருக்கடியும் ஏற்படுகிறது.

•

சில முக்கிய இந்திய நதிகள் பற்றிய குறிப்புகள்

அலக்நந்தா ஆறு : அலக்நந்தா ஆறு இமயமலைத் தொடரில் உற்பத்தி யாகும் ஒரு ஆறாகும். இமயமலைத் தொடரில் பனிப்பாறையிலிருந்து உருகி ஆறாக உற்பத்தியாகி இந்தியாவின் உத்தரகாண்ட் மாநிலத்தின் வழியாகப் பாயும் ஓர் ஆறு ஆகும்.

இந்நதி 196 கி.மீ. நீளம் கொண்டது. இந்நதி சமோரி மாவட்டம், டெக்ரி கர்வால் மாவட்டம் பெரிஎகர்வால் மாவட்டம் வழியாகப் பாய்ந்தோடு கிறது. இந்த ஆறும் பாகீரதி ஆறும் தேவப்பிரயாகையில் இணைகிறது. பின் இங்கிருந்து பங்கை ஆறாக மாறுகிறது. இந்நதியே கங்கை நதியில் பெரும் பங்களிப்பை தருகிறது.

இதன் துணை நதிகள் மந்தாகினி, நந்தாகினி, பிந்தார் ஆகியவை ஆகும்.

இந்த ஆற்றில் தஹூலிகங்கா, நந்தாகினி, பிந்தர் மந்தாகினி மற்றும் பாகீரதி என்னும் ஐந்து கிளை ஆறுகள் கர்வால் பகுதியில் ஒன்றாகக் கலக்கின்றன. எனவே, இந்த இடம் புனித நதிகளின் சங்கமம் என்று அழைக்கப்படுகிறது.

ஆறுகள் சங்கமிக்கும் இடங்களில் பல கோயில்கள் கட்டப்பட்டுள்ளன.

இவற்றின் குறுக்கே 37 அணைகள் கட்டப்பட்டுள்ளன.

மகாகாளி ஆறு, சாரதா ஆறு : காளி கண்டகி ஆறு தெற்கு நேபாளத்தில் இந்த ஆறு பாயும்போது நாராயணி ஆறு என்றும் இந்தியாவில் பாயும்போது இதனை கண்டகி ஆறு நேபாள நாட்டின் மஸ்டாக் மாவட்டத்தில் முதலில் பாய்கிறது.

இந்தியாவில் 7620 சதுர கி.மீ. பரப்பு நிலங்களுக்கு காளி கண்டகி ஆறு நீர் வளம் வழங்குகிறது. சுமார் 300 கி.மீ. இந்தியாவுக்குள் கண்டகி ஆறு பாய்ந்து வளம் அளிக்கிறது.

மகா காளி ஆறுதான் சாரதா ஆறு என்றும் அழைக்கப்படுகிறது.

சம்பல் ஆறு : சம்பல் ஆறு இந்திய மாநிலமான மத்திய பிரதேசத்தில் உற்பத்தியாகி இராஜஸ்தான் மாநிலத்தின் வழியாக பாய்ந்து இறுதியில் உத்தரப்பிரதேச மாநிலத்தின் யமுனை ஆற்றில் கலக்கிறது.

சம்பல் ஆறு யமுனை ஆற்றின் முக்கிய துணை ஆறாகும். சிப்ரா ஆறு, காளி சிந்து ஆறு மற்றும் பார்வதி ஆறுகள் சம்பல் ஆற்றில் கலக்கிறது.

மத்திய பிரதேசத்தின் இந்துார் அருகே 45 கிலோ மீட்டர் தொலைவிலுள்ள விந்திய மலையில் 843 மீட்டர் (2766 அடி) உயரத்தில் உள்ள சிங்கம்செளரி கொடுமுடியில் உற்பத்தியாகும் சம்பல் ஆறு 960 கி.மீ. நீளம் கொண்டது.

சம்பல் ஆறு முதலில் மத்திய பிரதேசத்தின் வடக்கில் 346 கி.மீ. தொலை வுக்குப் பாய்ந்து பின்னர் வடகிழக்கில் 225 கி.மீ. தொலைவுக்கு இராஜஸ்தான் மாநிலம் வழியாகப் பாய்கிறது.

பின்னர், சம்பல் ஆறு மத்தியப் பிரதேசம் உத்தரப்பிரதேச எல்லைகள் வழியாக 145 கி.மீ. தொலைவுக்குப் பாய்கிறது. பின்னர் இறுதியாக, உத்தரப் பிரதேசத்தின் இட்டாவா மாவட்டத்தில் யமுனை ஆற்றுடன் கலக்கிறது.

தபதி ஆறு : இந்த ஆற்றின் பழைய பெயர் தாபி. மத்தியப் பிரதேசம் மாநிலத்தில் பேதுல் பகுதியில் தோன்றி குஜராத் மாநிலத்தின் வழியே அரபிக்கடலில் கலக்கிறது.

தீபகற்ப இந்தியாவில் ஓடும் முக்கிய நதிகளில் 724 கி.மீ. நீளமுள்ள இந்த ஆறு ஒன்றாகும். கிழக்கிலிருந்து மேற்கு நோக்கி ஓடும் மூன்றே நதிகளில் இதுவும் ஒன்றாகும்.

மத்திய பிரதேசத்தின் தென்பகுதியில் கிழக்கு சாத்புரா மலைத் தொடரில்

தொடங்கி மேற்கே ஓடி பின்னர், மேற்கில் திரும்பி மத்திய பிரதேசத்தின் நிமார் பகுதியை நிரப்பி மகாராட்டிரத்தின் காந்தேஷ் மற்றும் கிழக்கு விதர்பா பகுதிகளில் பாய்ந்து தெற்கு குஜராத்தின் சூரத் மாவட்டத்தின் வழியே சென்று காம்பத் வளைகுடா பகுதியில் அரபிக்கடலில் கலக்கிறது.

தக்காண பீட பூமியின் முடிவில் தென்னிந்தியாவின் எல்லையாக இந்த நதியும் இதன் இணையான நர்மதா நதியும் விளங்குகின்றன.

மேற்கு தொடர்ச்சி மலையின் சகயாத்ரி மலைத்தொடர் இந்நதியின் தெற்கே குஜராத் மகாராட்டிர எல்லையில் தொடங்குகிறது.

ஹுக்லி ஆறு : ஏறத்தாழ 250 கி.மீ. நீளமுள்ள கங்கையாற்றின் ஒரு கிளை ஆறு ஹுக்லி ஆறு ஆகும். இந்த ஆறு இந்தியாவின் மேற்கு வங்காள மாநிலத்தில் உள்ளது.

அம்மாநிலத்தில் உள்ள முர்சிதாபாத் மாவட்டத்திலுள்ள பராக்கா பராசு என்னுமிடத்தில் கங்கையில் இருந்து பிரிகிறது. ஹுக்லி சின்சுரா நகரம் இந்த ஆற்றங்கரையில் உள்ளது.

ஜலாங்கி ஆறு : கங்கை நதியின் கிளை ஆறுகளில் ஒன்று ஜலாங்கி ஆறு ஆகும். இந்தியாவின் மேற்கு வங்காளத்தில் நதியா மாவட்டத்தின் முஹிதாபாத் வழியாகச் செல்கிறது இந்த நதி. இவ்வாற்றிலுள்ள களி மண்ணைக் கொண்டு செய்யப்படும் பொம்மைகள் கிருஷ்ணா நகர் பொம்மைகள் என அழைக்கப் படுகின்றன.

கோசி ஆறு : நேபாளத்திலும் இந்தியாவின் பீகார் மாநிலத்திலும் ஓடும் ஆறு கோசி. இது கங்கையின் மிகப்பெரிய துணை ஆறுகளில் ஒன்று.

இவ்வாற்றில் 69300 சதுர கி.மீ. பரப்பளவு நீர் பாய்கிறது. பண்டைக்காலந் தொட்டே இவ்வாற்றில் வெள்ளப் பெருக்கு ஏற்பட்டு வருவதால் இவ்வாற்றை 'பீகாரின் துக்கம்' என்றழைத்தனர். இந்த ஆற்றின் நீளம் 729 கி.மீ. ஆகும்.

பாக்மதி ஆறு : நேபாள நாட்டின் சிவபுரி மலைகளில் வாக்துவார் என்னு மிடத்தில் உற்பத்தியாகி காட்மண்டு சமவெளியில் பாய்ந்து காட்மண்டு நகரத்தையும் பதான் நகரத்தையும் பிரிக்கிறது.

பாக்மதி ஆற்றை நேபாளத்தின் புனித ஆறாக இந்துக்களும் பௌத்தர்களும் கருதுகிறார்கள்.

சரயு நதி : உத்தரப்பிரதேசம் வழியாகப் பாயும் ஆறு சரயு ஆகும். உத்தரப்பிரதேசத்தின் பகராயிச் மாவட்டத்தில் கர்னாலி, சாரதா ஆகிய நதிகள் சங்கமிக்கும் இடத்தில் உருவாகிறது.

சாரதா நதி இந்திய - நேபாள எல்லையை உருவாக்குகிறது. அயோத்தி நகரம் சரயு நதிக்கரையில் அமைந்துள்ளது.

இராமரின் பிறந்த நாளான இராமநவமி அன்று ஏராளமான பக்தர்கள் அயோத்தியின் சரயு நதியில் இறங்கி நீராடுவர்.

சிப்ரா ஆறு : மத்திய பிரதேசத்தில் உற்பத்தி ஆகும் வற்றாத ஆறுகளில் ஒன்றாகும் சிப்ரா ஆறு. இந்தூர் மாவட்டத்தின் உஜ்ஜைனியில் விந்திய மலைத் தொடரில் உற்பத்தியாகி மால்வா பீட பூமி வழியாக 120 கி.மீ. வரை பாய்ந்த பின்னர் மத்திய பிரதேசம் ராஜஸ்தான் எல்லை மாவட்டமான மண்டசௌர் மாவட்டத்தில் சம்பல் ஆற்றில் கலக்கிறது. கிருஷ்ணன், பலராமன் மற்றும் குசேலர் படித்த குருகுலமான சாந்திபனி முனிவர் ஆசிரமம் சிப்ரா ஆற்றங்கரையில் இருந்தது.

காளிசிந்து ஆறு : இராஜஸ்தானில் பாயும் ஆறுகளில் ஒன்று காளி சிந்து ஆறு. மத்தியப் பிரதேசம் மால்வா பகுதியின் தேவாஸ் மாவட்டத்தில் உற்பத்தி யாகி இராஜஸ்தான் மாநிலத்தில் சவாய் மாதாபூர் மாவட்டம் மற்றும் ஜாலாவார் மாவட்டம் வழியாகப் பாய்ந்து பின்னர் சம்பல் ஆற்றில் கலக் கிறது. காளி சிந்துவின் துணை ஆறுகள் பர்வான் ஆறு, நிவாஜ் ஆறு மற்றும் அகு ஆறுகளாகும்.

மந்தாகினி ஆறு : அலக்நந்தா ஆற்றின் துணையாறுகளில் ஒன்று மந்தாகினி. இது உத்தராகண்ட் மாநிலத்தின் கேதார்நாத்துக்கு அருகில் தோன்றிப் பாய்கிறது. ருத்ரப் பிரயாகை என்னும் இடத்தில் அலக்நந்தா ஆற்றுடன் சேர்கிறது. பின்னர் இந்த அலக்நந்தா ஆறு தேவப் பிரயாகை என்னுமிடத்தில் பாகீரதி ஆற்றுடன் சேர்ந்து கங்கை ஆறாக உருப்பெறுகிறது.

துங்கா ஆறு : தென்னிந்தியாவின் கர்நாடகா மாநிலத்தில் உள்ள ஆறு துங்கா ஆறு. மேற்கு தொடர்ச்சி மலையில் கங்கா மூலா என்னுமிடத்தில் உள்ள வராக பர்வதம் என்னுமிடத்தில் துவங்குகிறது. இதன் நிறம் 147 கி.மீட்டர் ஆகும். கர்நாடகத்தின் சிமோகா, சிக்மகளூர் மாவட்டங்கள் வழியாகப் பாய்ந்து சிமோகா நகரத்தில் உள்ள கூட்லி என்னுமிடத்தில் பத்ரா ஆற்றுடன் கலக்கிறது. இவ்விடத்திலிருந்து துங்கபத்ரா ஆறு என்றழைக்கப்படுகிறது.

செனாப் ஆறு : இமாச்சலப் பிரதேசத்தில் தன்டி என்ற இடத்தில் சந்திரா, பாகா ஆகிய இரண்டு ஆறுகள் இணைவதால் உருவாகிறது. இது தொடங்கும் இடத்தில் இதை சந்திரபாகா என்றழைக்கிறார்கள்.

செனாப் ஜம்மு காஷ்மீர் மாநிலத்தின் ஜம்மு வழியாகப் பாய்ந்து பாகிஸ்தான் பஞ்சாப் மாகாண சமவெளிக்குள் நுழைகிறது. டிரிமு என்ற இடத்தில் செனாப்புடன் ஜ~லம் ஆறு இணைகிறது. அகமதுபூர்சையல் என்னுமிடத்தில் ராவி ஆறு இணைகிறது.

சட்லஜ் ஆறு : பஞ்சாபில் பாயும் ஆறுகளில் மிகவும் நீளமானதாகும். கயிலை மலைக்கு அருகிலுள்ள இராட்சத ஏரியில் உற்பத்தியாகிறது. இது மேற்கு தென் மேற்காகப் பாய்ந்து பஞ்சாபில் பாய்ந்து அதை வளம் கொழிக்கச் செய் கிறது. இதற்கு கிழக்கு மற்றும் தெற்கில் உள்ள பகுதி வறண்டதாகும். இதுவே தார் பாலைவனம் எனப்படுகிறது.

பஞ்சாபில் பியாவை ஆறு இதனுடன் இணைகிறது. இந்திய - பாகிஸ்தானுக்கு இடையே ஏற்பட்ட சிந்து நீர் ஒப்பந்தம் சட்லஜ் ஆற்று நீரை இந்திய வேளாண்மைக்குப் பயன்படுத்த அனுமதிக்கிறது. பக்ராநங்கல் திட்டம் சட்லஜ் ஆற்று நீரைப் பெருமளவில் பயன்படுத்த ஏற்படுத்தப்பட்டதாகும்.

காம்பிர் ஆறு : இராஜஸ்தானில் பாயும் ஆறுகளில் ஒன்று காம்பிர் ஆறு. காம்பிர் ஆற்றில் மழைக்காலங்களில் மட்டும் நீர் ஓடும்.

கரௌளலி மாவட்டத்தின் இந்தௌவுன் மலைப் பகுதியில் உருவாகி, இந்தோவுன் உட்கோட்டத்தின் வழியாகப் பாய்ந்த பின் தெற்கு வடக்காக கஞ்ஜௌலி வழியாகப் பாய்ந்து, வடகிழக்கில் உத்தரப்பிரதேசம் வழியாக நீண்டு, மீண்டும் இராஜஸ்தான் உத்தரப்பிரதேசத்தின் மாநில எல்லையாக அமைகிறது.

இறுதியில் மீண்டும் உத்தரப்பிரதேசத்தில் பாயும் யமுனை ஆற்றில் கலக்கிறது. காம்பிர் ஆற்றின் முக்கிய துணை ஆறுகள் சேஷு ஆறு, கெர் ஆறு மற்றும் பார்வதி ஆறுகள் ஆகும்.

பார்வதி ஆறு : இராஜஸ்தானின் கரௌளலி மாவட்டத்தின் சவார் மலைப்பகுதியில் உருவாகி 123 கி.மீட்டர் தொலைவுக்குப் பாய்ந்து இராஜஸ்தானின் தோல்பூர் மாவட்டத்தில் பாயும் காம்பிர் ஆற்றில் கலக்கிறது.

நந்தாகினி ஆறு : கங்கை நதியின் முக்கிய கிளை நதிகளில் ஒன்று நந்தாகினி, நந்ததேவி சரணாலயத்தில் உள்ள நந்தகுண்டிக்குக் கீழே உள்ள பனிப்பாறைகளில் தோன்றுகிறது. நந்த்பயாகில் உள்ள அலகானந்தாவுடன் இணைகிறது.

பார்கவி ஆறு : ஒரிசா மாநிலத்தில் பாயும் ஆறுகளில் ஒன்று பார்கவி ஆறு ஆகும். இது மகாநதியிலிருந்து கௌகை நதி பிரிந்து அதன் கிளையாக பார்கவி ஆறு தொடங்கி சில்கா ஏரியில் சேர்கிறது.

சபரி ஆறு : கோதாவரியின் துணை ஆறுகளுள் ஒன்று சபரி ஆறு. சத்தீஸ்கர் மாநிலத்தில் உருவாகும் இந்த ஆறு ஒடிசா, ஆந்திர மாநில எல்லையைக் கடந்து கோதாவரியுடன் கலக்கிறது.

ஆழியாறு : கேரளா மாநிலத்தில் ஓடும் கண்ணடிப் புழா ஆற்றின் துணை யாறுதான் ஆழியாறு. பொள்ளாச்சிக்கு அருகே உள்ள ஆழியாறு அணையி லிருந்து இந்த ஆறு துவங்குகிறது.

வேதவதி ஆறு : மேற்குத் தொடர்ச்சி மலையில் தோன்றி கர்நாடகம், ஆந்திரம் மாநிலங்களுக்கிடையில் பாய்கிறது. இதன் கரையோரமாக அமைந்துள்ள ஆஞ்சநேயர் கோயில் புகழ் பெற்றதாகும். இவ்வாற்றின் குறுக்கே கட்டப்பட்டுள்ள வாணி விலாச சாகரம் அணைக்கட்டு ஒரு நூற்றாண்டுக்கு முன் கட்டப்பட்டதாகும். இந்த ஆறு துங்கபத்திரா ஆற்றின் துணை ஆறு ஆகும்.

சரசுவதி ஆறு : பாகீரதி ஆற்றின் கிளை நதியாக இருந்த ஓர் ஆறு கி.பி. 16ஆம் நூற்றாண்டுக்குப் பின் பாகீரதி ஆற்றின் பாதையில் மாற்றம் ஏற்பட்டது.

சரசுவதி ஆற்றுக்கு வந்த பாகீரதியின் நீர் ஹுக்ளி வழியாக சென்றது. எனவே, இந்த ஆற்றின் மேல் பாகம் முழுவதும் வறண்டு விட்டது. ஹௌரா மாவட்டத்தில் உள்ள சங்க்ரெயில் எனும் இடத்திற்குக் கீழ் உள்ள சரசுவதி ஆற்றின் கீழ்ப்புறம் வழியாகப் பாகீரதி பாய்கிறது.

பீமா ஆறு : மேற்குத் தொடர்ச்சி மலையின் பீமசங்கர் மலையில் துவங்கு கிறது. இது மகாராட்டிர மாநிலத்தில் உள்ளது. பீமா ஆறு தென் கிழக்காக 725 கிலோ மீட்டர்கள் மகாராட்டிரா, கர்நாடகம், ஆந்திர வழியாகப் பாய்கிறது. இது கிருஷ்ணா ஆற்றின் முதன்மையான துணையாறுகளில் ஒன்றாகும்.

குண்டலி ஆறு : மராட்டியதில் அமைந்துள்ள மேற்குத் தொடர்ச்சி மலைப்பரப்பில் உள்ள குண்டலி மலையில் தோன்றும் ஆறு ஆகும்.

மலப்பிரபா ஆறு : கர்நாடகத்தின் ஊடாகப் பாயும் கிருசுணா ஆற்றின் துணை ஆறு மலப்பிரபா ஆறு ஆகும். இது பெல்காம் மாவட்டத்தில் அமைந்துள்ள மேற்குத் தொடர்ச்சி மலையில் 792 மீட்டர் உயரத்தில் தோன்றுகிறது. பாகல்கோட் மாவட்டத்தில் உள்ள கூடல சங்கமாவில் கிருசுணா ஆற்றுடன் இணைகிறது.

ஹேமாவதி ஆறு : காவிரியின் துணை ஆறுகளில் ஒன்றாகும். இது 245 கி.மீ. நீளமுடையது. இது கர்நாடகத்தின் சிக்மகளூர் மாவட்டத்தில் உற்பத்தி யாகி ஹாசன் மற்றும் மைசூர் மாவட்டங்களில் பாய்ந்து கிருஷ்ணராஜ சாகர் நீர்த்தேக்கத்தில் காவிரியுடன் கலக்கிறது. ஹாசன் மாவட்டத்திலுள்ள கோரூர் என்னுமிடத்தில் இதன் குறுக்கே அணை கட்டப்பட்டுள்ளது.

சரபங்கா ஆறு : சேலம் மாவட்டத்தில் சரபங்கா என்ற இடத்தில் இந்நதி ஓடுகிறது. ஓமலூர், தோப்பூர், தரமங்கலம், எடப்பாடி, செட்டிபட்டி பெரமாச்சிபாளையம், தேவூர் வழியாகப் பாய்ந்து வங்காள விரிகுடாவில் கலப்பதற்கு முன்பு அன்னமாரா கோயில் அருகே காவிரி ஆற்றில் இணைகிறது. பெரமாச்சிபாளையத்ரதில் ஆற்றின் மீது அணைகள் அமைந்துள்ளது.

கங்கை நதி : பாரத தேசத்தின் பல புண்ணியத் தலங்களின் வழியாகப் பாயும் புண்ணிய நதியாகக் கங்கை கூறப்படுகிறது.

இந்திய தேசத்தின் அடையாளமாக பேசப்படும் நதி கங்கை. 'கங்கை நதி புறத்து கோதுமை பண்டம் காவிரி வெற்றிலைக்கு மாறு கொள்வோம்' என பாரதி இந்திய நதிகளின் ஒருங்கிணைப்புக்கு கங்கையை முதன்மைப்படுத்தி பாடுகிறார்.

கங்கை இந்தியாவின் தேசிய நதியாகும். இமயமலையில் உத்தராகண்டம் மாநிலத்திலுள்ள கங்கோத்ரியில் தொடங்கும் பாகிரதி நதியானது தேவப்பிரயாக் எனுமிடத்தில் அலக்நந்தா ஆற்றுடன் கலந்து கங்கையாகிறது.

பிறகு உத்தரப்பிரதேசம், பீகார் ஆகிய மாநிலங்கள் வழியாகச் சென்று ஹூக்லி, பத்மா என இரு ஆறுகளாகப் பிரிந்து முறையே மேற்கு வங்காளம், வங்கதேசம் வழியாகச் சென்று மிகப்பெரிய வளமான கழிமுகத்தை உருவாக்கி வங்காள விரிகுடாவில் கலக்கிறது.

கங்கை ஆறு மொத்தம் 2525 கி.மீட்டர் தூரம் ஓடுகிறது. ரிஷிகேஷ், ஹரித்துவார், அலகாபாத், வாரணாசி, பாட்னா, கொல்கத்தா ஆகியன இவ்வாற்றின் கரையில் அமைந்துள்ள முக்கிய நகரங்களாகும்.

வங்கதேசத்தில் கங்கை ஆறு பத்மா ஆறு என அழைக்கப்படுகிறது.

கங்கை இந்துக்களின் புனித நதியாகத் திகழ்கிறது. இது இந்து மதக் கடவுள் கங்காதேவி எனவும் அழைக்கப்பட்டு வணங்கப்படுகிறது. மில்லியன் கணக்கான இந்தியர்கள் தங்கள் வாழ்நாளில் தங்கள் அன்றாட தேவை களுக்கு இந்த ஆற்றை சார்ந்து வாழ்கின்றனர்.

இந்த நதியினைச் சார்ந்து மனிதர்கள் மட்டுமல்லாது பல்லாயிரக்கணக்கான உயிர்கள் வாழ்கின்றன.

இதன் வடிநிலத்தில் வரலாற்று முக்கியத்துவம் வாய்ந்த பேரரசுகளின் தலைநகர்கள் கன்னோசி, காம்பில்யா, பிரயாகை, அலகாபத், காசி, பாடலி புத்திரம், பாட்னா, முர்சிதாபாத், பாரம்பூர், கொல்கத்தா போன்றவை அமைந்துள்ளன.

கங்கை ஆறு 2007-ஆம் ஆண்டில் உலகின் ஐந்தாவது மிக மாசுபடுத்தப் பட்ட நதி என மதிப்பிடப்பட்டது. இந்த மாசுபாடானது மனிதர்களை மட்டு மல்லாமல் 140க்கும் மேற்பட்ட மீன் வகைகள் கங்கை டால்பின்கள் ஆகிய வற்றையும் அச்சுறுத்துகிறது.

வாரணாசி அருகில் கங்கை ஆற்றில் கலக்கும் மனிதக்கழிவுகளின் மாசின் அளவானது இந்திய அரசின் அதிகாரபூர்வ வரம்பைவிட 100 மடங்கு அதிக மாகும்.

கங்கை ஆற்றைத் தூய்மைப்படுத்த வகுக்கப்பட்ட சுற்றுச்சூழல் முயற்சி யான கங்கை செயல் திட்டம் என்ற திட்டமானது, தொழில்நுட்ப நிபுணத்துவம் இல்லாதது.

மோசமான சுற்றுச்சூழல் திட்டமிடல் மற்றும் சமயத் தலைவர்களின் ஆதரவு இல்லாதது போன்ற காரணங்களினால் இதுவரை பெரிய தோல்வியிலேயே முடிந்தது.

கங்கையின் முதன்மை நீரோட்டமானது உத்தரகண்ட் மாநிலத்தின் கர்வால் பகுதியிலுள்ள தேவ் பிரயாக் நகரில் பாகீரதி ஆறு மற்றும் அலக்நந்தா ஆறு களின் சங்கமத்தில் துவங்குகிறது.

இந்து பண்பாடு மற்றும் புராணங்களில் பாகீரதி ஆதாரமாகக் கருதப்படு கிறது. இருப்பினும் அலக்நந்தா ஆறு என நீரியல் ஆதாரம் கூறுகிறது. அலக்நந்தா ஆற்றின் நீராதாரமானது நந்தாதேவி, திரிசூல் மற்றும் கமேட் போன்ற சிகரங்களின் பனிமுகடுகளில் இருந்து உருவாகின்றது.

பாகீரதியானது 3892 மீ உயரத்தில் உள்ள கங்கோத்ரி பனிப்பாறைகளின் அடியில் உள்ள கோமுகியில் இருந்து தோற்றம் பெறுகிறது.

குறுகிய இமயமலை பள்ளத்தாக்கு வழியாக 250 கி.மீ. பாய்ந்த பிறகு கங்கை ரிஷிகேஷில் உள்ள மலைகளிலிருந்து வெளிவருகிறது. பின்னர் புனித யாத்திரைத் தலமான அரித்துவாரில் கங்கை சமவெளிக்குள் முதல் முறையாக நுழைகிறது.

அரித்துவாரில் ஒரு அணையானது கங்கையிலிருந்து கொஞ்சம் நீரை கால்வாய் வழியாக திசை திருப்பி உத்தரப்பிரதேச மாநிலத்தின் டூப் பிராந்தியத்தில் பாசனத்திற்குப் பயன்படுத்தப்படுகிறது.

ஆற்றின் வடகிழக்கு சமவெளியில் தென்கிழக்குப் பகுதிக்கு இப்போது தெற்கே ஓடும் ஆற்றின் குறுக்கே நதி இருக்கிறது.

இந்தக் கட்டம்வரை தெற்கே பாயக்கூடிய ஆறு இதற்கு மேல் தென் கிழக்கு நோக்கி திரும்பி வடஇந்திய சமவெளிகளை வளமாக்குகிறது.

கங்கை 800 கி.மீ. தொலைவுக்கு கன்னோசி, பருகாபாத், கான்பூர் ஆகிய நகரங்ளைக் கடந்து பாய்கிறது. வழியில் இதனுடன் ராம்கங்கா இணைந்து ஓடுகிறது.

இந்து மதத்தில புனித சங்கமமான அலகாபாத்தில் உள்ள திரிவேணி சங்கமத்தில் கங்கையுடன் யமுனை ஆறு இணைகிறது.

இந்த சங்கமத்தில் யமுனை கங்கையைவிட பெரியதாக தனது பங்களிப்பை அளிக்கிறது. இப்போது கிழக்கே ஓடும் ஆற்றோடு தமசா ஆறு இணைந்து கெய்மீர் மலைத் தொடரிலிருந்து வடக்கே பாய்கிறது. தாம்சாவுக்குப் பிறகு கோமதி ஆறு இணைகிறது.

இதன் பிறகு இமயமலையிலிருந்து தெற்கு நோக்கி செல்கிறது. இமயமலை களிலிருந்து தெற்கே பாயும் காக்ரா ஆறு கங்கையுடன் இணைகிறது. காக்ராவுடன் சங்கமித்த பிறகு கங்கை தெற்கில் சோன் ஆற்றுடன் இணை கிறது.

நேபாளிலிருந்து வடகிழக்கு பாயும் கண்டகி ஆறு பிறகு கோசி ஆறு ஆகியவை நீரை அளிக்கின்றன.

காக்ரா ஆறு மற்றும் யமுனைக்கு அடுத்து கங்கையின் மூன்றாவது பெரிய துணை ஆறாக கோசி ஆறு உள்ளது.

கங்கையாறு அலகாபாத் மற்றும் மால்காவிற்கு இடையே பாய்ந்து மேற்கு வங்கத்தை நோக்கி செல்லும்போது கங்கை சுனார், மிர்காவூர், வாரணாசி, காசிபூர், பாட்னா, சப்ரா, பாகல்பூர், பிலியா, பக்ஸார், சிமரியா, சுல்தங்கான்ஜ் மற்றும் சைட்பூர் ஆகிய நகரங்ளைக் கடந்து செல்கிறது.

பாகல்பூரில் ஆறானது தெற்கு, தென்கிழக்குத் திசையை நோக்கி திரும்பி பாகூரில் ஓடுகிறது. இதன்பிறகு ஆறானது அதன் ஓட்டத்தில் முதன் முதலில் கிளை ஆறாக ஹுக்லி ஆறு பிரிகிறது.

வங்காளதேச எல்லைக்கு அருகில் கங்கையின் குறுக்கே ஃபராக்கா அணை கட்டப்பட்டுள்ளது. இங்கிருந்து சில கால்வாய்கள் வழியாக ஹுக்லி ஆறு இணைக்கப்பட்டுள்ளது.

ஹுக்லி ஆறானது பாகீரதி நதி மற்றும் ஜலாங்கி ஆறு ஆகியவற்றின் சங்கமத்தினால் உருவானது. மேலும், ஹுக்லி பல துணை ஆறுகளைக் கொண்டுள்ளது.

541 கி.மீ. நீளமுடைய தாமோதர் ஆறு, 25820 கி.மீ. வடிகாலைக் கொண்டது. ஹுக்லி ஆறு சாகர் தீவுக்கு அருகில் வங்காள விரிகுடாவுக்கு இடையே ஹுக்லி ஆறானது முர்ஷிதாபாத், கொல்கத்தா, கௌரா போன்ற ஊர்களையும் நகரங்களையும் கடந்து செல்கிறது.

வங்கதேசத்தில் நுழைந்த பிறகு கங்கையின் முதன்மைக் கிளை பத்மா என்றழைக்கப்படுகிறது.

பிரம்மபுத்ராவின் மிகப்பெரிய கிளை ஆறான ஜமுனா, பத்மா ஆறுடன் இணைகிறது. மேலும், கீழே பத்மா பிரம்மபுத்ராவின் இரண்டாவது மிகப் பெரிய கிளை ஆறான மேகனா ஆற்றுடன் சேர்ந்து அது மேகானா என்ற பெயரைப் பெற்று வங்காள விரிகுடாவில் கலக்கிறது.

கங்கை மற்றும் பிரம்மபுத்திரா ஆறுகள் பாயும் பெரிய வண்டல் நிறைந்த கங்கை வடிநிலம் உலகின் மிகப்பெரிய வடிநிலமாகும். இது சுமார் 59000 கி.மீ. பரப்பளவு கொண்டதாகும். இது வங்காள விரிகுடாவில் 322 கி.மீ. நீண்டு

செல்கிறது. கங்கையாற்றின் துணை ஆறுகள் யமுனை, கோசி, கோமதி, காக்ரா ஆறு, கண்டகி ஆறு ஆகும்.

இந்துக்களால் கங்கா மாதா என்றழைக்கப்படுகிறது கங்கை நதி. 'ஒரு துளி கங்கை நீரைப் பருகினாலே போதும், ஒருவன் முக்தி அடைந்து விடுவான்' என்று அருளியிருக்கிறார் ஆதிசங்கரர்.

கங்கை நம் புலக்கண்களுக்குப் புலப்படும் இடம் கோமுகம். இந்த கோமுகத்திலிருந்துதான் கங்கையானது பாகீரதி என்ற பெயருடன் இப்பூவுலகத்திற்கு வந்தடைகிறது. இந்த இடம் கோமுகம் என்றும் கோமுகி என்றும் கோமுக் என்றும் அழைக்கப்படுகிறது.

கங்கோத்ரி சிகரத்தின் மத்தியிலிருந்து கோமுகம் 4255 மீட்டர் உயரத்தில் அமைந்துள்ளது. கோமுகம் ஒரு ஐங்குகையாகும். கண்ணாடிபோல சூரி ஒளியில் பளபளக்கும் இந்தக் குகையானது கங்கோத்ரியிலிருந்து 18 கி.மீ. தொலைவில் உள்ளது. இந்த இடத்துக்கு அவ்வளவு எளிதில் எவராலும் செல்ல முடியாது. மலைச்சரிவும் மண் சரிவும் தொடர்ந்து இருப்பதால் தக்க பயிற்சியும் துணையும் அனுபவமும் வேண்டும்.

பாகீரதிக்காக கட்டப்பட்ட கங்கா மாதா கோயில் ஆதிசங்கரரால் கண்டு பிடிக்கப்பட்டு நிர்மாணிக்கப்பட்டது.

ஒரு சமயம் பார்வதி தேவி சிவபெருமானின் கண்களை விளையாட்டாக மூடியபோது ஈரேழு உலகங்களும் இருளில் மூழ்க பார்வதி பயந்துபோய் கைகளை எடுத்து விட்டாராம். அப்போது பார்வதி தேவியிடமிருந்து வழிந்தோடிய வியர்வை பத்து கங்கைகளாக மாறி பிரளயம் உண்டானது. பிரம்மா, விஷ்ணு, இந்திரன் முதலானோர் சிவபெருமானை வேண்டியதும் சிவபெருமானும் அவர்களின் வேண்டுகோளை ஏற்று கங்கைகளை தன் தலைமுடியில் சூடிக் கொண்டார்.

பின்னர் மூவரும் வேண்டிக் கொண்டதால் நீர் தந்து உதவினார் சிவபெருமான். வைகுண்டத்தில் கங்கைக்கு விராறு நதி என்று பெயர். பிரம்மலோகத்தில் கங்கைக்கு மானசதீர்த்தம் என்று பெயர். இந்திர லோகத்தில் தேவகங்கை என்று பெயரானது.

கங்கைக் கரையில் அமைந்துள்ள ஒரு முக்கியத்தலம் காசி என்ற வாரணாசி. இந்துக்களுக்கு மட்டுமல்லாமல் புத்த மதம், ஜைன மதம் மற்றும் இசுலாமிய மக்களுக்கும் இந்நகரம் ஒரு முக்கிய புண்ணியத் தலமாக விளங்குகிறது.

'கங்கைக்கு நிகரான நீரும் இல்லை காசிக்கு நிகரான ஊரும் இல்லை' என்பது வழக்கு. காசியில் பாயும் கங்கைக் கரையில் அஸ்தியைக் கரைத்தால் செய்த பாவம் கரைந்து போகும் என்பது ஐதீகம்.

யமுனை : யமுனை ஆறு வடஇந்தியாவின் முக்கிய ஆறுகளில் ஒன்றாகும். உத்ராஞ்சல் மாநிலத்தில் இமயமலையில் அமைந்துள்ள யமுனோத்ரி தொடங்கும் இந்த ஆறு தில்லி, ஹரியானா ஆகிய மாநிலங்கள் வழியாக ஓடி உத்தரப்பிரதேசத்தின் அலகாபாத் நகரில் கங்கை ஆற்றுடன் கலக்கிறது.

கங்கையானது கங்கோத்ரியில் பாகீரதியாகவும், கேதார்நாத்தில் மந்தாகினி யாகவும், பத்ரிநாத்தில் அலக்நந்தாவாகவும் பார்த்தோம். இவை யாவும் ஒன்றுகூடி கங்கையாக தேவப்பிரயாகையில் கண்டோம். ஆனால், யமுனை நதி மாத்திரம் இங்கு சேராமல் மேலும் வடக்கே பல தலங்களுக்கு தன் புண்ணியத்தைக் கொடுத்து இறுதியில் அலகாபாத் அடைகிறது.

யமுனோத்ரி கோயில் 10,500 அடி உயரத்தில் உள்ளது. இந்தக் கோயில் ஜெய்ப்பூர் மகாராணியால் 19வது நூற்றாண்டில் புணரமைப்பு செய்யப் பட்டது.

கோவிலுக்கு மேல் உள்ள பந்தர்பஞ்ச் என்ற சிகரத்திலிருந்து சுமார் 21000 அடி உயரத்திலிருந்து யமுனை நதி உற்பத்தியாகிறது.

இந்த மலையிலிருந்து யமுனா, ஜானவி என்ற இரண்டு நீர்வீழ்ச்சிகள் பெருகி வந்து யமுனோத்ரி கோயிலுக்கு அருகில் கலந்து யமுனா நதியாகப் பிரவகிக்கிறது. மற்ற நதிகளைப்போல் அல்லாமல் யமுனை நதி மலையில் கங்கையுடன் சேராமல் தனித்துப் பாய்கிறது.

யமுனோத்ரியிலிருந்து அலகாபாத்வரை 1310 கி.மீ. யமுனை நதி இவ்வாறு ஓடுகிறது. தில்லி, மதுரா, ஆக்ரா ஆகிய நகரங்கள் யமுனை ஆற்றின் கரையில் அமைந்துள்ளன.

உலகப் பாரம்பரியச் சின்னங்களுள் ஒன்றான தாஜ்மஹால் யமுனையில் கரையில் அமைந்துள்ளது. யமுனை சில நேரங்களில் ஜமுனா நதி என்றழைக்கப்படுகிறது.

இது ஒரு நீளமான நதியாகும். இது கங்கை நதியின் இரண்டாவது பெரிய கிளை நதியாகும். இக்கிளை நதியானது யமுனோத்ரி என்ற பனிக்கட்டி மலை யிலிருந்து உருவாகிறது.

இது கங்கை ஆற்றுடன் அலகாபாத்தில் திரிவேணி என்ற இடத்தில் கலப்பதற்கு முன்னதாக கங்கையும் யமுனையும் கலக்கும் இடமான திரிவேணி சங்கமத்தில் 12 வருடத்திற்கு ஒருமுறை கும்பமேளா நடைபெறு கிறது. இந்த நதிதான் இந்தியாவிலேயே மிக நீளமான நதியாகக் கருதப்படுகிறது. ஆனால், இது நேரிடையாக கடலில் கலப்பதில்லை.

இது உத்தரகாண்ட், இமாச்சலப் பிரதேசம், ஹரியானா மற்றும் உத்தரப் பிரதேசம் போன்ற பல மாநிலங்களைக் கடந்து செல்கிறது. அதன்பிறகு டெல்லியைக் கடந்து அதன் பெரிய கிளை நதியான டானுடன் கலக்கிறது.

சாம்பல் நதி யமுனையின் மிக நீளமான கிளை நதியாகும். இந்நதி சிந்து பெட்வா கென் போன்ற ஆற்றுப் படுகையைக் கொண்டிருக்கிறது.

கங்கை, யமுனை சமவெளிப் பகுதிக்கும் இடைப்பட்ட பகுதியில் இந்நதி மிக செழிப்பான வளமான பகுதியை உருவாக்கிறது.

57 மில்லியன் மக்கள் யமுனை நதியால் பயன் பெறுகிறார்கள். இந்த நதி வருடத்திற்கு 10000 கன சதுர இலக்கங் கோடி மீட்டர் தூரம் பயணம் செய் கிறது. இந்த நதி பாசனத்திற்காக 96% பயன்படுத்தப்படுகிறது.

டெல்லியின் 70% தண்ணீர்த் தேவை யமுனை நதி நீரால் தீர்க்கப்படுகிறது. இந்து மதத்தில் கங்கையைப் போலவே யமுனை நதியும் போற்றி வணங்கப் படுகிறது.

இந்து புராணக் கதைகளின்படி யமுனை நதி சூரியக் கடவுளின் மகளாகவும் மரணத்தை அளிக்கும் யமதர்மக் கடவுளின் தங்கையாகவும் கருதப்படுகிறது. யமுனை நதியில் நீராடினால் ஒருவர் மரணத்தின் பிடியிலிருந்து விடுபடலாம் என்று நம்பப்படுகிறது.

இமாச்சலத்திலிருந்து டெல்லியில் உள்ள விசிராபாத் என்ற இடம் வரை யமுனையின் நீரானது சுத்தமாக உள்ளது.

விசிராபாத் அணைக்கட்டுக்கும், ஒக்லா அணைக்கட்டுக்கும் இடைப் பட்ட பகுதியில் 15 இடங்களில் வடிகால் வாயிலாக கழிவு நீர் ஆற்றில் கலந்து ஆற்றை அசுத்தமாக்குகின்றன. வீட்டுக் கழிவுகள் மற்றும் நகராட்சிக் கழிவுகள் தொழிற்சாலைக் கழிவுகள் ஆகிய மூன்று முக்கியக் கழிவுகளால் யமுனை நதி அசுத்தப்படுத்தப்படுகிறது.

யமுனை நதி கடவுளாகக் கருதப்படுவதால் யமுனைக்கு அர்ப்பணிப் பதற்காக யமுனோத்ரி கோயில் கட்டப்பட்டது. இக்கோயிலை ஒட்டி 13 கி.மீ. தூரத்திற்கு நடபாதை உள்ளது.

இப்பாதை ஆற்றின் வடக்குக் கரையில் அமைந்துள்ள மார்க்கண்டேய தீர்த்தத்துக்குச் செல்கிறது. இங்குதான் முனிவர் மார்க்கண்டேயர் மார்க்கண்டேய புராணத்தை எழுதினார்.

இவ்விடத்தில் இருந்து யமுனை தெற்கில் பாய்கிறது. கீழ்இமாச்சலம் மற்றும் சிவாலிக் மலைத் தொடர் வழியாக 200 கி.மீ. தூரத்திற்கு தெற்கு நோக்கி பாய்கிறது.

இந்த ஆற்றுப் படுகையில் மண்ணியல் அமைப்புகளான செங்குத்தான பாறை களில் பள்ளத்தாக்குப் பகுதிகள் மற்றும் ஓடைகள் அமைந்துள்ளன.

இந்நதியின் நீர் பாயும் மொத்தப் பரப்பளவு 2320 சதுர கி.மீ. ஆகும். இப்பகுதி இமாச்சலப் பிரதேசத்தில் அமைந்துள்ளது.

யமுனையின் முக்கிய நதிகளான டான்ஸ், ஹரி-கி-துன் பள்ளத்தாக்கிலிருந்து உருவாகிறது. இது டேராடூனில் கால்சி நதியுடன் இணைந்த பிறகு இதன் கொள்ளளவு யமுனை நதியைவிட அதிகமாகும். இந்நதியின் வடிகால் பகுதிகள் இமாச்சலத்தில் உள்ள கிரி - சட்லெஜ் நீர்ப்பிடிப்புப் பகுதிகளும் கார்வாலில் உள்ள யமுனை பிலிங்னா நீர்ப்பிடிப்புப் பகுதிக்கும் இடையில் அமைந்துள்ளது.

சிம்லாவின் தெற்குப் பாயும் இந்நதி நீர் பாயும் பகுதியில் அடங்கும். யமுனை நதிப் பள்ளத்தாக்கில் மிக உயரமான பகுதி காலாநாத் இது 6387 மீட்டர் உயரமுடையது.

யமுனையின் மற்ற கிளை நதிகளான கிரி, ரிஷி கங்கா, ஹனுமன் கங்கா மற்றும் பாட்டா ஆகியவை யமுனை நதி பள்ளத்தாக்கின் மேல் நீர் பிடிப்புப் பகுதியில் பாய்கின்றன.

இங்கிருந்து யமுனை நதி டேராடூனின் அருகில் உள்ள டாக் பாதரில் உள்ள டூன் பள்ளத்தாக்குப் பகுதியில் கீழ்நோக்கிப் பாய்கிறது.

டாக்பாதர் அணைக்கட்டிலிருந்து நீர் மின்சாரம் எடுப்பதற்காக கால்வாய்க்குப் பிரித்து விடப்படுகிறது.

சீக்கிய புனித யாத்திரை நகரான போயன்டா சாகிப்பை கடந்து சென்ற பிறகு ஹரியானாவில் உள்ள யமுனா மாவட்டத்தில் உள்ள தேஜ்வாலாவை அடைகிறது. இங்கு 1873ல் ஒரு அணைக்கட்டு கட்டப்பட்டுள்ளது.

இங்கிருந்து இரண்டு முக்கிய கால்வாய்களான மேற்கு யமுனைக் கால்வாய், கிழக்கு யமுனைக் கால்வாய் உருவாகின்றன.

உத்தரப்பிரதேசம் மற்றும் ஹரியானா ஆகிய இரு மாநிலங்களுக்கு இக்கால்வாய் யமுனா நர், கார்னல் மற்றும் பானிபட் ஆகிய நகரங்களைக் கடந்து கைதாபூர் சுத்திகரிப்பு ஆலையை அடைகிறது.

இங்கிருந்து டெல்லிக்கு நீர் எடுத்துச் செல்லப்படுகிறது. யமுனா நகர் மற்றும் பானிபட் ஆகிய நகரங்களில் இருந்து கழிவுநீர் இக்கால்வாயில் கலக்கிறது.

224 கி.மீ. கடந்து பல்லா கிராமத்தை அடைந்த பிறகு யமுனை நதியில் சிறு ஓடைகளில் அவ்வப்போது வருகின்ற நீர் கலக்கிறது. வறட்சிக் காலங்களில் இந்த நதி தேஷ்வா இதில் டெல்லி வரை வறண்டு இருக்கும்.

கங்கை - யமுனை சமவெளிப் பகுதி 69000 சதுர கிலோ மீட்டர் பரப்பளவை உள்ளடக்கியது.

இந்தச் சமவெளிப்பகுதியில் மூன்றில் ஒரு பங்கு விவசாயத்திற்கு பெயர் பெற்றது.

மத்திய பிரதேச மாநிலம் ஔரங்காபாத்துக்கு வடக்கில் உருவாகி வட கிழக்காகப் பாய்ந்து மால்வா பீட பூமி வழியாக உத்தரப்பிரதேச மாநிலம் அமீர்பூர் அருகில் யமுனையில் கலக்கிறது பெட்வா நதி.

அதுபோன்று கென் நதி மத்தியப் பிரதேசம் ஜபல்பூர் அருகில் உருவாகி உத்தரப்பிரதேசம் பதேபூர் அருகில் யமுனையில் கலக்கிறது.

டெல்லியிலிருந்து 100 கி.மீ. தொலைவில் உள்ளது மதுரா. இது கிருஷ்ணன் பிறந்த ஊர். யமுனை நதி பாயும் ஊர் இந்த மதுரா. மதுராவிலிருந்து 10 கி.மீ. தொலைவில் உள்ளது பிருந்தாவன். இந்த ஊரில் யமுனை நதி வளைந்து செல்கிறது. சோழர்கள் காலப் பாணியில் கட்டப்பட்டுள்ள மிகப்பெரிய கிருஷ்ணன் கோயில் இங்கு உண்டு. இந்தத் தலத்தில் கிருஷ்ணன் கோபியர் களுடன் நடனமாடியதாகக் கூறப்படுகிறது. கண்ணனின் இளமைப் பருவம் யமுனை நதிக்கரையில் கழிக்கப்பட்டுள்ளது.

யமுனை நதிக்கரையில் அமைந்துள்ள நகரம் டெல்லி மகாபாரதத்தில் இந்திர பிரஸ்தம் என்றழைக்கப்பட்டது.

யமுனை நதியில் கல்பி என்ற ஒரு சிறு தீவு உண்டு. இங்குதான் வியாச முனிவர் பிறந்ததாகக் கூறப்படுகிறது. இந்த நதிக்கரையில் காயத்ரி ஜபம் செய்தால் சொர்க்கம் கிடைக்கும் என்பது ஐதீகம்.

யமுனை நதியின் தண்ணீர் கருநீலமாக இருக்கும். காரணம் சிவபெரு மான் தன் உணர்ச்சிகளைத் தணித்துக் கொள்ள யமுனை நதியில் இறங்கினார் என்றும் அதனால் நீர் கரிய நிறமாயிற்று என்றும் புராணங்கள் கூறுகிறது. காளியின் ஐந்து தலைப்பாம்பு கருடனுக்கு பயந்து யமுனை ஆற்றில் ஒளிந்து கொண்டது என்றும் அது கக்கிய விஷத்தால் யமுனை நதி தண்ணீர் கரிய நிறம் பெற்றது என்றும் கூறுவர்.

கங்கை, யமுனா, சரஸ்வதி நதிகள் அலகாபாத் என்னும் இடத்தில் சங்க மிக்கும் இடம் திரிவேணி சங்கமம் என்றழைக்கப்படுகிறது. மும்மூர்த்திகள் நதிகள் ரூபமாக இங்கு உள்ளதாக வேதங்கள் கூறுகிறது.

தேவர்களும் அசுரர்களும் பாற்கடலைக் கடைந்தபோது கடைசியாக அமிர்த குடத்துடன் வந்தவர் தன்வந்திரி. இந்த அமிர்தத்தைப் பெறுவதற்கு போட்டி போட்டனர். கருடன் உடனே அந்த அமிர்த கலசத்தை எடுத்துக் கொண்டு சொர்க்க லோகத்துக்குப் பறந்தார். செல்லும் வழியில் அமிர்த கலசத்திலிருந்து அமிர்தத் துளிகள் திரிவேணி சங்கமத்தில் விழுந்தது. இந்த நிகழ்ச்சியைக் கொண்டாடும் விதமாக 12 ஆண்டுகளுக்கு ஒருமுறை அலகாபாத்தில் கும்பமேளா கொண்டாடப்படுகிறது.

ஒருவன் திரிவேணியில் நீராடினால் தன்னுடைய மூதாதையர்கள் அனை வருக்கும் நற்கதியைத் தேடித் தருகிறான் என்று மகாபாரதம் கூறுகிறது.

கங்கையும் யமுனையும் சங்கமிக்கும் இடத்தில் அமைந்துள்ள தலைநகரம் பிரயாகை. பிரயாகை என்றால் பலி கொடுப்பதற்காக ஒதுக்கப்பட்டுள்ள இடம் என்று கூறப்படுகிறது.

மகாநதி : ஒடிஸாவுக்கு தலைவலி தரும் பிரச்சனையாக மகாநதி நீர்ப் பங்கீடும் போலாறு அணைக்கட்டுப் பிரச்சினையும் தொடர்ந்து இருந்து வருகிறது. இந்தப் பிரச்சனைகளின் தொடர்பாக மத்திய அரசின் மவுனம் தொடர்ந்த முட்டுக்கட்டையாக இருந்து வருகிறது.

பா.ஜ.க. தலைமையிலான தேசிய ஜனநாயகக் கூட்டணிக்கும் காங்கிரஸ் தலைமையிலான ஐக்கிய முற்போக்கு கூட்டணிக்கும் ஒடிஸா மக்கள் மீதான அக்கறை கிடையாது என்று அம்மாநில முதல்வர் நவீன் பட்நாயக் குற்றம் சுமத்தி வருகிறார்.

ஒடிசா மாநிலத்தில் மகாநதி பாய்வதால் இந்த மாநிலம் அனைத்து வகையிலும் சிறப்பாகக் கருதப்படுகிறது. இம்மாநிலத்தை ஆண்டவர் அசோக சக்கரவர்த்தி. கலிங்கப் போருக்குப் பின் அசோகர் இந்த மாநிலத்தின் முன்னேற்றத்திற்காகப் பெரிதும் பாடுபட்டுள்ளார்.

மகாநதி என்றால் பெரிய நதி என்று பொருள்படும். மத்திய கிழக்கு பாரதத்தில் உற்பத்தியாகும் புண்ணிய நதியாகும் இது. இது உற்பத்தியாகும் இடம் சத்தீஸ்கர் மாநிலத்தில் உள்ள பார்சியா கிராமம். கிழக்கு தொடர்ச்சி மலையிலிருந்து பல நீர் விழ்ச்சிகள் ஒன்று சேர்ந்து 442 மீட்டர் உயரத்தில் இந்த நதி பூமியை நோக்கிப் பாய்கிறது. இந்த நதியின் மொத்த நீளம் 858 கிலோ மீட்டராகும்.

மகாநதி பீடுல், ராய்பூர், ஜன்ஜீர், பிலாஸ்பூர், சம்பல்பூர், சுபர்னாபூர், பூத், அனுகூல், கட்டாக் மற்றும் கேக்ரபாடா முதலிய மாவட்டங்கள் வழியாகப் பாய்ந்து இறுதியில் வங்காள விரிகுடாவை அடைகிறது. இந்த நதி 80 கிலோ மீட்டர் வரை சதீஸ்கர் மாநிலத்தில் பாய்ந்து சியோநாத், ஜோக் மற்றும் ஹஸ்டியோ நதிகள் மகாநதியுடன் சேர்ந்து ஒடிசா மாநிலத்துக்கும் நுழைகிறது.

ஒடிசா மாநிலத்தில் உள்ள சாம்பல்பூரில் மகாநதியில் அணை 1953ல் கட்டப்பட்டது. இந்த அணையின் பெயர் ஹிராகுட் உலகத்திலேயே மிகப் பெரிய நீர்த்தேக்க அணையாக இந்த அணை விளங்குகிறது. இந்த அணை முழுக்க முழுக்க கான்கிரீட்டால் கட்டப்பட்டது.

அணை கட்டுவதற்கு முன் இந்த நதியின் அகலம் 3.5 கிலோ மீட்டர். நதி தற்சமயம் முக்கால் கிலோ மீட்டராக சுருங்கிவிட்டது. அணை கட்டுவதற்கு முன் இந்த நதியில் சுமார் 150 கிலோ மீட்டருக்கு படகு போக்குவரத்து இருந்து வந்தது. தற்சமயம் இது முற்றிலும் நிறுத்தப்பட்டு விட்டது.

அணை கட்டுவதற்கு முன் இந்த நதி மழைக்காலத்தில் அபரிமிதமாக வண்டல் மண்ணைக் கரையில் கொண்டு வந்து சேர்க்கும். இதனால் ஒடிசா மாநிலத்தில் உள்ள பயிர்கள் செழித்து வளர்வதற்கு உதவிகரமாக இருந்தது

என்றாலும் ஹிராகுட் அணையில் தேக்கப்பட்டிருக்கும் தண்ணீரில் மின்சாரம் தயாரிக்கப்படுகிறது.

கரும்பு, நெல் மற்றும் எண்ணெய் வித்துக்கள் பயிரிடுவதற்கு உதவி கரமாக உள்ளது. இந்நீரைக் கொண்டு பல லட்சக்கணக்கான ஏக்கரில் விவசாயம் செய்யப்படுகிறது.

இந்த மகாநதி ஹிராகுட் அணை கட்டி பிறகு மிகச்சிறிய ஓடை போல் ஆகிவிட்ட இந்த நதிக்கரையில் அமைந்துள்ள நகரம் கட்டாக் மற்றும் சாம்பல்பூர். இதனை கிரேக்க யாத்திரிகர் டாலமி குறிப்பிடுகிறார்.

இந்திய துணைக் கண்டத்தில் மற்ற நதிகளைவிட அதிக வண்டல் மண் கொண்டு சேர்க்கும் நதியாக இந்த நதி திகழ்கிறது.

மழைக்காலத்தில் இந்த நதியில் ஏற்படும் வெள்ளம் கங்கை நதியைவிட பல மடங்கு இருக்கும் என்று கூறப்படுகிறது. ஹிராகுட் அணை கட்டியதால் நூற்றுக்கணக்கான கிராமங்கள் வெள்ளத்திலிருந்து காப்பாற்றப்பட்டுள்ளது.

இந்த மகாநதிக்கு பல கிளை நதிகள் உண்டு. அவை பிராமணி நதி, தயாநதி, தேவிநதி, அங்டியோ நதி, ஐபி நதி, ஜோக் நதி, குவாஹாய் நதி, குஷப்பத்ரா நதி, மாண்ட் நதி, சூன்ங்நதி, சிவ்நாத் நதி, டெல் நதி, டிலென் நதி போன்றவையாகும்.

பிராமணி நதியானது மழைக்காலத்தில் பிரவகிக்கும் நதியாகும். இந்நதி மகா நதியுடன் சேர்ந்து கட்டாக், ஜெய்ஜாபூர் வழியாக வங்காள விரிகுடாவில் கலக்கிறது. இந்த நதி தெற்கு - கோயில் நதியுடன் சேர்ந்து பெரிய தொழிற் சாலை நகரமான ரூர்கேலா வழியாகப் பாய்கிறது. ஜார்கண்ட் மாநிலத்தில் இந்த பிராமணி நதி உற்பத்தியாகிறது. இந்த நதி தாமோதர் நதியின் கிளை யாகும். சோட்டா நாக்பூர் பீட பூமியை இந்த நதி வளப்படுத்துகிறது.

இந்துக்களால் இந்த பிராமணி நதி ஒரு புண்ணிய நதியாக வணங்கப்படுகிறது. இந்த நதிக்கரையில் பராசர முனிவர் சத்திவதி என்ற மீனவப் பெண்ணை மணந்தார். இவர்களுக்கு பிறந்த மகான் மகாபாரதம் எழுதிய வேத வியாசர். இந்த நதி தேசிய நெடுஞ்சாலையைக் கடந்து இந்துபூருக்குள் நுழைகிறது.

பைத்தகாளிகா வனவிலங்குகள் பூங்கா இந்த நதிக்கரையில் அமைந் துள்ளது. இந்த இடம் முதலை பண்ணைக்குப் பெயர் பெற்ற இடம். இறுதியாக சந்துபாலி என்ற இடத்தில் கடலில் கலக்கிறது. இந்த நதியின் நீளம் 799 கிலோ

மீட்டர். இந்த நதியில் பல தடுப்பணைகள் கட்டப்பட்டு அதன் நீர்ப் பாசனத்திற்காக பெரிதும் பயன்படுத்தப்பட்டு வருகிறது.

மகாநதியின் மற்றொரு கிளை நதியான அங்டியோ நதி சடீஸ்கர் மாநிலத்தில் சோன்ஹாட் என்ற கிராமத்தில் உற்பத்தியாகிறது.

இதன் நீளம் 333 கிலோ மீட்டர். இந்த நதியின் இடையில் பல சிறு அணைகள் கட்டப்பட்டு பாசனத்திற்குப் பெரிதும் உபயோகப்படுத்துகின்றனர்.

ஐ.பி. நதி மத்திய வடகிழக்கு மலையில் உற்பத்தியாகிறது. இது ஹீராகுட் அணையில் மகாநதியுடன் கலக்கிறது. இந்த நதிக்கரையில் நிலக்கரி சுரங்கங்கள் பல உள்ளன. ஒடிசாவில் உள்ள ராய்கர் மாவட்டத்தினை செழுமையாக்குகின்றது. பல நிலக்கரி படுகைகள் வழியாக இந்த நதி செல் கிறது. இதன் நீளம் 252 கிலோ மீட்டர். இந்த நதிக்கரையில் எண்ணற்ற பழங்குடி கிராமங்கள் உள்ளன.

ஜோக் நதி சட்டீஸ்கர் மாநிலத்தில் உற்பத்தியாகிறது. மகாநதியின் முக்கிய கிளை நதியாகும் இது. இந்த நதி எண்ணற்ற நீர்வீழ்ச்சிகளைக் கொண்டது. ஹியோரி நாராயண் என்ற இடத்தில் இது மகாநதியுடன் இணைகிறது.

குவாஹாய் நதியானது ஒடிசா மாநிலத்தில் உள்ள புவனேஸ்வர் நகரத்தின் வழியாக செல்லும் ஒரு நதி. மகாநதியின் கிளை நதி இது. கட்டாக் மாநிலத்தில் மகா நதி பல கிளைகளாகப் பிரிகிறது. அதன் ஒரு கிளை நதி தான் குவாஹாய் நதி. இந்த நதியின் நீர் பெரும்பாலும் புவனேஸ்வர் மாவட்டம் முழுவதும் உபயோகிக்கப்படுகிறது. இறுதியில் இதுவும் சிலிகா ஏரியில் சேருகிறது.

பூரி மாவட்டத்திற்குப் பெரிதும் பயன்படும் மகாநதியின் மற்றொரு கிளை நதி குஷப் பத்ர நதியாகும். பூரியின் அருகில் இந்த நதி கடலில் கலக்கிறது.

மகாநதியின் கிளை நதியினை மான்ட் நதி ஹிராகுட் அணையில் சேரு கிறது. இதன் நீளம் 241 கிலோ மீட்டராகும். மகாநதியின் மற்றொரு கிளை இந்த ஆன்ங் நதி. இது சம்பல்பூர் மகாநதியுடன் கலக்கிறது. இதன் நீளம் 204 கிலோ மீட்டராகும்.

மகாநதியுடன் சேரும் மற்றொரு கிளை நதி 290 கிலோ மீட்டர் நீளம் கொண்டது ஆகும்.

சோன்டூர் நதி, சுருபாலி ஜோரா நதி இவையிரண்டும் மகாநதியில் கலக்கும் சிறு நதிகள் ஆகும். இந்த நதிக்கரையில் இந்த நதியின் நீர் கொண்டு ஏராளமான காய்கறிகள் பயிரிடப்படுகின்றன. சிறுதானியங்களும் அதிகமாக விளையும் இடமாக இந்த நதிப் பிரதேசம் விளங்குகிறது. இந்த நதி மீது கட்டப்பட்டுள்ள பாலம் பல மாவட்டங்களை ஒன்றிணைக்கிறது.

சோன்பூர் மாவட்டத்தில் உற்பத்தியாகும் நதி டெல் நதியாகும். இது மகாநதியின் ஒரு முக்கிய கிளை நதியாகும். இந்த நதி மகாநதியுடன் கலக்கும் இடத்தில் ரம்மியமான சூழ்நிலையை உண்டாக்கியுள்ளது. இந்த இடத்தில் வைத்தியநாத கோயிலும் பிரசித்தி பெற்ற கோசலேஸ்வரர் கோயிலும் உள்ளது.

மகாநதியின் மற்றொரு கிளை நதியினை டிலென் நதிக்கரையில்தான் சரித்திரப் புகழ் பெற்ற கோலாபிரா கோட்டை கட்டப்பட்டுள்ளது.

மகாநதியின் பல கிளை நதிகள் ஒடிசா மாநிலத்தின் தலைநகரம் புவனேஸ்வர் வழியாகப் பாய்கிறது.

இங்கு 7000க்கும் மேற்பட்ட லிங்கம் கோயில்கள் இருந்ததாகக் கூறப்படு கிறது. இங்குள்ள கோவில்களில் மிகவும் பிரசித்தி பெற்றது திரிபுவனேஸ்வர் கோயில், சிற்பக் கலைக்குப் புகழ் பெற்ற குகைகள் இருக்கின்றன.

மகாநதியின் கிளை நதிகள் சிலிகா ஏரியில் சங்கமிக்கும் இடையிலும் வங்காளக் கடல் அருகிலும் உள்ள திருத்தலம் புரி.

புரி என்றால் ஜகந்நாதபுரி என்றும் புருசோத்தமபுரி என்றும் பொருள் படும். இங்குள்ள புரி ஜெகந்நாதர் கோயிலை மாளவ தேசத்து அரசன் இந்திரத்தியுமனனால் நிர்ணயிக்கப்பட்ட கோயில் ஆகும்.

இங்குள்ள மலையின் பெயர் நீலாச்சலம். நான்கு திசைகளில் அமைந்துள்ள முக்கியத் தலங்களில் ஒன்று. கிழக்கே உள்ள தலம் புரி ஜெகந்நாத்.

வடஇந்திய ஆலயங்களில் மிக அதிகமான உயரம் கொண்ட ஆலயம் இது. இதன் உயரம் 214 அடி. இதில் உள்ள ஜெகந்நாத பெருமானின் உருவம் கி.பி.318-ஆம் ஆண்டில் பிரதிஷ்டை செய்யப்பட்டது.

உலகத்திலேயே இங்குள்ள பூரி ரத யாத்திரை மிகவும் பிரசித்தி பெற்றது. பூரியிலிருந்து 32வது கிலோ மீட்டரில் உள்ள கோனார்க் சூரியக் கோவில் சிலிகா ஏரிக்கு செல்லும் வழித்தடத்தில் அமைந்துள்ள தலம். மகாநதியின்

கிளை நதிகள் பாயும் இடம்.

கோனார்க் என்றால் மூலையிலுள்ள சூரியக் கடவுள் என்று பொருள் படும். இத்தலம் பத்ம க்ஷேத்திரம் என்றும் அர்க்க க்ஷேத்திரம் என்றும் குறிப்பிடுவர்.

இக்கோயில் கி.பி. 1278ல் நரசிம்மவர்மன் என்ற கங்க அரசனால் கட்டப் பட்டதாகக் கூறப்படுகிறது. இக்கோயிலைக் கட்ட சுமார் 36 கோடி ரூபாய் செலவழிக்கப்பட்டுள்ளதாக அபுல் பைசர் தன் குறிப்பில் குறிப்பிட்டுள்ளார்.

சூரிய வழிபாடு உலகில் மிகவும் பழமையான வழிபாடு. சிந்து சமவெளி நாகரீகம் முதல் நைல் நதி நாகரீகம் வரை இதனை உறுதி செய்கிறது.

கோனார்க் கோயில் முழுக்க முழுக்க கருங்கல்லால் கட்டப்பட்டது. இக்கோயில் தேர் போல் கட்டப்பட்டுள்ளது. கண்ணன் மகன் சாமப்ன் மாகர் என்ற சாதியினரை வரவழைத்து வந்து சூரியக் கடவுளை பிரதிஷ்டை செய்த தாக அறியப்படுகிறது.

ஒடிசா மாநிலத்தில் மகாநதி பாய்வதால் இந்த மாநிலம் அனைத்து வகை யிலும் சிறப்பானதாகக் கருதப்படுகிறது.

அதேசமயம் மகாநதி நீர்ப் பங்கீடு பிரச்சனையும் போலாவரம் அணைக்கட்டு பிரச்சனையும் அன்றாடம் அங்குள்ள மாநில அரசை விழி பிதுங்கச் செய்து வருவதும் மறுக்க முடியாத உண்மையாக உள்ளது.

நர்மதை : நர்மதை அணைத்திட்டம் காரணமாக அங்கிருந்த ஆதிவாசிகளின் எதிர்காலம் கேள்விக்குறியாகிவிட்டது என்று நர்மதை பாதுகாப்பு இயக்க நிறுவனர் மேதா பட்கர் தொடர்ந்து குரல் கொடுத்து வருகிறார்.

ஏறத்தாழ 1834 குடும்பங்கள் இந்த அணை திட்டத்துக்காக சொந்த கிராமங் களிலிருந்து வெளியேற்றப்பட்டுள்ளனர் என்பது 2017 மே 27ல் அரசு வெளி யிட்ட அரசிதழில் வெளியாகியுள்ளது.

மகாராட்டிரம், குஜராத், மத்திய பிரதேசத்தின் அலிராஜ்பூர் மாவட்டம் ஆகியவற்றைச் சேர்ந்த மலைவாழ் மக்கள் தங்களுக்கு ரொக்க இழப்பீடு வேண்டாம், நிலம்தான் வேண்டும் என்று வலியுறுத்தினர். நூற்றுக்கணக்கான வர்களுக்கு இன்னும் நிலம் தரப்படவில்லை. நூற்றுக்கணக்கானோர் இன்னும் பாதிக்கப்பட்டவர்களாகவே இருக்கின்றனர் என்பதை மேதா பட்கர் நர்மதைப் போராளியாக நின்று எதிரொலித்து வருகிறார்.

சர்தார் சரோவர் அணையின் 55 அடி உயர மதகுகளை மூடுவது என்ற முடிவை நர்மதை கட்டுப்பாட்டு ஆணையம் ஜூன் 16ல் எடுத்தது.

இந்த அணைக்கான அடிக்கல்லை நாட்டின் முதல் பிரதமர் ஜவஹர்லால் நேரு 1961ல் நாட்டினார்.

அந்த விழாவில் தனது உரையின்போது, "இந்த அணைத் திட்டத்துக்காக வீடுகளோடு சேர்த்து நிலங்களை அளித்த ஆறு கிராமங்களைச் சேர்ந்தவர் களுக்கும் முழுமையான வாழ்வாதார இழப்பீடு அளித்து நியாயம் வழங்க வேண்டும்" என்று கூறினார்.

ஆனால், இன்றுவரை அந்தப் பகுதி மக்கள் முழுமையாக இழப்பீடு பெற்றுள்ளார்களா என்பது வழக்கிற்குரிய ஒன்றாக உள்ளது.

அரசு அந்த நிலங்களைக் கையகப்படுத்தியபோது அவற்றில் முற்றிய கோதுமைக் கதிர்கள் அறுவடைக்குக் காத்திருந்தன. அன்றைக்கு ஆறு கிராமங்களைச் சேர்ந்த முன்னூறு குடும்பங்கள் பாதிக்கப்பட்டன.

அவர்களிடமிருந்து எடுக்கப்பட்ட நிலமும் இதர சொத்துக்களும், நீர்ப் பாசனத் திட்டம் காரணமாக பாதிக்கப்பட்ட பகுதிகள் என்று இன்றுவரை அறிவிக்கப்படவில்லை.

கடந்த எட்டு ஆண்டுகளாக 122 மீட்டர் உயரம் வரையே தண்ணீர் தேக்கப் பட்டது. இதன் காரணமாக மக்கள் அதிகம் எண்ணிக்கையில் வாழும் பகுதிகள் நீரில் மூழ்கப் போகின்றன என்பதே யதார்த்தம்.

பாதிக்கப்பட்ட நூற்றுக்கணக்கான குடும்பத்தினரும் குடிநீர், சாலை, தெரு விளக்கு, கழிப்பறை, சுகாதாரம் போன்ற சாதாரண வசதிகளைக்கூட இன்னமும் பெறாமல் இருக்கிறார்கள்.

இந்த உண்மைகளையெல்லாம் அணையில் நீரைத் தேக்கும் உயரத்தை அதிகப்படுத்துவதற்காக கூட்டப்படும் கூட்டங்களில் அரசு அதிகாரிகள் ஒப்புக் கொள்ளத் தயாராயில்லை.

நர்மதை நடுவர் மன்றத் தீர்ப்பின்படி தங்களுக்கு முழு அளவுக்கு இழப்பீடு வேண்டும் என்று பாதிக்கப்பட்டோர் வலியுறுத்துகின்றனர். உச்ச நீதி மன்றமும் 2000, 2005, 2017 ஆண்டுகளில் தீர்ப்பு வழங்கியுள்ளது.

இவையனைத்தையும் சுட்டிக்காட்டி போராடுவோரைத்தான் தேச விரோதிகள் என்றும் வளர்ச்சிக்கு எதிரானவர்கள் என்றும் குற்றம் சாட்டு கின்றனர்.

2017 பிப்ரவரியில் உச்சநீதிமன்றம் பிறப்பித்த உத்தரவுப்படி ஜூலை 31க்குள் அனைவருக்கும் மறுவாழ்வு அளிக்கப்பட்டு விடுமா என்பது கேள்விக் குறியாக உள்ளது.

மேலும், மக்கள் அனைவரையும் மறு குடியமர்த்தலுக்கான இடங்கள் இன்னும் தயார் செய்யப்படாத நிலையில் அவர்களை மறு குடியமர்த்துவதும் இந்தக் காலக்கெடுவுக்குள் சாத்தியமில்லை. மறுகுடியமர்த்தல் பகுதியில் குடிநீர், சாலை வசதி எதுவும் தயார் செய்யப்படவில்லை. கால்நடை மேய்ச்சல் நிலங்கள் ஒதுக்கப்படவில்லை.

எத்தனை ஏழையாக இருப்பினும் தற்காலிகக் குடியமர்வை எவரும் ஏற்க மாட்டார் அல்லது அவருக்குக் கிடைக்க வேண்டிய மனையளவில் மூன்றில் ஒரு பகுதியை மட்டும் பெற்றுக் கொள்ள மாட்டார்.

அதிகாரிகளோ எதைக் கொடுத்தாலும் அதை ஏற்கத் தயார் என்ற உறுதி மொழிப் பத்திரத்தில் ஜூலை 15க்குள் கையெழுத்திட வேண்டும் என்ற நெருக்கடியை எல்லோருக்கும் ஏற்படுத்தித் தந்திருக்கின்றனர்.

மக்களை அச்சுறுத்தும் சுவரொட்டிகள் எல்லா கிராமங்களிலும் இரவில் ஒட்டப்படுகின்றன. மிரட்டியோ ஆசை காட்டியோ 2.5 லட்சம் பேரை கிராமங்களிலிருந்து வெளியேற்றி விடவேண்டும் என்று உத்தி வகுக்கப் பட்டிருக்கிறது.

மதகுக் கதவுகளை இழுத்து மூடி தண்ணீர் மட்டத்தை உயர வைத்து கையில் கிடைத்த மூட்டை முடிச்சுகளுடன் மக்கள் தாங்களாக வெளியேறச் செய்திட வேண்டும் என்ற முயற்சிகள் மேற்கொள்ளப்படுகின்றன.

ஆற்றோரங்களில் வாழ்ந்த இந்த மக்களை ஆறே இல்லாத இடங்களில் அந்த கலாச்சாரமும் சூழலும் இல்லாத பகுதிகளிலும் குடியமர்த்தத் திட்டமிடப் படுகின்றன.

மகாராட்டிரமும் ஆதிவாசிகளை ஏமாற்றிவிட்டு அணையின் நீர் மட்டத்தை உயரத்தை அதிகப்படுத்தி உத்தரவிட்டது.

நர்மதை திட்டத்தின் அடுத்த கட்டம் மக்களுக்கு இப்போதுதான் புரியத் தொடங்கியிருக்கிறது. இப்பகுதி மக்களின் எதிர்காலம் கேள்விக்குறி யாகி விட்டது.

இவர்களை குடியமர்த்திய இடங்களில் குடிப்பதற்குக்கூட தண்ணீர் இல்லை. ஆனால், அவர்கள் வாழ்ந்த இடங்களில் தண்ணீரைத் தேக்கி மிகப் பெரிய தொழில் நிறுவனங்களுக்கும், டெல்லி, மும்பை தொழிற்பேட்டை வளாகத்துக்கும் தண்ணீரைக் கொண்டு செல்லப் போகிறார்கள்.

நர்மதா நதி கங்கையைவிட புனிதமான பழமை வாய்ந்த நதியாக புராணங்கள் கூறுகின்றன. இந்துக்களுக்கு இந்த நர்மதா நதி ஐந்தாவது புண்ணிய நதியாக கருதப்படுகிறது.

அமரகாந்த் மலையில் அமைந்துள்ள நர்மதைக் குன்றில் ஒரு சிறிய கிண்ணம் போன்றவிடத்தில் இந்த நதி சுமார் 3467 அடி உயரத்தில் உற்பத்தி யாகிறது.

நர்மதா பசாவ் என்ற கோஷத்துடன் கடந்த 25 ஆண்டுகளாக நர்மதை பாதுகாப்பு என்ற இயக்கத்தை நர்மதா நதியையும் அங்கிருந்து துரத்தப்பட்ட பழங்குடியினத்திற்காகவும் போராடி வருபவர் மேதா பட்கர் எனும் சமூகப் போராளி.

தடியடிகளையும் உண்ணா நோன்பையும் சிறை வாசங்களையும் தொடர்ந்து இதற்காக சந்தித்து வருபவர் மேதாபட்கர்.

குஜராத்தில் இந்த நதி மீது கட்டப்பட்டுள்ள சர்தார் சரோவர் அணைக் கட்டுத் திட்டத்தை இவர் கடுமையாக எதிர்த்து வருகிறார்.

இந்தத் திட்டத்தை நிறைவேற்றினால் சுமார் 3 லட்சத்திற்கும் மேலாக உள்ள பழங்குடி மக்கள் தங்கள் வீட்டினையும் வாழ்வாதாரத்தையும் இழப்பார்கள் என்றும் அங்கு காடுகளில் வாழும் வனவிலங்குகளும், அரிய வகை பறவை களும், நீர்வாழ்வனவைகளும் அழிந்து போகும் என்று கருதி ஒரு சமூக விழிப்புணர்ச்சி அனைவரிடமும் வர வேண்டுமென போராடி வருகிறார் இவர்.

உலக வங்கியின் கவனத்தையும் அனைத்து உலக மக்களின் பார்வையினை யும் தன் செயல்பாட்டின் மூலம் உணத்தியவர் மேதா பட்கர். இதன் காரண மாக உலக வங்கி மேற்படி திட்டத்திற்கு உதவுவதாகக் கூறிய ஒப்பந்தத்தை ரத்து செய்தது.

மத்திய இந்தியாவில் உற்பத்தியாகும் பெரிய நதிகளில் ஒன்றாக நர்மதா நதி கருதப்படுகிறது. இந்த நதியை ரேவா நதி என்றும் குறிப்பிடுவர்.

வடநாட்டுக்கும் தென்னாட்டுக்கும் இந்த நதி ஒரு பாலமாகத் திகழ்கிறது. இதன் நீளம் 1312 கிலோ மீட்டராகும். கிழக்கில் உற்பத்தியாகி மேற்கில் நோக்கிப் பாயும் நதிகளில் இந்தியாவில் நீளமான நதியாக இது விளங்குகிறது.

விந்திய மலை மற்றும் சாத்பூரா மலைத் தொடர்களின் பிளவுபட்ட பள்ளத்தாக்கின் வழியாக இந்த நதி உற்பத்தியாகிறது. இந்த நதி உற்பத்தியாகும் மாநிலம் மத்திய பிரதேசம், குஜராத் மற்றும் மகாராஷ்டிரா வழியாக இந்த நதி சென்று அரபிக்கடலில் கலக்கிறது.

சாத்புரா மற்றும் விந்திய மலைகளிலிருந்து சுமார் 41 கிளை நதிகள் இந்த நர்மதை நதியுடன் கலக்கிறது. அதிக கிளை நதிகள் கொண்ட நதி, நர்மதா நதியாகும். இந்த நதி பாய்ந்து வரும் பாதையை நான்காகப் பிரித்துள்ளனர். மலைப்பாங்கான பிரதேசம், மேட்டுச் சமவெளிப் பிரதேசம், சமவெளிப் பகுதி மற்றும் தாழ்ந்த சமவெளிப் பகுதி என்று பிரித்துள்ளனர்.

மலைப்பாங்கான இடத்தில் அடர்ந்த காடுகள் நிறைந்த பகுதியாகும். மற்ற பிரதேசங்களில் கரிசல் மண் நிறைந்த சமவெளியாகக் கருதப்படுகிறது.

சமவெளிப் பகுதியில் விவசாயம் செழித்து வளர நதியின் நீரும் மண்ணும் மிகவும் உதவிகரமாக விவசாயிகளுக்கு விளங்குகிறது.

அமரர்கள் இந்த நதி உற்பத்தியாகும் இடத்தில் சூழ்ந்திருப்பதால் இந்த மலைக்குன்றுகளுக்கு அமர கண்டம் என்ற பெயர் வந்தது. ஒருசமயம் பிரம்மதேவின் கண்களிலிருந்து இரண்டு துளி கண்ணீரால் உண்டானது இரண்டு நதிகள். அதுவே நர்மதாவும் சோன் நதியுமாகும் என்கிறது புராணம்.

சிவபெருமானின் வியர்வையில் தோன்றியது இந்த நர்மதா நதியாகும். இந்த நதி பெண் உருவம் கொண்டு சிவபெருமானை துதித்தது. அதன் பயனாக என்றும் வற்றாத நதியாக விளங்க வேண்டுமென வரத்தினை சிவபெருமான் அளித்தார்.

ஆகவே, இந்த நதி சிவபெருமானின் மகள் என்று கருதப்படுகிறது. எனவே, இதற்கு சிவசங்கரி என்ற ஒரு பெயரும் உண்டு.

கங்கையில் மூழ்கினால் பாவங்கள் தீரும். நர்மதையைப் பார்த்தாலே பாவங்கள் ஒழியும் என்று புராணங்கள் கூறுகின்றன.

எப்படி பலா மரங்கள் முழுவதும் சிவலிங்கமாக காட்சியளிக்கிறதோ அதேபோல் நர்மதை நதிகளில் காணப்படும் எல்லாக் கூழாங்கற்களும் சிவலிங்கங்களே என்று சான்றோர்கள் கூறுவர். இந்தக் கூழாங்கற்கள் பல்வேறு சிறப்புகள் கொண்டவை.

வடநாட்டில் உள்ள கோயில்களில் காணப்படும் அனைத்து சிவலிங்கங் களும் நர்மதை நதிக்கரையிலிருந்து எடுக்கப்பட்ட கூழாங்கற்களே அல்லது அந்த நதிக்கரையிலிருக்கும் குன்றுகளிலிருந்து வெட்டி எடுக்கப்பட்ட கற்களே. இங்கு மட்டும்தான் இந்தக் கூழாங்கற்கள் உற்பத்தியாகும் காரணம் உண்டு.

தாயடிகுண்ட் என்ற இடம் ஒரு கரடு முரடான பாதை உள்ள இடம். ஓம்காரேஷ்வரர் தலத்திலிருந்து 25 கி.மீ. வரை நதியின் எதிர்திசையில் படகில் செல்ல வேண்டும். இங்குதான் அந்தக் கூழாங்கற்கள் உற்பத்தியாகின்றன. இங்கு கூழாங்கற்கள் சேகரிக்க உகந்த காலம் வேனிற்காலம்.

இந்தத் தாயடிகுண்ட்டில் வெயில் காலத்து நீர் வீழ்ச்சிகளாக இந்த நதி விழுகிறது. அது விழுமிடம் 40 முதல் 50 அடி சுற்றளவு உடைய ஒரு ஆழமான பாறைக் கிணறுகள் ஆகும். இந்தக் கிணறுகளின் ஆழம் சுமார் 150 அடியி லிருந்து 200 அடி வரை இருக்கும்.

மழைக்காலத்தில் இதன் அருகே நெருங்கவே முடியாது. அப்பொழுது வெள்ளத்தில் அடித்து வரப்படும் பெரும் பாறைகள் இக்கிணறுகளில் தள்ளப்பட்டு வெள்ளத்தின் வேகத்தால் கிணறுகளில் புரள ஆரம்பிக்கின்றன. இப்படி பல ஆண்டுகளாக இந்தப் பாறைகள் சுழன்று தேய்ந்து மிருதுவான கூழாங்கற்களாக மாறுகின்றன.

இங்குள்ள பயிற்சி பெற்ற நீச்சல் வீரர்கள் இந்தக் கிணறுகளில் மூழ்கி அடியில் உள்ள கூழாங்கற்களை சேகரித்து மேலே கொண்டு வந்து கொட்டுவர். இதுவே, பாணலிங்கங்கள் என்றழைக்கப்படுகின்றன.

இங்குக் கிடைக்கும் பாண லிங்கங்கள் பல வகைப்படும் ஓரடி முதல் இரண்டடி வரை கிடைக்கும் கூழாங்கற்கள் பொதுவாக கோவில்களில் லிங்க ரூபமாக வைத்து வணங்குவர்.

சிவபெருமானே தன் ரூபத்தை அரூபமாக அளிப்பதே இந்த அருள்மிகு கற்கள். வீட்டில் பூஜை அறையில் வைக்கப்பட்டு வணங்கப்படும் லிங்க கற்களின் உயரம் 3 அங்குலம் முதல் 6 அங்குலத்திற்குள் இருக்க வேண்டும் என்பர்.

இத்தகைய பாண லிங்கங்களில் வடுக்களும், ரேகைகளும் படிந்திருக்கும். அவைகள் சிவரூபங்களாக வணங்கப்படுகிறது. இத்தகைய பாண லிங்கங் களை வைத்து வணங்குபவர்கள் தினமும் அவைகளுக்கு பூப்போட்டு வணங்குதல் அவசியம்.

நர்மதை நதியில்தான் இத்தகைய பாண லிங்கங்களும் சிவனுக்குண்டான கற்களும் கிடைக்கும். பிரசித்தி பெற்ற தஞ்சை பெரிய கோயில் அருள்மிகு சிவலிங்கமே இங்கிருந்து சென்றதுதான்.

நர்மதையைச் சுற்றியுள்ள மலைகளும் லிங்க வடிவமாக இருப்பதைக் காணலாம். ஆதிசங்கரர் தன் குருவான குரு கோவிந்த் பகவத்பாதரை நர்மதா நதிக்கரையில்தான் முதலில் சந்தித்துள்ளார்.

எண்ணற்ற நதிகளும் மகான்களும் தவமிருந்த இடம் இந்த நர்மதை நதிக்கரை. இந்த நதிக்கரையில் அமைந்துள்ளது அமர்கண்டம் என்று அழைக்கப்படும்.

தீர்த்தராஜா நர்மதையின் வடகரையில் அடர்ந்த வனத்தில் மகாபாரத வீரனான அசுவத்தாமனை அங்குள்ள மலைவாசிகள் அடிக்கடி காண்பதாகக் கூறப்படுகிறது.

நர்மதா நதிக்கரையில் அமைந்துள்ள முக்கிய இடமாக பீம்பெட்கா என்ற இடம் கூறப்படுகிறது. போபாலிலிருந்து 45வது கிலோ மீட்டரில் இது அமைந்துள்ளது.

அஜந்தாவைப்போல ஆதிகார மனிதர்களால் குகைகளில் வர்ணம் தீட்டப் பட்டு சித்திரங்கள் வரையப்பட்டுள்ளது. இது கடந்த 1957ல்தான் கண்டு பிடிக்கப்பட்டது. 15000 வருடங்களுக்கு முன்னால் வாழ்ந்த மனிதர்களைப் பற்றிய இந்த ஓவியங்கள் மூலம் அறியப்படுகிறது.

நாடு விட்டு துரத்தப்பட்ட பஞ்ச பாண்டவர்கள் இந்தக் குகையில் வசித்த தாக ஆய்வுகள் கூறுகின்றன.

நர்மதா நதிக்கரையின் அமைந்துள்ள ஒரு தீவுக்குன்றின் மேல அமைந் துள்ளது அருள்மிகு ஓம்காரேஷ்வர் ஆலயம்.

குன்றின் அமைப்பே ஓம் என்ற வடிவில் உள்ளதாக ஆன்மிகவாதிகள் கூறுவர். இந்தக் குன்று அமைந்துள்ள மாநிலம் மத்திய பிரதேசத்தில் உள்ள கண்டுவா மாவட்டம் ஆகும்.

இமயமலைக்கு ஈடாக வளர்ந்து வந்த விந்திய மலையின் வளர்ச்சி அகஸ்திய முனிவரால் தடுக்கப்பட்டது. இஷ்வாகு வம்சத்தில் பிறந்தவன் மாந்தாதா அரசன். அவன் தந்தை பெயர் யுவனாச்சவன். தந்தை வயிற்றில் கரு உண்டாகி தந்தையின் விலாவிலிருந்து வெளிவந்தவன் மாந்தாதா. தானம் பல செய்து சாம்ராட் என்ற பட்டத்தைப் பெற்றவன்.

ஈசனை நேரில் சந்தித்து வரங்கள் பல பெற்றவன். ஓங்காரேஷ்வரர் கோட்டையில் தன் காலத்தைக் கழித்தவன். இதனால் இவனுக்கு ஓம்கார் மாந்தாதா என்று பெயர் வந்தது. நர்மதா நதியின் தவப்புதல்வன் இந்த மாந்தாதா அரசன்.

இந்த ஓம்காரேஷ்வரர் கோவிலை அடைய நர்மதா நதி மீது அமைக்கப் பட்டுள்ள பாலத்தின் மீது நடந்து செல்ல வேண்டும். படகின் மூலமாகவும் செல்லலாம்.

இங்கு குருகோவிந்த் பகவத் பாதர் தவம் செய்த புண்ணிய குகை ஒன்று உண்டு. ஆதிசங்கரர் சுமார் இரண்டு வருட காலம் தங்கி தன் குருவிடம் பல சாஸ்திரங்களைக் கற்று அதன் உண்மைகளை காசியில் எடுத்துரைத்தார். அதுவே அத்வைதம்.

குஜராத்தில் இந்த நதி மீது கட்டப்பட்டுள்ள சர்தார் சரோவர் அணைக் கருகில் உள்ள சூல்பணேஸ்வர் சரணாலயம், பறவைகளின் சரணாலயமாகத் திகழ்கிறது. இதன் பரப்பளவு 607 கிலோ மீட்டராகும். இது கழுகுகளின் சரணாலயம்.

நர்மதா நதி மத்தியப் பிரதேசத்தில் 1077 கி.மீ. வரையிலும், மகாராஷ்டிரா மாநிலத்தில் 35 கி.மீ. வரையிலும் குஜராத் மாவட்டத்தில் 161 கி.மீ. வரை யிலும் பாய்கிறது.

இந்த மூன்று மாநிலங்களிலும் அணைகள் பல இந்த நதியில் கட்டப்பட்டு பாசனத்திற்கு குடிநீருக்கும் பயன்படுத்தப்பட்டு வருகின்றன.

இந்த அணைகளில் மிகவும் பிரசித்தி பெற்றது மத்திய பிரதேசத்தில் கட்டப்பட்டுள்ள இந்திரசாகர் திட்ட அணையும், குஜராத்தில் கட்டப் பட்டுள்ள சர்தார் சரோவர் அணையுமாகும்.

இதைத் தவிர இன்னும் பல அணைகள் கட்டப்பட்டும் சில அணைகள் முடிக்கப்படாமலும் உள்ளன.

நர்மதை நதியுடன் 41 கிளை நதிகள் சேர்கின்றன. இவைகளில் சில புர்ணா நதி, பஞ்சார நதி, ஷேர்நதி, ஷக்கார் நதி, துதி நதி, தவா நதி, கன்சல் நதி, கோட்டாதலா நதி, குந்தி நதி, காய் நதி, கர்ஜான் நதி, இவைகள் நர்மதையின் வலது பக்கத்திலும் ஹீரான் நதி, டென்டோனி நதி, பர்னா நதி, கோலார் நதி, மேன்நதி, யுரிநதி, ஹட்னி நதி, ஆர்சாங் நதி இவைகள் இடதுபுறமும் நர்மதையுடன் வந்து சேர்கின்றன.

இங்குள்ள விலங்குகளையும், பறவைகளையும் பாதுகாப்பதற்காக எண்ணற்ற சரணாலயங்கள் அமைக்கப்பட்டுள்ளன.

அவைகளில் பந்தாகர், பன்னா, சஞ்சய் தேசிய பூங்கா, கன்ஹா தேசிய பூங்கா முக்கியமானவை. கன்ஹா தேசிய பூங்கா புலிகளின் சரணாலயமாக விளங்குகிறது.

ஹாலூன் மற்றும் பஞ்சார் நதிகள் இந்த சரணாலயத்தின் வழியாக செல்கிறது. 1981ல் நிறுவப்பட்ட சாத்புரா தேசிய பூங்கா, புலி, சிறுத்தை, சாம்பார் இன மான்கள் நான்கு கொம்புள்ள கருப்பு இன மான்கள், காட்டெருமைகள், காட்டுப்பன்றி, காட்டு நாய்கள், முள்ளம்பன்றிகள் போன்ற உயிரினங்களின் சரணாலயமாக இருக்கின்றது.

நர்மதா நதிக்கரையிலும் அது ஓடி வரும் மலைக்குன்றுகளிலும் இரண்டு பக்கங்களிலும் அடர்ந்த பசுமைக் காடுகளைக் கொண்டுள்ளன.

விந்திய மற்றும் சாத்புரா மலைத் தொடர் 76 வகை விலங்குகளும் 276 வகை பறவைகளும் வசிப்பதாக விலங்கு மற்றும் பறவை ஆய்வாளர்கள் கூறுகின்றன.

அரிய பறவைகள் மற்றும் விலங்குகளின் சரணாலயமாக இந்த நர்மதை பள்ளத்தாக்கு கருதப்படுகிறது.

25

ஸ்டாக்ஹோம் நீர் பரிசு

சமகால இந்தியா எதிர்கொள்ளும் ஆகப்பெரிய சிக்கலான நீர்ப் பிரச்சனையை சரி செய்வதையே தன் வாழ்நாள் பணியாகக் கொண்டிருக்கும் ராஜேந்தர் சிங்கை பூமியைக் காக்கும் உலகின் 50 நபர்களில் ஒருவர் எனப் பட்டியலிடுகிறது புகழ் பெற்ற 'தி கார்டியன்' பத்திரிகை.

'ஜல் புருஷ்... இந்தியாவின் தண்ணீர் மனிதன்' என்றழைக்கப்படுபவர் ராஜேந்தர் சிங்.

உலக அளவில் நீர் மேலாண்மையில் சிறந்து விளங்குபவர்களுக்கு வழங்கப் படும் 'ஸ்டாக் ஹோம் நீர்' பரிசு ராஜேந்தர் சிங்க்கு வழங்கப்பட்டிருக்கிறது.

நீருக்கான நோபல் பரிசு என அழைக்கப்படும் இந்த விருதைப் பெறும் அளவுக்கு இவர் என்ன செய்தார்?

ராஜஸ்தான் மாநிலத்தின் 11 மாவட்டங்களில் 4500 தடுப்பணைகள் கட்டி யிருக்கிறார். 1200 கிராமங்களில் முழுமையாக மழைநீர் சேகரிப்பை அமல் படுத்தி தன்னிறைவு பெற்ற கிராமங்களாக அவற்றை உருவாக்கி இருக்கிறார்.

'தண்ணீருக்கான பொது மேடை' என்ற நிகழ்ச்சியை சென்னையில் நடத்துவதற்கு வந்திருந்த ராஜேந்தர் சிங்கின் உரையில் அவரது பரந்து விரிந்த

அனுபவமும் உழைப்பும் நோக்கமும் தெளிவாக வெளிப்பட்டது.

"நான் பிறந்தது உத்தரப்பிரதேசம். பிறகு ராஜஸ்தானில் குடியேறி விட்டேன்.

நிலமும் காற்றும் ஈரப்பதத்தை இழந்து தொடர்ந்து வெப்பமாகிக் கொண்டே செல்லும் இந்தச் சூழல் காலம் காலமாக வந்தது இல்லை.

மனிதர்கள் வரம்பு கடந்து இயற்கையைச் சுரண்டியதன் விளைவு இது. இதை சரி செய்ய முடியும் என்று நம்பினேன்.

தருண் பாரத் சங் என்ற தன்னார்வக் குழுவில் பணி புரிந்தபோது பல்வேறு கிராமங்களுக்கும் சுற்றினேன். அப்போது நான் கண்ட காட்சிகள்... குறிப்பாக அல்வார் மாவட்டத்தின் ஒவ்வொர் அங்குலமும் வறட்சியின் நெடி பரவிக் கிடந்தது.

நிலத்தடி நீர் மட்டம் குறைந்து கிணறுகள் வறண்டு, விவசாயமே செய்ய முடியாத நிலை, வாழ்வாதாரம் இல்லாததால் கிராமங்களில் வயதானவர்களும் குழந்தைகளும் மட்டும்தான் இருந்தனர்.

இளைஞர்கள் அனைவரும் கிராமங்களில் இருந்து இடம் பெயர்ந்து அருகில் உள்ள நகரங்களுக்குச் சென்று விட்டனர். இருந்த முதியவர்களும் உடல்நிலை பாதிக்கப்பட்டிருந்தனர். குழந்தைகள் சத்துக்குறைவால் சோகையாக இருந்தனர். அவர்கள் பள்ளிக்கும் செல்லவில்லை. விவசாயம் இல்லாததால் கால்நடைகளும் இல்லை. அந்தக் கிராமங்கள் முழுமையாக கைவிடப் பட்டவையாக இருந்தன.

கோபால்புரா என்ற கிராமத்தில் இருந்து வேலையைத் தொடங்கினேன். அது 1985-ஆம் ஆண்டு நான் கிராமத்தில் மீதம் இருந்தவர்களை அணுகி இந்த ஊரில் ஒரு குளம் வெட்ட வேண்டும் என்றபோது என்னைக் கேலியும் கிண்டலுமாகப் பார்த்தனர்.

எனது நண்பர்கள்கூட என்னை நம்பவில்லை. இருப்பினும் நான் நம்பிக்கையைக் கைவிடவில்லை. தன்னந்தனியாக குளம் வெட்டத் தொடங்கினேன்.

ஒவ்வொரு நாளும் 10 லிருந்து 12 மணி நேரம் இதற்காகச் செலவிட்டேன். என்னை ஒரு வைத்தியக்காரனைப் போல பார்த்தார்கள். ஆனால், என் மன உறுதியை நான் அதிகரித்துக் கொண்டே இருந்தேன்.

மொத்தம் நான்கு ஆண்டுகள் இடைவிடாமல் உழைத்து அந்தக் குளத்தை வெட்டி முடித்தேன். அடுத்து வந்த மழையில் குளம் நிரம்பியது. தண்ணீர் குளத்தில் தேங்கி நிற்கத் தொடங்கியதும் அதைச் சுற்றியிருந்தப் பகுதிகளில் நீர் மட்டம் அதிகரித்தது. கிராமத்தில் செழிப்பு எட்டிப் பார்த்தது.

ஒரு சிலர் விவசாயம் செய்யத் தொடங்கினர். அவர்களைப் பார்த்து மேலும் சிலர் தொடங்க இந்தச் செய்தி இடம் பெயர்ந்து சென்று கொண்டிருந்த கிராமத்தின் இளைஞர்களுக்கு சென்றது. அவர்கள் ஊருக்குத் திரும்பி வந்து உற்சாகத்துடன் விவசாயத்தில் ஈடுபட்டனர்.

கோபால்புராவுடன் இந்த மாற்றம் நின்றுவிட வில்லை. அருகில் உள்ள கிராமங்களில் இருப்பவர்கள் எல்லோரும் இவர்களின் உறவினர்கள்தான். விஷயத்தைக் கேள்விப்பட்டு அந்தக் கிராமங்களைச் சேர்ந்த இளைஞர் களும் சொந்தக் கிராமங்களுக்குத் திரும்பினர்.

எல்லோரும் கோபால்புராவை ஒரு முன்மாதிரி கிராமமாகக் கொண்டு தங்கள் ஊர்களிலும் குளங்களை வெட்ட ஆரம்பித்தனர்.

மக்களின் ஆர்வத்தை செயலாக மாற்றும் முயற்சியில் என்னை ஈடு படுத்திக் கொண்டேன். ஒரே ஆண்டில் 36 கிராமங்களில் குளம் வெட்டி முடித்தோம். அதன் பிறகு செய்த ஒவ்வொரு செயலுக்கும் மக்களின் ஆதரவு அபரிமிதமாக இருந்தது.

எந்தவொரு நீர் ஆதார முயற்சிக்கும் மக்களின் ஆதரவும் ஒத்துழைப்பும் பங்கேற்பும் மிகமிக அவசியம். ஆரம்பத்தில் அவர்கள் தயங்கி ஒதுங்கினாலும் படிப்படியாக இணைந்து கொள்வார்கள்.

மக்கள் பங்களிப்பு இல்லாமல் செயல்படுத்தப்படும் எந்தத் திட்டமும் அதன் நோக்கத்தை நிறைவு செய்வது இல்லை என்பது எங்கள் அனுபவத்தில் கண்ட உண்மை" என்றார் ராஜேந்தர்சிங்.

ஆர்வாரி நதியை மீட்டெடுத்த வரலாறு பற்றிக் கூறும்போது, "ஒரு காலத்தில் ஏராளமான கிராமங்களை வளம் அடையச் செய்த நதி ஆர்வாரி. ஆனால், காலப்போக்கில் அது வறண்டு விட்டது.

அதை மீட்க மக்களின் உதவியோடு களம் இறங்கினோம். ஆற்றுப்படுகை முழுக்க சிறிது சிறிதாக ஏராளமான தடுப்பணைகள் கட்டினோம்.

வசதிப்படும் இடத்தில் கட்டாமல் எங்கு நிலப்பிரிவு இருக்கிறதோ அங்கு அணைகட்டினோம். அணைகள் அந்தந்த நிலப்பகுதியின் தன்மைக்கு ஏற்ப கட்டப்பட்டன.

தண்ணீர் மலையில் இருந்து கீழே விழும் இடத்தில் அதன் வேகம் அதிகமாக இருக்கும். மற்ற இடங்களில் வேகம் குறைவாக இருக்கும். இதைக் கருத்தில் கொண்டு அணையின் வடிவத்தினை ஒவ்வோர் இடத்துக்கும் ஏற்றாற்போல மாற்றிக் கொண்டோம்.

அணை என்றால் நங்கள் வழக்கமாக பார்க்கும் தோற்றத்திலிருக்காது. முக்கோணமாக நீளமாக உள்ளே வளைந்து இடத்தின் தேவைக்கேற்ப இருக்கும்.

நாங்கள் இரும்பு சிமெண்ட் கொண்டு அணை கட்டுவது இல்லை. சுண்ணாம்பு, கல், மண் என பாரம்பரியப் பொருட்களைக் கொண்டு கட்டுவதால் இது சாத்தியம். இப்படி ஆர்வாரி நதியில் மொத்தம் 115 தடுப்பணைகள் கட்டினோம்.

பெய்யும் மழைநீர் நிலத்தடி நீராகவும் நிலத்தின் மேற்பகுதி நீராகவும் சேர்ந்தது. படிப்படியாக எல்லாம் உயிர் பெற்று ஆர்ப்பரித்து ஓடத் தொடங்கியது ஆர்வாரி நதி.

எத்தனையோ ஆண்டுகளாகத் தூர்ந்து கிடந்த அந்த நதி 1995-ஆம் ஆண்டு முதல் ஆண்டு முழுவதும் தண்ணீர் ஓடும் நதியாக மாறியிருக்கிறது. ஒரு குளத்தில் தொடங்கிய மாற்றம், ஒரு நதியை மீட்கும் பெரும் வெற்றியில் முடிந்தது.

தொடர்ந்து ஆரவல்லி மலைகளின் குறுக்கே சிறு சிறு தடுப்பணைகளும் 7 மீட்டர் உயரம் கொண்ட காங்கிரீட் அணையும் கட்டினோம். இதனால் 60 ஆண்டுகளாக வறண்டிருந்த ஆரவல்லி ஆற்றில் மீண்டும் தண்ணீர் ததும்பியது.

ஆரவல்லி ஆற்றினைத் தொடர்ந்து ரூபரேல், சர்ஸா, பஹானி, ஜஹாஜ்வாலி என வறண்டு கிடந்த நான்கு நதிகளை மீட்டோம்.

இந்த நதிகளை நாங்கள் உருவாக்கவில்லை, கண்டுபிடிக்கவில்லை. அவை ஏற்கனவே இருந்தன. ஆனால் கைவிடப்பட்டிருந்தன. அவற்றை மீண்டும் உயிர்த்துடிப்புள்ள நதிகளாக மாற்றினோம்.

இவற்றையும் சேர்த்து ராஜஸ்தான் மாவட்டத்தின் 11 மாவட்டங்களில் சுமார் 4500 தடுப்பணைகள் கட்டியிருக்கிறோம்.

இதன் விளைவாக வறண்டு கிடந்த ஒரு லட்சம் கிணறுகளில் தண்ணீர் மட்டம் உயர்ந்தது. வறண்டு கிடந்த பூமியில் இப்போது விவசாயம் நடைபெறுகிறது.

ஒரு காலத்தில் மானாவாரி பயிர்கள்கூட செய்ய முடியாமல் தவித்த கிராமங்களில் இப்போது அதிக தண்ணீர் தேவைப்படும் கரும்புப் பயிர் செய்கிறார்கள்.

ஆண்டுக்கு சராசரியாக 1000 மி.மீ. மழை பொழியும் தமிழ்நாடு குடிநீர்ப் பஞ்சத்தில் சிக்கியிருக்கும் நிலையில், இதில் பாதியளவே மழை பெறும் ராஜஸ்தானில் அந்தப் பிரச்சினை இல்லை. இது ஏன்? சிந்தியுங்கள்!

தமிழ்நாட்டில் தண்ணீர் மேலாண்மை மிகவும் கீழ்நிலையில் இருக்கிறது. மழைநீர் சேகரிப்பு அடியோடு இல்லை. மழைநீர் சேகரிப்பு என்ற பெயரில் இங்கு செயல்படுத்தப்படுத்தப்படும் திட்டங்கள் பெயர் அளவுக்கே செய்யப் படுகின்றன.

பக்கத்து மாநிலங்களுடன் உள்ள நீர் சிக்கல்களை சட்ட ரீதியாகவும் அரசியல் ரீதியாகவும் தீர்த்துக் கொள்வது ஒரு பக்கம். அதற்கு முன்பாக முதலில் உங்கள் மாநிலத்துக்குள்ளேயே கிடைக்கும் தண்ணீர் வளத்தை முறையாக முழுமையாகச் சேகரிக்கும் முயற்சிகளில் கவனம் செலுத்துங்கள். அதில் மக்களை ஈடுபடுத்துங்கள். அது பெரிய வெற்றியைத் தரும் என்பது ராஜஸ்தான் அனுபவத்தில் நான் கண்ட உண்மை" என்கிறார் தண்ணீர் மனிதன் ராஜேந்தர்சிங்.

"தமிழ்நாடு அரசு தானாக முன் வந்து மதுரையில் உள்ள நீர் நிலைகளைக் காப்பாற்ற நடவடிக்கை மேற்கொள்ள வேண்டும்" என இந்தியாவின் தண்ணீர் மனிதர் ராஜேந்தர் சிங் வேண்டுகோள் விடுத்தார்.

வைகை அணை, முல்லைப் பெரியாறு அணை ஆகியவற்றிலிருந்து வெளி யேறும் தண்ணீரை ராட்சதக் குழாய்கள் அமைத்து பாலமேடு அருகே உள்ள சாத்தையார் அணைக்குக் கொண்டு வந்த நிரந்தரமாகத் தண்ணீர் தேக்கி வைக்க வேண்டும் என்பது அப்பகுதி விவசாயிகளின் முக்கிய கோரிக்கையாக உள்ளது.

இந்நிலையில் சாத்தையாறு அணை விவசாயிகளைச் சந்தித்ததுடன் அணையைப் பார்வையிடுவதற்காக ராஜேந்தர்சிங் வந்திருந்ததால் அவர் பாலமேடு சுற்றியுள்ள விவசாயிகளைச் சந்தித்து கலந்தாலோசனை செய்தார்.

"நீர் வழித்தடங்கள் தனியார் மற்றும் பொதுமக்கள் ஆகியோரால் ஆக்கிரமிப்பு செய்யப்பட்டுள்ளதால் சாத்தையாறு அணைக்கு வரும் நீரின் அளவு குறைந்தே காணப்படுகிறது.

தமிழ்நாட்டின் பெரும்பாலான நீர் நிலைகளில் ஆக்கிரமிப்பு தொடர்வதால் நீரைத் தேக்குவதில் சிரமம் ஏற்படுகிறது. ஆகையால், தமிழ்நாடு அரசு முன் வந்து நீர்நிலைகளைக் காத்து தண்ணீர் தேக்க நடவடிக்கை எடுக்க வேண்டும்.

மதுரையிலுள்ள ஒரே ஒரு அணையான இந்த சாத்தையாறு அணையைச் சீர்செய்யவும், நிரந்தரமாகத் தண்ணீர் தேக்கி விவசாயிகளின் வாழ்வாதாரம் பாதுகாக்கவும் நடவடிக்கை எடுக்க வேண்டும் என மத்திய மாநில அரசுகளுக்கு பரிந்துரை செய்ய ஏற்பாடு செய்வேன்" என்று ராஜேந்தர் சிங் கூறினார்.

●

26

மலைவாழ் மக்களுடன் ராஜேந்தர்சிங் கலந்தாய்வு

இந்தியாவின் தண்ணீர் மனிதன் ராஜேந்தர்சிங் கோவைக்கு அழைக்கப் பட்டிருந்தார். கோவை குளங்கள் பாதுகாப்பு அமைப்பு மற்றும் சிறுவாணி விழுதுகள் ஆகியவை அவரை அழைத்து வந்து நொய்யல் ஆறு உற்பத்தியாகும் சிறுவாணி மலையடிவாரப் பகுதிகளில் உள்ள சுனைகள் மற்றும் நீரோடை களை ஆய்வு செய்ய நடவடிக்கை மேற்கொண்டனர்.

கோவைக்கு நிலத்தடி நீரைப் பெருக்கவும் நீர் ஆதாரங்களை நிரப்பவும், முக்கிய ஆறாக விளங்கும் நொய்யல் ஆற்றினை மறுசீரமைப்பு செய்து அதனை ஆண்டு முழுவதும் தண்ணீர் ஓட எடுக்க வேண்டிய நடவடிக்கைகள் பற்றி அங்குள்ள கிராம மக்கள், விவசாயிகள் மற்றும் மலைவாழ் மக்களுடன் ராஜேந்தர்சிங் கலந்தாய்வு நடத்தினார்.

நெய்யலின் கிளை நதிகளின் வழித்தடங்களில் நகர மயமாக்குதலினால் ஏற்பட்டுள்ள மாற்றங்களை எப்படி சரி செய்ய வேண்டும் என்றும் அதனை எப்படி உயிரோட்டமான நீரோடையாக மாற்ற செயல்படுத்த வேண்டிய பணிகள் குறித்தும் ஆலோசனைகள் வழங்கினார்.

இந்த ஆய்வுக் கூட்டத்தின்போது தண்ணீர் மனிதன் ராஜேந்தர்சிங், ராஜஸ்தான் மாநிலம் அல்வார் மாவட்டத்தில் இறந்து கொண்டிருந்த பல

ஆறுகளுக்கு புத்துயிர் ஊட்டப்பட்டதன் காரணமாக இப்போது தண்ணீர் ஓடிக் கொண்டிருக்கிறது.

நொய்யல் ஆறு உற்பத்தியாகும் பகுதி கேரளாவின் மழைக்காலமான தென்மேற்கு பருவமழையை நம்பியே உள்ளது. கடந்த ஆண்டு கேரளாவில் அதிகளவில் மழை பெய்து வெள்ளம் ஏற்பட்டது.

அந்த மாநிலத்தில் 100 சதவீதம் மழை பெய்யும்போது, நொய்யல் ஆறு பெய்யும் பகுதிகளில் பெறும் 5 சதவீதம் அளவுக்கு மட்டுமே மழை பெய்து மழைக்காலத்தின்போது மட்டுமே தண்ணீர் செல்கிறது.

நொய்யல் ஆறு பாயும் பகுதிகளை பசுமையாக்க வேண்டும். பொதுவாக ஆறுகளைக் காப்பாற்ற பல்வேறு நடவடிக்கை எடுக்க வேண்டும்.

“ஓடுகிற ஆற்றை நடக்க வைக்க வேண்டும். தவழ வைப்பதை நிற்க வைக்க வேண்டும். அப்போதுதான் ஆற்றின் மூலம் நிலத்தடி நீர் மட்டமும் உயரும். இதற்கு நொய்யல் ஆறு பாயும் பகுதிகளில் தடுப்பணைகள் அதிக எண்ணிக்கையில் கட்ட வேண்டும்.

கான்கிரீட்டினால்தான் அணைகள் கட்ட வேண்டும் என்ற அவசியம் இல்லை. அந்தந்த பகுதிகளில் உள்ள கல் மண்ணை பயன்படுத்தி தடுப்பணை கள் கட்டலாம். இதன் மூலம் நீரைச் சேமிக்க முடியும்” என்றார்.

பின்னர் நதிகளை இணைப்பது குறித்து ராஜேந்தர் சிங் கூறும்போது, “நதிகளை இணைப்பது இயற்கை முறைக்கு எதிரானதாகும். நதிகள் இணைப்பு சாத்தியமாகக் கூடாது.

நதிகள் இணைப்பு என்பது சூழலியல், சுற்றுச் சூழலுக்கு பேராபத்தாக முடியும். நதிகளை இணைப்பது மிகப்பெரிய குற்றம். மனித உடல்களில் வெவ்வேறு ரத்த வகைகள் இருப்பதுபோல ஒவ்வொரு நதிக்கும் ஒவ்வொரு தன்மை இருக்கிறது.

அதனால் அந்த நதிகளை இணைப்பதற்குப் பதிலாக அவற்றை உயிர்ப்பிக்க வேண்டும். அவ்வாறு செய்தால் தண்ணீர் பஞ்சம் வராது.

தமிழ்நாட்டின் நதிகளை இணைப்போம் என்று கூறிக்கொண்டு நதிகளை அழகுப்படுத்துவதில்தான் கவனம் செலுத்துகிறார்கள். நதிகளை உயிர்ப்பித் தால்தான் பலன் கிடைன் கிடைக்கும். நீர் ஆதாரங்களைத் தூர் வாரி பேணிப் பாதுகாப்பது காலத்தின் கட்டாயமாகும்” என்று கூறினார்.

27

கூவம் நதியை மீட்டெடுக்க ராஜேந்தர்சிங் முனைப்பு

‘நதிகள் இல்லை என்றால் நாம் இல்லாமல் போவோம்’ என்பதில் உறுதியான நம்பிக்கை கொண்டவர் இந்தியாவின் வாட்டர்மேன் என்று கூறப்படும் ராஜேந்தர்சிங்.

தண்ணீருடன் தொடர்புடைய உள்ளார்ந்த புனிதத்தைப் பற்றிய விரிவான பார்வையுடையவர். இந்தியாவின் வரலாற்றைப் புரிந்து கொண்டவர்.

11 நதிகளுக்குப் புத்துயிர் அளித்த ராஜேந்தர் சிங் சென்னையிலுள்ள நதியை மீட்டெடுக்க என்ன தீர்வு கொண்டிருக்கிறார் என்பதற்கான பதிலை அவர் நன்குணர்ந்து வெளிப்படுத்தினார்.

கூவம் நதியை மீட்டெடுக்கவும் அதன் மறுமலர்ச்சிக்காக போராடவும் சென்னை மக்கள் தயாராக இருக்க வேண்டும். நமது ரத்தம் தூய்மையாக இருக்க வேண்டும் என்று விரும்புவது போல நமது நதிகளை அப்படியே வைத்திருக்கப் போராட வேண்டும்.

“சென்னை மக்கள் அடையாறு மற்றும் கூவம் மீது உண்மையிலேயே அன்பு வைத்திருந்தால் அவற்றை மீட்டெடுத்து புத்துயிர் பெறுவது சாத்தியமாகும். இது வெறுங்கூற்று அல்ல என்று அனுபவத்தால் நிரூபிக்கப்பட்ட ஒன்று” என்று கூறினார்.

ராஜஸ்தானில் அர்வாரி நதியை மீட்டெடுத்ததில் தனது வெற்றியைப் பகிர்ந்து கொண்டார் ராஜேந்தர் சிங்.

தற்போதைய சூழ்நிலையில் தண்ணீருக்கு ஒரு சண்டை அல்லது மோதல் தேவை. தண்ணீரை நாம் புரிந்து கொள்ளும்போதுதான் அந்த மோதல் வரும்.

டாக்டர் ராஜேந்தர்சிங், கோதே இன்ஸ்டிடியூட் ஏற்பாடு செய்த Damned Art திருவிழாவின் ஒரு பகுதியாக சமூகம் மற்றும் நதி மறுமலர்ச்சி பற்றி பேசுவதற்காக சென்னை வந்திருந்தார்.

லலித்கலா அகாடமியில் நடைபெற்ற Damned Art திருவிழா என்பது தொலைந்து போன நதிகளை கலையின் கண்ணோட்டத்தில் பார்க்கும் ஒரு மாத கால பொது கலை விழாவாகும்.

'நமது நதிகளைத் தழுவுங்கள்' என்ற திட்டத்தின்கீழ் ஒரு பகுதியாக இந்தத் திருவிழா ஏற்பாடு செய்யப்பட்டிருந்தது.

இந்தியாவின் வாட்டர்மேன் டாக்டர் ராஜேந்தர் சிங், நகரின் நதிகளை மீட்டெடுப்பதில் சென்னைவாசிகளின் ஆர்வத்தின் அளவைத் தெரிந்து கொள்ளும் பொருட்டு நிறைய கேள்விகளை எழுப்பியதோடு தனது அனுபவங்களையும், விளக்கங்களையும் தெரிவித்தார்.

ஆறுகள் மற்றும் நீர் நிலைகளை மீட்டெடுப்பதற்கும் பராமரிப்பதற்கும் சமூகப் பங்கேற்பு மிகவும் முக்கியமாகும். இதில நதிநீர் நாடாளுமன்றம் ஒரு சிறந்த தீர்வு என்று ராஜேந்தர்சிங் கருதுகிறார்.

"நதிகள் மக்களுக்கானது. அதை எப்படி பயன்படுத்த வேண்டும் என்பதை மக்கள்தான் தீர்மானிக்க வேண்டும். ஒரு நதி பாராளுமன்றமானது நீர் நிலைகளைக் காப்பாற்றவும் பராமரிக்கவும் மக்கள் மத்தியில் ஒரு கூட்டுப் பொறுப்பை உள்வாங்குகிறது.

வரலாற்றை மாற்றலாம். ஆனால், புவியியலை மாற்ற நேரம் எடுக்கும். சென்னையைப்போல மழை பெய்யாத ராஜஸ்தான் மக்கள் ஒன்றுகூடி மாற்றத்தை ஏற்படுத்தியது போல் சென்னை மக்களும் நிச்சயம் மாற்றத்தைக் கொண்டு வர முடியும்" என்று கூறினார்.

டாக்டர் ராஜேந்தர்சிங், சென்னையின் ஒத்த எண்ணம் கொண்டவர்கள் வேலை செய்ய ஒரு செயல்திட்டத்தையும் விவரித்தார்.

கூவம் ஆறு ஐ.சி.யு.வில் உள்ளது. முதலில் அதைச் சுத்தப்படுத்த வேண்டும். தண்ணீரில் கொட்டப்படும் பிளாஸ்டிக் மற்றும் கழிவுகளை அகற்ற வேண்டும்.

"நதி அதிகளவு மாசுபடும் பகுதிகளைக் கண்டறிந்து இந்த நீட்சிகளைச் சுற்றியுள்ள மக்களுக்கு பிராந்திய பொறுப்புகள் கொடுத்து நதி மேலும் துஷ்பிரயோகம் செய்யப்படாமல் இருப்பதை உறுதி செய்ய வேண்டும். நதியைப் புதுப்பிக்க ஒரு இயக்கம் உருவாக்கப்படுவது முக்கியம்.

நதியைப் புரிந்து கொள்ளவும் அதைப் பற்றிய அறிவு மற்றும் உண்மை களைப் பகிர்ந்து கொள்ளவும், நதியுடன் தொடர்புடைய கலாச்சார அடையாளத்தைப் பகிர்ந்து கொள்ளவும் ஒரு நதி இலக்கிய இயக்கம் அவசியம். இந்த எழுத்தறிவு மாணவர் சமூகம் மற்றும் இளைஞர்களிடையே பரவ வேண்டும்" என்று ராஜேந்தர்சிங் வலியுறுத்தினார்.

●

28

தண்ணீருக்கு விலை தேவை

நீர் மேலாண்மையின் ஒரு அம்சமாக ராஜேந்தர்சிங் கூறும்போது, "தண்ணீருக்கு ஒரு விலை தேவை என்பதை நானும் ஒப்புக் கொள்கிறேன். முப்பது ஆண்டுகளுக்கு முன்பு தண்ணீர் என் வாழ்க்கைக்கு இயற்கை அளித்த பரிசு. நான் அதற்கு விலை கொடுக்கவில்லை.

ஆனால், இப்போது சொல்கிறேன். தண்ணீருக்கு விலை தேவை. தண்ணீரை வித்தியாசமான வாழ்க்கை முறையில் பயன்படுத்தி வருகிறோம்.

தண்ணீருக்கு சில சிகிச்சை தேவை. நீர் மேலாண்மை தேவை. தண்ணீர் விநியோகம் தேவை. தண்ணீர் விலையில்லாமல் நமது எதிர்காலம் பாது காப்பாக இருக்காது.'' பல வல்லுநர்கள் விவசாயத்தில் சொட்டு நீர் பாசனத்தின் ஊடுருவலை அதிகரிப்பது பற்றி பேசுகிறார்.

"தமிழ்நாடு போன்ற மாநிலங்களில்கூட சிறு விவசாயிகளுக்கு மானியங்கள் சொட்டு மருந்துகளைக் கிட்டத்தட்ட இலவசமாக்குகின்றன.

தலைப்புச் செய்திகளும் நிபுணர்களும் தண்ணீர் மாஃபியாக்களின் இருப்பைக் கண்டு புலம்புகின்றனர். சிங்கப்பூரில் ஏன் தண்ணீர் மாஃபியா இல்லை?

ஏனெனில் சிங்கப்பூர் தண்ணீருக்கு அதிக விலையை வசூலிக்கிறது. மற்றும் அதன் பயன்பாடுகளில் பணம் செலுத்தும் கலாச்சாரம் உள்ளது.

ஒவ்வொருவரும் வெளிப்பயைடான மற்றும் நியாயமான தண்ணீருக்கு விலை கொடுக்கிறார்கள்.

இது சிங்கப்பூர் வாட்டர் பயன்பாட்டிற்கு அதிநவீன கழிவுநீர் மறுசுழற்சி ஆலை மற்றும் தண்ணீரின் முக்கியத்தவத்தை குழந்தைகளுக்கும் மற்றும் பெரியவர்களுக்கும் கற்பிப்பதற்கான பார்வையாளர் மையம் உள்ளிடட உயர்மட்ட வசதிகளில் முதலீடு செய்ய அனுமதிக்கிறது.

இவை அனைத்தும் சிங்கப்பூரில் உள்ள அனைவருக்கும் எப்போதும் ஒரு குழாயின் திருப்பத்தில் சுத்தமான தண்ணீர் கிடைப்பதை உறுதி செய்கிறது. மாஃபியாவுக்கு இடமில்லை.

ஆனால், நிதி நிலைமை மிகவும் மோசமாகத் தோற்றமளிக்கும்போது இந்தியாவின் நீர்ப் பயன்பாடுகளில் யார் முதலீடு செய்வார்கள்?

நீர் விநியோகத்தை மேம்படுத்துவது மற்றும் நீர் மாஃபியாவைத் தோற்கடிப்பது என்பது உலகளாவிய அளவீடு, உலகளாவிய நீர் விலை மற்றும் பயன்பாடுகளில் செயல்திறனை வெகுமதி அளிக்கும் கலாச்சாரம். அப்போது தான் கசிவுகள் சரி செய்யப்பட்டு ஆதாரங்கள் வலுப்பெறும் மற்றும் சிக்கல்கள் தீர்க்கப்படும்” என்கிறார் ராஜேந்தர்சிங்.

●

29

சென்னை நகர் சந்திக்கும் தண்ணீர் பிரச்சனை

தமிழகம் வரலாறு காணாத வறட்சியை சமீப காலமாக சந்தித்து வருகிறது. தலைநகர் சென்னை தண்ணீர்... தண்ணீர் என தலைவிரித்து ஆடுகிறது. ஒவ்வொரு ஆண்டும் கோடை காலத்தை நகர்த்துவதற்குள் நாக்கு தள்ளி விடுகிறது.

சென்னை நகரின் தினசரி குடிநீர் தேவை 83 கோடி லிட்டர். வீட்டுக் குடிநீர் இணைப்பு பெற்றுள்ளவர்கள் 6.11 லட்சம் பேர். குடிநீர் வாரியத்தின் நீர் சுத்திகரிப்புத் திறன் 149.3 கோடி லிட்டர்.

சென்னையில் உள்ள மொத்த தெருக்கள் 33600. குழாய் மூலம் குடிநீர் விநியோகம் நடக்கும் தெருக்கள் 29500. குடிநீர் வாரியத்தில் உள்ள ஒப்பந்த லாரிகள் 700. தினசரி இயக்கப்படும் லாரி நடைகள் 7000. லாரிகள் மூலம் விநியோகிக்கும் குடிநீர் அளவு 6 கோடி லிட்டர்.

ரேசன் கடையில் நிற்பதுபோல லாரியில் தண்ணீர் பிடிக்க வரிசையில் காத்திருக்கும் பொதுமக்கள் படும்வேதனை கணக்கிலடங்காதது. அடுக்கு மாடி குடியிருப்புகளில் வசிப்போர் நிலைமை இன்னும் மோசம்.

போதிய நீர் ஆதாரம் இல்லாத நிலையில் அரசு விநியோகித்து வரும் நீரின் அளவு மாற்றங்கள் குடிநீர் வாரியத்துக்கே வெளிச்சம்.

சென்னை நகர மக்கள் தண்ணீர் தட்டுப்பாட்டில் தவிப்பதை யாராலும் தடுக்க முடியாது என்பதுதான் உண்மை.

சென்னை குடிநீர் வாரியம் சிக்கராயபுரத்தில் உள்ள 22 கல்குவாரிகளில் இருந்து தினசரி மூன்று கோடி லிட்டர் நீரை எடுக்கிறது. சிறந்த நீர் தேக்கமாக கல்குவாரிகள் பயன்படும் என வாரியம் கருதுகிறது.

இதனால், சிக்கராயபுரத்தில் உள்ள கல் குவாரிள் ஒன்றுடன் ஒன்று இணைக்கப்பட்ட உள்ளது. செம்பரம்பாக்கம் ஏரியில் இருந்து கால்வாய் வெட்டி இந்தக் கல் குவாரிக்கு தண்ணீர் கொண்டு செல்லப்பட உள்ளது.

அதேபோல தாம்பரம் புலிக்கொரடு, திருநீர்மலை ஆகிய பகுதிகளில் உள்ள கல்குவாரிகளும் இணைக்கப்பட உள்ளன. இந்த கல்குவாரிகள் ஒவ்வொன்றும் 100 மீட்டர் முதல் 300 மீட்டர்வரை ஆழம் கொண்டவை. இதன் மூலம் ஒவ்வொரு ஆண்டும் 1 டி.எம்.சி.க்கும் மேல் மழை நீரை சேகரித்து வைக்க முடிவு செய்யப்பட்டுள்ளது.

சென்னைக்கு குடிநீர் வழங்கும் புழல், பூண்டி, சோழவரம், செம்பரம்பாக்கம் ஆகிய நான்கு ஏரிகளைத் தவிர, திருவள்ளூர் மாவட்டம் தேர்வாய் கண்டிகையில் செயற்கையாக ஒரு நீர்த் தேக்கத்தை அரசு கட்டி வருகிறது. இது 0.5 டிஎம்.சி. கொள்ளளவு கொண்டது. இதில் கிருஷ்ணா நீரை நிரப்ப

முடிவு செய்யப்பட்டுள்ளது. இதற்காக கிருஷ்ணா கால்வாயிலிருந்து தேர்வாய் கண்டிகை நீர்த்தேக்கம் வரை 17 கி.மீ. நீளத்திற்கு வாரியம் குழாய் பதிக்கும் பணிகளை முடித்துள்ளது.

சென்னைக்கான குடிநீர் ஆதாரமாக மாதவரம் ரெட்டை ஏரி, கொரட்டூர் ஏரி, அம்பத்தூர் ஏரி, நேமம் ஏரி, அயனம்பாக்கம் ஏரி, செங்கல்பட்டு கொலவாய் ஏரி, மதுராந்தகம் ஏரி, திருநீர்மலை ஏரி, மணிமங்கலம் ஏரி ஆகியவற்றைப் பயன்படுத்த குடிநீர் வாரியம் ஆலோசித்துள்ளது.

இந்த ஏரிகளின் நீர் தரத்தை சமீபத்தில் ஆய்வு செய்தது. இதில் மணிமங்கலம் ஏரி மட்டும் கழிவு நீர் கலக்காமல் இருப்பது தெரிய வந்தது.

மதுராந்தகம் செங்கல்பட்டு கொலவாய், மாதவரம் ரெட்டை ஏரி, கொரட்டூர் ஏரி, அம்பத்தூர் ஏரி, திருநீர்மலை ஏரி ஆகியவற்றில் குடியிருப்பு மற்றும் தொழிற்சாலைகளின் ரசாயன கழிவுநீர் கலப்பது கண்டறியப்பட்டுள்ளது.

தற்போது இந்த ஏரிகளில் உள்ள நீர் குடிநீருக்குப் பயன்படுத்த உதவாது. இதனால் இந்த ஏரிகளில் கழிவுநீர் கலக்காமல் தடுக்கும் முயற்சியில் மற்ற துறைகளுடன் இணைந்து வாரியம் இறங்க உள்ளது.

இன்னும் சில ஆண்டுகளில் இந்த ஊர்களில் சென்னைக்கான குடிநீர் ஆதாரமாக இருக்கும் என குடிநீர் வாரியம் கருதுகிறது.

நெம்மேலி கடல் நீரை குடிநீராக்கும் நிலையம் 10 கோடி லிட்டர் சுத்திகரிக்கும் திறன் கொண்டது. இதை 11 கோடி லிட்டராக தரம் உயர்த்தும் பணிகள் செய்யப்பட்டு வருகின்றது.

கடந்த முப்பது ஆண்டுகால புள்ளி விபரத்தை பார்த்தால் தென்மேற்கு பருவமழை சென்னையின் நீர் ஆதாரங்களான பூண்டி, புழல், செம்பரம் பாக்கம், சோழவரம் ஏரிகளுக்கு நீர்வரத்து பெரிய அளவில் இருந்ததாக எந்தப் பதிவும் இல்லை.

மழை பெய்தால் குடிநீர் ஏரிகளுக்கு தண்ணீர் வராவிட்டாலும் நிலத்தடி நீர் மட்டமாவது அதிகரித்து குடியிருப்புகளில் உள்ள ஆழ்துளை கிணறுகளில் தண்ணீர் கிடைக்கும் என எதிர்பார்க்கலாம்.

விவசாய கிணறுகளில் தொடர்ந்து நீர் எடுப்பதால் பூண்டியைச் சுற்றியுள்ள கிராமங்களில் நிலத்தடி நீர் மட்டம் கடுமையாக சரிந்துள்ளது.

இதனால் வாரியம் நீர் எடுக்க, கிராம மக்கள் எதிர்ப்பு தெரிவித்துள்ளனர். இந்தப் பிரச்சனை காரணமாக விவசாய கிணறுகளில் இருந்து எடுக்கும் நீரின் அளவை அதிகரிக்க முடியாத சூழ்நிலை உள்ளது.

தற்போது எடுக்கப்படும் நீரின் அளவை தொடர்ந்து எடுத்தாலே போதும் என்ற நிலைதான் அங்கு நிலவுகிறது. இதே நிலைதான் நெய்வேலியிலும் உள்ளது. நெய்வேலி சுற்று வட்டார பகுதியிலும் பாலாறு படுகையிலும் முப்பது ஆழ்துளை கிணறுகள் உள்ளன.

இவற்றின் வெளிநாடுகளில் இருந்து இறக்குமதி செய்யப்பட்ட அதிக அழுத்தம் கொண்ட மின் மோட்டார்கள் மூலம் நீர் உறிஞ்சி எடுக்கப் படுகிறது.

குடிதண்ணீர் விசயத்தில் சென்னை மக்கள் அலட்சியம் காட்டாமல் அவ்வப்போது பெய்யும் மழையை சேமிக்க ஒவ்வொரு வீட்டிலும் மக்கள் முயற்சி மேற்கொள்ள வேண்டும். மழைநீர் சேகரிப்பு கட்டமைப்புகளை சீர்படுத்த வேண்டும்.

மழைநீரை கீழ்நிலை தொட்டிகள் அமைத்து அதில் சேமித்துப் பயன்படுத்த வேண்டும். ஒரு சொட்டு நீரைக்கூட வீணாக்காமல் சிக்கனமாக நீரைப் பயன்படுத்தப் பழகிக் கொள்ள வேண்டும்.

●

30

மூன்றாம் உலகப் போர் நம் வாயிலில் உள்ளது

“மூன்றாம் உலகப்போர் நம் வாயிலில் உள்ளது. இந்த நெருக்கடியைப் பற்றி நாம் ஏதாவது செய்யாவிட்டால் அது தண்ணீரைப் பற்றியதாகவே இருக்கும்” என்கிறார் தண்ணீர் மனிதர் ராஜேந்தர்சிங்.

“பாதுகாப்பான எதிர்காலம் வேண்டுமெனில் தண்ணீரைச் சேமிக்க வேண்டும். தண்ணீரைப் பற்றிய விழிப்புணர்வை ஏற்படுத்துவதற்காகவே 17 நாடுகளுக்கு நடைப்பயணம் செய்யத் திட்டமிட்டுள்ளோம்” என்றார் அவர். அவற்றில் ஒன்று, நாடுகளில் இடம் பெயர்ந்த மக்கள் இருந்தனர். மத்திய கிழக்கு மற்றும் ஆப்பிரிக்க நாடுகளில் உள்ள பல மக்கள் தண்ணீர் பற்றாக் குறையின் காரணமாக ஐரோப்பா போன்ற இடங்களுக்கு நகர்கின்றன.

கட்டாய இடப்பெயர்வு, பதற்றம், மோதல்கள் மற்றும் பயங்கரவாதத் திற்குப் பிறகு தீவிரவாதம் செயல்படும் இடங்களில் தண்ணீர் பஞ்சம் இருக்கும்.

சிரியாவைப் பாருங்கள். நீண்ட காலத்துக்கு முன்பு அது மிகவும் நல்ல விவசாயத்தைக் கொண்டிருந்தது. ஆனால், துருக்கி அதை மாற்றியமைக்கும் ஒரு அணையைக் கட்டியது. லிபியாவுக்கும் அதே கதைதான்.

சட்ட மாற்றங்களைப் பற்றி நாம் உண்மையில் நினைத்தால் முதலில் நதி உரிமைகள் அல்லது இயற்கையின் உரிமைகள் பற்றி சிந்திக்க வேண்டும். அதன் பிறகுதான் மனிதர்களுக்கான நீர் உரிமைகள் பற்றி சிந்திக்க வேண்டும். இந்த மாதிரியான சிந்தனை இன்று இல்லை.

ஆனால், நதியின் நிலம் நதிக்கு மட்டுமே. நதியின் ஓட்டம் சுத்தமாக இருக்க வேண்டும். நதியின் இரு கரைகளிலும் பசுமையாக இருக்க வேண்டும் என்று உறுதியளிக்கும் இந்த மாதிரியான சட்டக் கட்டமைப்பு நமக்குத் தேவை.

மண் அரிப்பு மற்றும் மண் படிவதைத் தடுக்க இந்த எல்லாக் காரணிகளும் இருந்தால் மட்டுமே நதிகள் ஆரோக்கியமாக இருப்பதை உறுதி செய்ய முடியும்.

சக்தி வாய்ந்த நிறுவனங்கள் தண்ணீர் சந்தையை உருவாக்கியுள்ளன. அவை நம் நதிகளை மாசுப்படுத்துகின்றன மற்றும் குடிநீருக்கு பணம் கொடுக்க வைக்கின்றன. தண்ணீருக்கு அதிக விலை கொடுத்தால்தான் ஒழுக்க மான முறையில் பயன்படுத்த முடியும்.

ஆனால், இது சரியல்ல. எனது பிராந்தியத்தின் கடந்த 19 ஆண்டுகளாக எங்கள் நதி நாடாளுமன்றம் அனைவரும் பின்பற்றும் விதிகளையும், விதிமுறை களையும் உருவாக்கியுள்ளது.

அனைவருக்கும் போதுமான தண்ணீர் உள்ளது. நீருக்குப் பயிரும் விலை கொடுக்காமல் நீடித்த, நிலைத்த சமூகம் தலைமையிலான நீர் மேலாண்மை ஆயிரக்கணக்கான ஆண்டுகளாக இருந்து வருகிறது.

தனியார் மயமாக்கல் தீர்வல்ல. அதிக கட்டணம் நீருக்கு வசூலிப்பது தீர்வல்ல.

அரசாங்கங்கள் பொதுவாக சமூக முன் முயற்சிகளை ஆதரிப்பதில்லை. அவை ஒப்பந்தக்காரர்களை மட்டுமே ஆதரிக்கின்றன; சமூகங்களை அல்ல.

பாலைவனமாவதை எதிர்த்து அல்லது நிலப்பரப்பைப் புத்துயிர் பெறுதல் என்ற பெயரில் பெரிய திட்டங்களை அரசாங்கம் எப்போதும் விரும்புகிறது.

பெரிய அணைகள், பெரிய கால்வாய்கள் வறண்டு போனாலும் புதிய கால்வாய் உருவாக்குகிறார்கள். இந்தத் திட்டங்களில் சமூகத்தின் பங்களிப்பு இல்லை.

தற்போது அனைத்து வகையான பணிகளும் ஒப்பந்தக்காரர்களுக்கு

வழங்கப்பட்டுள்ளது. இது ஒப்பந்தக்காரர்களால் இயக்கப்படும் ஜனநாயகம். மக்கள் இயக்கும் ஜனநாயகம் அல்ல.

மக்களால், மக்களுக்காக மக்களால் ஜனநாயகம் என்று அரசியல் அமைப்புச் சட்டம் சொல்கிறது.

ஆனால், இப்போது எல்லாம் ஒப்பந்தக்காரர்களால், ஒப்பந்தக்காரருக்காக, ஒப்பந்தக்காரரால் நிறுவனங்கள் தாங்கள் ஈட்டும் லாபத்தைப் பற்றிக் கவலைப்படுகிறதே தவிர, மக்கள் அல்லது தேசத்தின் சிறந்த எதிர்காலத்தைப் பற்றி அல்ல.

அரசியல் மற்றும் தனியார் துறையின் ஆதரவு அவசியம்தான். உள் கட்டமைப்பைக் கட்டியெழுப்புவதில் தனியார் துறை சமூகத்திற்கு உதவ முடியும். ஆனால், வளங்களின் உரிமை சமூகத்திற்குள் இருக்க வேண்டும்.

சமூகத்திற்கு உரிமையைத் திரும்பக் கொடுக்காமல் நிறுவனங்கள் எதையும் சாதிக்க முடியாது. வறட்சியும் வளர்ச்சியும் பற்றி தண்ணீர் மனிதர் பல இடங் களிலும் நிறையவே பேசி உள்ளார்.

ஒருமுறை திருவண்ணாமலை வருகையின்போது ராஜேந்தர்சிங் இவ்வாறு பேசியுள்ளார். "வறட்சி என்பதை மனிதன்தான் உருவாக்கினான். வளர்ச்சியை நோக்கிச் செல்லும்போது வறட்சி தானாக ஏற்படுகிறது.

வளமான தமிழகமும் இப்போது வறட்சியை நோக்கிப் போகிறது. மனதில் வளர்ச்சி என்கிற குறுகிய பார்வை வறட்சியைப் பரிசாகத் தருகிறது.

65 சதவீதம் மண் மாசுப்படுத்தப்பட்டு விட்டது. மக்களுக்கும் இயற்கைக்கு மான இடைவெளி பெருகிக் கொண்டே போகிறது. இந்த இடைவெளி நாம் தேடிக் கொண்டதுதான்.

தமிழகத்தில் சுதந்திரத்துக்கு முன்பு இருந்த 70 சதவிகித ஆறுகள் இப்போது இல்லை. அந்த ஆறுகள் மக்களின் அலட்சியத்தால் அவலமாகிப் போய் விட்டது. நாசமாகிப் போய்விட்டது. இந்த நிலைக்கு தமிழக மக்கள் தான் காரணம்.

சென்னை வெள்ளம் வந்தபோது பெரும் அழிவு ஏற்பட்டது. அதற்கு முன் வந்த மழை வெள்ளத்தை சேமிக்க முடியவில்லை. நாம் இயற்கையை அழித்து விட்டோம். அதனால் இயற்கை நம்மை அழிக்கப் பார்க்கிறது.

விளை நிலங்கள் அழிக்கப்பட்டு விட்டது. தண்ணீர் எடுக்க பல மிஷின் வந்து விட்டது. மிஷின் மூலம் எடுக்கத் தண்ணீர்தான் இல்லை.

ராணிப்பேட்டையில் பாலாறு மாசுபடுகிறது. ஆற்றுநீரில் கெமிக்கல் பாதிப்பு இருக்கிறது. இந்த நிலை நீடித்தால் ஆற்றுக்கு வருங்காலம் கிடையாது.

அரசியல்வாதிகளுக்கு நீர் நிலைகளை சுத்தம் செய்ய வேண்டும் என்ற எண்ணம் கொஞ்சம்கூட கிடையாது. ராணிப்பேட்டையில் 40 வருசம் முன்பு அரசு தொழிற்சாலையை அடைச்சிட்டாங்க. ஆனால், குரோமியம் அங்கேயே இருக்கு. அதனை இன்னும் மாற்றவே இல்லை. அந்த கெமிக்கல் கழிவு நீர் கலந்து விட்டது. அதனால் சுற்றுச்சூழல் பாதிக்கப்பட்டு விட்டது.

எந்த நாட்டில் தண்ணீர் கெட்டுப் போய்விட்டதோ அந்த நாடு முன்னேற்றம் அடையாது. அரசால் தண்ணீர் கொடுக்க முடியாது. ஆனால், தண்ணீருக்கும் ஜி.எஸ்.டி. வரியைப் போட்டு விடுகிறார்கள். இது ஜனநாயக மக்களுக்கான அரசு அல்ல. கார்ப்பரேட் கம்பெனிகளுக்கான அரசு. மக்களுக்குத் தேவை யானவைகளைக் கொடுக்காமல் மக்களிடமிருந்து வரிப்பணங்களை வாங்குவதிலேயே குறியாக இருக்கிறது அரசு.

எனது மாநிலமான ராஜஸ்தானில் ஒரு கிராமத்துக்குப் போனபோது அங்கே டாக்டர்களும், டீச்சர்களும் அதிகமாக இருந்தார்கள். ஆனால், தண்ணீர் இல்லை. ராஜஸ்தான் பாலைவனப் பகுதி. அங்கே மழை பெய்யாது. அந்த கிராமத்தில் இளைஞர்கள் யாரும் இல்லை. வேலை தேடி நகரத்துக்குப் போய் விட்டார்கள். அங்கே உள்ளவர்களுக்கு மாலைக்கண் நோய் இருந்தது. தண்ணீர் மட்டுமே அவர்களது தேவையாக இருந்தது.

மணல் மேடுகளில் இருந்து மணல் பறந்து கொண்டிருக்கும். தண்ணீர் இருந்தால் அதைச் சூரியன் உறிஞ்சி எடுத்துவிடும். வெப்பத்தின் தாக்கமும் அங்கே அதிகம்.

அங்கே நாங்கள் ஏழு நதிகளைத் தூர் வாரி நீரைக் கொண்டு வந்தோம். நகரத்துக்குப் போனவர்கள் கிராமத்துக்கு திரும்பி வந்து விவசாயம் செய்கிறார்கள். விவசாயிகளுக்கு வேலை வந்துவிட்டது. அதுதான் வளர்ச்சி.

ராஜஸ்தானில் அரபிக்கடலில் நதிகள் கலப்பதற்கு முன் சூரியன் உறிஞ்சி எடுத்துவிடும். காக்கா நரி கதையைப்போலதான் நீர் சுழற்சி. அப்போதுதான் 120 அடி ஆழத்தில் தோல் பையைக் கட்டித் தண்ணீரை சேமிக்கத் தொடங்கினேன். இதனை மரத்தைப் பார்த்துக் கற்றுக் கொண்டேன்.

மரம் வேர்களை ஒரே நேர்கோட்டுக்குள் விடாமல் பரப்பி விட்டிருக்கும். அதனை வைத்து நீரை எப்படி சேமித்துக் காப்பது எனக் கற்றுக் கொண்டேன்.

அரசியல்வாதிகளுக்கு தண்ணீர் தேவையைவிட ஓட்டுதான் தேவை. நாம் இயற்கைக்குப் பிடித்த குழந்தைகள். நீரை வைத்து தண்ணீர் அறிவியல், டெக்னாலஜி என இரண்டு விசயங்களைக் கற்றுக் கொண்டேன். என்னுடைய ஆசிரியருக்கு அதில் ஆறு வார்த்தைகூட புரிய சிரமமாக இருந்தது.

உலகம் முழுவதும் வெப்ப மயம் ஆகும்போது எனது ஊரில் 47 சதவீத வெப்ப நிலையில் 3 சதவீதம் குறைத்துள்ளேன். எங்கள் மாநிலத்தில் இப்போது அதானிக்கும் அம்பானிக்கும் நுழைய இடமில்லாமல் போய் விட்டது.

அரசிடம் உதவிகளைக் கேட்டாலும் செய்யாது. ஆனால், அரசு செய்ய வில்லை என்றாலும் பிரச்சனை இல்லை. சமூகம் ஒற்றுமையாக இருந்து மாற்ற வேண்டும். தமிழகத்தில் அதிகமான விளைநிலங்கள் அழிக்கப்பட்டு விட்டது. கேரளாவில் அப்படியில்லை.

அரசியல்வாதிகளின் கண்ணில் நீர் இல்லை. எனவே, அவர்களுக்கு மக்களின் கஷ்டம் புரியாது. தமிழகத்தில் ஆற்று மணல் கொள்ளை அதிகம் நடக்கிறது. கேரளா, ராஜஸ்தானில் அப்படி இல்லை.

மணலை அதிகமாக எடுத்தால் நதிகள் கெட்டுப் போய்விடும். இயற்கையை நேசிக்கும் நாம் இயற்கையை கெட விடக் கூடாது. சுயநலம் இல்லாமல் இருக்க வேண்டும். இளைஞர்கள் ஒரு குழுவாகச் சேர்ந்து தண்ணீர் விழிப்புணர்வு செய்ய வேண்டும்" என்று ராஜேந்தர்சிங் உணர்வு பூர்வமாகக் கூறினார்.

சென்னை குடிநீர் தேவைக்காக தெலுங்கு - கங்கை ஒப்பந்தப்படி ஒவ்வொரு ஆண்டும் இரு கட்டங்களாக 12 டி.எம்.சி. கிருஷ்ணா நதி நீரை கண்டலேறு அணையிலிருந்து ஆந்திர அரசு திறந்து விடுவது வழக்கம்.

ஆந்திராவில் விவசாயத் தேவைக்காக கிருஷ்ணா நீர் உறிஞ்சப்படுகிறது. இதைத் தடுக்க முயன்றால் அங்குள்ள அரசியல் பிரமுகர்கள் ஆதரவுடன் மக்கள் போராட்டம் நடத்துகின்றனர். சட்டம் - ஒழுங்குப் பிரச்சனை ஏற்படுகிறது. இதைத் தவிர்க்க கண்டலேறு அணையில் இருந்து கிருஷ்ணா நீர் திறப்பு நிறுத்தப்படுகிறது. இது தொடரின் வாடிக்கையாக இருந்து வருகிறது.

தண்ணீர் பற்றாக்குறை காரணமாக கடந்த ஆண்டு கிருஷ்ணா நதிநீரை அணையில் இருந்து திறந்து விடவில்லை. அதே நேரம் சென்னை, திருவள்ளூர் மற்றும் காஞ்சிபுரம் மாவட்டங்களில் கனமழை பெய்ததால் கிருஷ்ணா நதி நீரின் தேவையும் பெரிதாக இல்லாமல் போனது. ஆனால், நடப்பாண்டு (2016) ஆந்திர அணைகளில் போதிய நீர் இருப்பு இல்லாததால் முதல் கட்டமாக ஜூலை 1ல் திறக்கப்பட வேண்டிய தண்ணீரை ஆந்திர அரசு திறக்கவில்லை.

இந்நிலையில் ஆந்திராவில் பெய்த மழையால் ஸ்ரீசைலம் மற்றும் சோமசீலா அணை, கண்டலேறு அணைகளில் போதிய நீர் இருப்பு இருந்தது.

இதையடுத்து சென்னையின் குடிநீர் தேவைக்காக கிருஷ்ணா நதிநீரைத் திறந்துவிட தமிழக பொதுப்பணித்துறை கோரிக்கை விடுத்தது. இதை ஏற்று நவம்பர் 7-ஆம் தேதி தற்காலிகமாக ஆந்திர அரசு நிறுத்தியது.

இந்நிலையில் சென்னையின் குடிநீர்த் தேவையைப் பூர்த்தி செய்யும் பூண்டி, புழல் உள்ளிட்ட ஏரிகளின் நீர் இருப்பு கணிசமாகக் குறைந்து வருகிறது.

ஆகவே, குடிநீர் தேவைக்காக கண்டலேறு அணையில் இருந்து மீண்டும் கிருஷ்ணா நதி நீரைத் திறந்துவிட வேண்டும் என்று தமிழக பொதுப் பணித் துறை அதிகாரிகள் ஆந்திர அரசுக்கு கோரிக்கை வைத்தனர். இதனையடுத்து கடந்த 9ஆம் தேதி காலை கண்டலேறு அணையிலிருந்து மீண்டும் கிருஷ்ணா நதிநீர் வினாடிக்கு 500 கனஅடி வீதம் நீர் திறக்கப்பட்டது.

காளஹஸ்தி, சத்தியவேடு பகுதிகளில் பாசனத் தேவைக்காக அப்பகுதி விவசாயிகள் மோட்டார்வைத்து நீரை உறிஞ்சியதால் தமிழகத்திற்கு அதிகபட்சமாக வினாடிக்கு 330 கனஅடி மட்டுமே வந்தது.

தண்ணீர் திருட்டைத் தடுக்க தமிழக பொதுப்பணித்துறை அதிகாரிகள் வலியுறுத்தினாலும் ஆந்திர அரசால் தடுக்க முடியவில்லை.

சென்னை மக்களின் குடிநீர்த் தேவையை பூண்டி, புழல், செம்பரம்பாக்கம் மற்றும் சோழவரம் நீர்த்தேக்கங்கள் பூர்த்தி செய்கின்றன.

●